I0341838

จากความมืดสู่การครอบครอง: 40 วันเพื่อหลุดพ้นจากเงื้อมมือแห่งความมืดที่ซ่อนเร้น

-

การอุทิศตนเพื่อการรับรู้ การปลดปล่อย และพลังอำนาจทั่วโลก

เพื่อบุคคล ครอบครัว และประเทศชาติ พร้อมที่จะเป็นอิสระ

โดย

ซาคาเรีย ส ก็อดซีเกิล ; เอกอัครราชทูต มันเดย์ โอ. โอกเบ และ คอมฟอร์ท ลาดี โอกเบ

Zacharias Godseagle; Ambassador Monday O. Ogbe and Comfort Ladi Ogbe

Table of Contents

จากความมืดสู่การครอบครอง: 40 วันเพื่อหลุดพ้นจากเงื้อมมือแห่งความมืดที่ซ่อนเร้น 1

การอุทิศตนเพื่อการรับรู้ การปลดปล่อย และพลังอำนาจทั่วโลก 1

เพื่อบุคคล ครอบครัว และประเทศชาติ พร้อมที่จะเป็นอิสระ 1

หน้าลิขสิทธิ์ 8

เกี่ยวกับหนังสือ – จาก ความมืดสู่การครอบครอง 11

ข้อความปกหลัง 14

โปรโมชันสื่อแบบย่อหน้าเดียว (สื่อสิ่งพิมพ์/อีเมล/ข้อความโฆษณา) 16

การอุทิศตน 18

คำขอบคุณ 19

ถึงผู้อ่าน 21

วิธีใช้หนังสือเล่มนี้ 23

คำนำ 26

คำนำ 29

การแนะนำ 31

บทที่ 1: ต้นกำเนิดของอาณาจักรแห่งความมืด 34

2

การล่มสลายและการก่อตัวของความมืด	34
การแสดงออกทั่วโลกของอาณาจักรแห่งความมืด	35
เหตุใดหนังสือเล่มนี้จึงสำคัญตอนนี้	35
คุณเกิดมาเพื่อการต่อสู้	36

บทที่ 2: อาณาจักรแห่งความมืดดำเนินไปอย่างไรในปัจจุบัน — **38**

บทที่ 3: จุดเริ่มต้น — ผู้คนติดใจได้อย่างไร — **42**

บทที่ 4: การแสดงออก — จากการครอบครองสู่ความหลงใหล — **45**

บทที่ 5: พลังแห่งพระวจนะ — สิทธิอำนาจของผู้เชื่อ — **48**

วันแรก: สายเลือดและประตู — ทำลายโซ่ตรวนแห่งครอบครัว — **51**

วันที่ 2: การรุกรานแห่งความฝัน — เมื่อคืนกลายเป็นสนามรบ — **55**

วันที่ 3: คู่สมรสฝ่ายวิญญาณ — สหภาพที่ไม่ศักดิ์สิทธิ์ที่ผูกมัดโชคชะตา — **59**

วันที่ 4: วัตถุต้องคำสาป — ประตูที่แปดเปื้อน — **63**

วันที่ 5: หลงเสน่ห์และถูกหลอก — หลุดพ้นจากจิตวิญญาณแห่งการทำนาย — **66**

วันที่ 6: ประตูแห่งดวงตา — การปิดประตูแห่งความมืด — **70**

วันที่ 7: พลังเบื้องหลังชื่อ — การละทิ้งอัตลักษณ์ที่ไม่ศักดิ์สิทธิ์ — **73**

วันที่ 8: เปิดโปงแสงลวง — กับดักยุคใหม่และการหลอกลวงของเทวดา — **76**

วันที่ 9: แท่นบูชาแห่งโลหิต — พันธสัญญาที่เรียกร้องชีวิต — **80**

วันที่ 10: ความเป็นหมันและความแตกสลาย — เมื่อครรภ์กลายเป็นสนามรบ **84**

วันที่ 11: โรคภูมิคุ้มกันบกพร่องและความเหนื่อยล้าเรื้อรัง — สงครามภายในที่มองไม่เห็น **88**

วันที่ 12: โรคลมบ้าหมูและความทรมานทางจิตใจ — เมื่อจิตใจกลายเป็นสนามรบ **92**

วันที่ 13: จิตวิญญาณแห่งความกลัว — ทำลายกรงแห่งความทรมานที่มองไม่เห็น **95**

วันที่ 14: เครื่องหมายซาตาน — การลบล้างตราบาปอันชั่วร้าย **98**

วันที่ 15: อาณาจักรกระจก — หลบหนีจากคุกแห่งการสะท้อน **101**

วันที่ 16: ทำลายพันธะแห่งคำสาป — ทวงคืนชื่อและอนาคตของคุณ **105**

วันที่ 17: การปลดปล่อยจากการควบคุมและการจัดการ **108**

วันที่ 18: ทำลายพลังของการไม่ให้อภัยและความขมขื่น **112**

วันที่ 19: การรักษาจากความอับอายและการประณาม **116**

วันที่ 20: เวทมนตร์ประจำบ้าน — เมื่อความมืดมิดอาศัยอยู่ใต้หลังคาเดียวกัน **120**

วันที่ 21: วิญญาณอิเซเบล — การล่อลวง การควบคุม และการหลอกลวงทางศาสนา **124**

วันที่ 22: งูเหลือมและคำอธิษฐาน — ทำลายจิตวิญญาณแห่งการจำกัด **128**

วันที่ 23: บัลลังก์แห่งความอยุติธรรม — ทำลายป้อมปราการของดินแดน **131**

วันที่ 24: เศษเสี้ยวของจิตวิญญาณ — เมื่อส่วนต่างๆ ของตัวคุณหายไป **134**

วันที่ 25: คำสาปของเด็กแปลกหน้า — เมื่อโชคชะตาถูกเปลี่ยนตั้งแต่แรกเกิด **137**

วันที่ 26: แท่นบูชาแห่งพลังที่ซ่อนอยู่ — หลุดพ้นจากพันธสัญญาลึกลับของชนชั้นสูง **141**

วันที่ 27: พันธมิตรที่ไม่ศักดิ์สิทธิ์ — ฟรีเมสัน อิลลูมินาติ และการแทรกซึมทางจิตวิญญาณ **144**

วันที่ 28: คับบาลาห์ โครงข่ายพลังงาน และความเย้ายวนของ "แสง" อันลึกลับ **148**

วันที่ 29: ม่านแห่งอิลลูมินาติ — เปิดโปงเครือข่ายลึกลับระดับสูง **152**

วันที่ 30: โรงเรียนลึกลับ — ความลับโบราณ พันธนาการสมัยใหม่ **156**

วันที่ 31: คับบาลาห์ เรขาคณิตศักดิ์สิทธิ์ และการหลอกลวงแสงชั้นสูง **160**

วันที่ 3 2: วิญญาณงูภายใน — เมื่อการปลดปล่อยมาสายเกินไป **164**

วันที่ 33: วิญญาณงูภายใน — เมื่อการปลดปล่อยมาสายเกินไป **168**

วันที่ 34: ช่างก่ออิฐ รหัส และคำสาป — เมื่อความเป็นพี่น้องกลายเป็นความเป็นทาส **172**

วันที่ 35: แม่มดในโบสถ์ — เมื่อความชั่วร้ายเข้ามาทางประตูโบสถ์ **176**

วันที่ 36: เวทมนตร์รหัส — เมื่อเพลง แฟชั่น และภาพยนตร์กลายเป็นพอร์ทัล **180**

วันที่ 37: แท่นบูชาแห่งพลังที่มองไม่เห็น — ฟรีเมสัน คับบาลาห์ และชนชั้นสูงลึกลับ **184**

วันที่ 38: พันธสัญญาแห่งครรภ์และอาณาจักรแห่งน้ำ — เมื่อโชคชะตาถูกแปดเปื้อนก่อนการเกิด **188**

วันที่ 39: รับบัพติศมาในน้ำสู่ความเป็นทาส — ทารก อักษรย่อ
และพันธสัญญาที่มองไม่เห็นเปิดประตูได้อย่างไร — **193**

วันที่ 40: จากผู้ส่งมอบสู่ผู้ส่งมอบ — ความเจ็บปวดของคุณคือการบวชของคุณ — **198**

คำประกาศ 360° ประจำวันเกี่ยวกับการปลดปล่อยและการครอบครอง – ตอนที่ 1 — **201**

คำประกาศ 360° ประจำวันเกี่ยวกับการปลดปล่อยและการครอบครอง – ตอนที่ 2 — **203**

คำประกาศ 360° ประจำวันเกี่ยวกับการปลดปล่อยและการครอบครอง - ตอนที่ 3 — **207**

บทสรุป: จากการเอาชีวิตรอดสู่การเป็นบุตร — อยู่อย่างอิสระ มีชีวิตอย่างอิสระ
ปลดปล่อยผู้อื่นให้เป็นอิสระ — **211**

วิธีการเกิดใหม่และเริ่มชีวิตใหม่กับพระคริสต์ — **214**

วิธีการเกิดใหม่อีกครั้ง — 214
อธิษฐานออกเสียงดังๆ: — 215
ขั้นตอนต่อไปหลังจากได้รับความรอด — 215

ช่วงเวลาแห่งความรอดของฉัน — **217**

ใบรับรองชีวิตใหม่ในพระคริสต์ — **218**

คำประกาศความรอด — เกิดใหม่โดยพระคุณ — 218
\- — 218
วันที่ตัดสินใจ : _____ — 218
ลายเซ็น : _____ — 218
คำประกาศความรอด — 219
ยินดีต้อนรับสู่ครอบครัวของพระเจ้า! — 219

เชื่อมต่อกับ GOD'S EAGLE MINISTRIES 221

หนังสือและแหล่งข้อมูลที่แนะนำ 222

ภาคผนวก (1-6): ทรัพยากรสำหรับการรักษาอิสรภาพและการปลดปล่อยที่ลึกซึ้งยิ่งขึ้น 235

ภาคผนวก 1: คำอธิษฐานเพื่อแยกแยะเวทมนตร์ที่ซ่อนเร้น พิธีกรรมลึกลับ หรือแท่นบูชาแปลกๆ ในโบสถ์ 236

ภาคผนวก 2: พิธีการสละสื่อและการชำระล้าง 236

ภาคผนวก 3: ฟรีเมสัน, คับบาลาห์, กุณฑลินี, เวทมนตร์, สคริปต์การสละทางไสยศาสตร์ 237

ภาคผนวก 4: คำแนะนำการเปิดใช้งานน้ำมันเจิม 238

ภาคผนวก 6: แหล่งข้อมูลวิดีโอพร้อมคำพยานเพื่อการเติบโตฝ่ายวิญญาณ 239

คำเตือนสุดท้าย: คุณไม่สามารถเล่น กับ สิ่งนี้ ได้ 241

หน้าลิขสิทธิ์

**จากความมืดสู่การครอบครอง: 40 วันเพื่อหลุดพ้นจากเงื้อมมือแห่งความมืดที่ซ่อนเร้น —
บทอุทิศตนเพื่อการตระหนักรู้ การปลดปล่อย และพลัง**
โดย Zacharias Godseagle , Comfort Ladi Ogbe & เอกอัครราชทูต จันทร์ O. Ogbe

ลิขสิทธิ์ © 2025 โดย **Zacharias Godseagle** และ **God's Eagle Ministrie** s – GEM
สงวนลิขสิทธิ์

ห้ามทำซ้ำส่วนใดส่วนหนึ่งของสิ่งพิมพ์นี้ จัดเก็บในระบบค้นคืน หรือส่งต่อในรูปแบบใดๆ หรือวิธีการใดๆ ไม่ว่าจะเป็นทางอิเล็กทรอนิกส์ ทางกล การถ่ายเอกสาร การบันทึก การสแกน หรือวิธีอื่นใด
เว้นแต่จะได้รับอนุญาตเป็นลายลักษณ์อักษรล่วงหน้าจากผู้จัดพิมพ์
ยกเว้นในกรณีที่เป็นการอ้างอิงสั้นๆ ในบทความวิจารณ์หรือบทวิจารณ์

หนังสือเล่มนี้เป็นงานเขียนสารคดีและวรรณกรรมเพื่ออุทิศแด่พระเจ้า
ชื่อและรายละเอียดประจำตัวบางส่วนได้รับการเปลี่ยนชื่อและแก้ไขเพื่อความเป็นส่วนตัวตามความจำเป็น

ข้อพระคัมภีร์ ที่ยกมาอ้างนั้นมาจาก:

- *ฉบับแปลใหม่ (NLT)* © 1996, 2004, 2015 โดยมูลนิธิ Tyndale House ใช้โดยได้รับอนุญาต สงวนลิขสิทธิ์ทุกประการ

ออกแบบปกโดย GEM TEAM

การตกแต่งภายในโดย GEM TEAM

เผยแพร่โดย:
Zacharias Godseagle & God's Eagle Ministries – GEM
www.otakada.org | ambassador@otakada.org

พิมพ์ครั้งแรก พ.ศ. 2568
พิมพ์ในสหรัฐอเมริกา

เกี่ยวกับหนังสือ – จาก ความมืดสู่การครอบครอง

จากความมืดสู่การครอบครอง: 40 วันเพื่อหลุดพ้นจากเงื้อมมือแห่งความมืดที่ซ่อนเร้น - *บท อุทิศตนเพื่อการตระหนักรู้ การปลดปล่อย และพลัง - สำหรับบุคคล ครอบครัว และประเทศชาติที่พร้อมจะเป็นอิสระ* ไม่ใช่เพียงการอธิษฐานเท่านั้น
แต่ยังเป็นการพบปะเพื่อการปลดปล่อยทั่วโลกเป็นเวลา 40 วันสำหรับ **ประธานาธิบดี นายกรัฐมนตรี ศิษยาภิบาล ผู้ทำงานในคริสตจักร ซีอีโอ ผู้ปกครอง วัยรุ่น และผู้เชื่อทุกคน** ที่ปฏิเสธที่จะใช้ชีวิตอย่างพ่ายแพ้อย่างเงียบๆ

หนังสือสวดมนต์ 40 วันอันทรงพลังเล่มนี้กล่าวถึง **สงครามทางจิตวิญญาณ** *การหลุดพ้นจากแท่นบูชาบรรพบุรุษ การทำลายพันธะทางวิญญาณ การเปิดเผยอาถรรพ์ และคำให้การจากทั่วโลกจากอดีตแม่มด อดีตซาตาน* และผู้ที่เอาชนะพลังแห่งความมืดได้

ไม่ว่าคุณจะ เป็น**ผู้นำประเทศ** เป็น **ศิษยาภิบาลคริสตจักร** บริหารธุรกิจ หรือ ต่อสู้ **เพื่อครอบครัวในห้องอธิษฐาน** หนังสือเล่มนี้จะเปิดเผยสิ่งที่ถูกซ่อนไว้ เผชิญหน้ากับสิ่งที่ถูกละเลย และเสริมพลังให้คุณเป็นอิสระ

การอุทิศตนเพื่อโลก 40 วันแห่งการตระหนักรู้ การปลดปล่อย และพลัง

ภายในหน้าเหล่านี้ คุณจะพบกับ:

- คำสาปสายเลือดและพันธสัญญาบรรพบุรุษ
- คู่สมรสแห่งวิญญาณ วิญญาณแห่งท้องทะเล และการจัดการทางจิตวิญญาณ
- ฟรีเมสัน, คับบาลาห์, การปลุกพลังกุณฑลินี และแท่นบูชาเวทมนตร์
- การอุทิศตนให้กับเด็ก การเริ่มต้นก่อนคลอด และลูกหาบปีศาจ
- การแทรกซึมของสื่อ การบาดเจ็บทางเพศ และการแตกสลายของจิตวิญญาณ
- สมาคมลับ ปัญญาประดิษฐ์ปีศาจ และขบวนการฟื้นคืนชีพอันเป็นเท็จ

แต่ละวันประกอบด้วย:
- *เรื่องราวจริงหรือรูปแบบทั่วโลก*

- ข้อคิดจากพระคัมภีร์
- การประยุกต์ ใช้แบบกลุ่มและส่วนตัว
- สมุดบันทึกการอธิษฐานเพื่อการปลดปล่อย + การไตร่ตรอง

หนังสือเล่มนี้เหมาะ สำหรับ คุณหากคุณ:

- ประธานาธิบดี หรือผู้กำหนดนโยบาย
  ที่แสวงหาความชัดเจนทางจิตวิญญาณและการปกป้องคุ้มครองประเทศชาติของคุณ
- ศิษยาภิบาล ผู้วิงวอน หรือผู้ทำงานคริสตจักร
  ที่ต่อสู้กับพลังที่มองไม่เห็นซึ่งต่อต้านการเติบโตและความบริสุทธิ์
- ซี อีโอหรือผู้นำธุรกิจ
  ต้องเผชิญกับสงครามและการก่อวินาศกรรมที่อธิบายไม่ได้
- วัยรุ่น หรือเด็กนักเรียน ที่ถูกหลอกหลอนด้วยความฝัน ความทรมาน หรือเหตุการณ์แปลกประหลาด
- ผู้ ปกครองหรือผู้ดูแล สังเกตเห็นรูปแบบทางจิตวิญญาณในสายเลือดของคุณ
- ผู้นำ คริสเตียน เบื่อหน่ายกับวัฏจักรการอธิษฐานไม่รู้จบแต่ก็ไม่มีความก้าวหน้า
- หรือเพียงแค่
  ผู้ศรัทธาที่พร้อมจะก้าวจากการมีชีวิตรอดไปสู่การครอบครองอันมีชัยชนะ

ทำไมต้องหนังสือเล่มนี้?

เพราะในยุคสมัยที่ความมืดมิดสวมหน้ากากแห่งแสงสว่าง
การปลดปล่อยไม่ใช่ทางเลือกอีกต่อไป และ
อำนาจ เป็นของผู้ที่มีความรู้ ผู้ที่มีความพร้อม และผู้ที่ยอม จำนน

เขียนโดย **Zacharias Godseagle** เอกอัครราชทูต **Monday O. Ogbe**
และ **Comfort Ladi Ogbe** นี่เป็นมากกว่าการสอนเท่านั้น แต่เป็นการ **ปลุก**
ให้คริสตจักร ครอบครัว และประเทศต่างๆ ทั่วโลกลุกขึ้นมาต่อสู้กลับ ไม่ใช่ด้วยความกลัว
แต่ด้วย **ปัญญาและ อำนาจ**

คุณไม่สามารถสั่งสอนสิ่งที่คุณยังไม่ได้ถ่ายทอด และคุณไม่สามารถก้าวเดินในอำนาจได้จนกว่าคุณจะหลุดพ้นจากเงื้อมมือแห่งความมืด

ทำลายวัฏจักร เผชิญหน้ากับสิ่งที่ซ่อนเร้น นำโชคชะตาของคุณกลับคืนมา ทีละวัน

ข้อความปกหลัง

จากความมืดสู่การครอบครอง
40 วันเพื่อหลุดพ้นจากเงื้อมมือแห่งความมืดที่ซ่อนเร้น
การอุทิศตนเพื่อการรับรู้ การปลดปล่อย และพลังทั่วโลก

คุณเป็น **ประธานาธิบดี ศิษยาภิบาล ผู้ปกครอง** หรือ **ผู้เชื่อที่อธิษฐาน**
อย่างสุดกำลังเพื่ออิสรภาพและความก้าวหน้าที่ยั่งยืนหรือไม่?

นี่ไม่ใช่แค่การอุทิศตน แต่เป็นการเดินทางทั่วโลก 40 วัน ผ่านสนามรบที่มองไม่เห็นของ
**พันธสัญญาบรรพบุรุษ การผูกมัดทางไสยศาสตร์ วิญญาณแห่งท้องทะเล
การแตกสลายของวิญญาณ การแทรกซึมของสื่อ และอื่นๆ** อีกมากมาย
แต่ละวันเผยให้เห็นประจักษ์พยานที่แท้จริง การสำแดงตนทั่วโลก
และกลยุทธ์การปลดปล่อยที่นำไปปฏิบัติได้จริง

คุณจะค้นพบ:

- ประตูจิตวิญญาณเปิดออกได้อย่างไร และจะปิดประตูเหล่านั้นได้อย่างไร
- รากเหง้าที่ซ่อนเร้นของความล่าช้า ความทรมาน และการผูกมัดซ้ำแล้วซ้ำเล่า
- คำอธิษฐานประจำวันอันทรงพลัง การไตร่ตรอง และการประยุกต์ใช้เป็นกลุ่ม
- วิธีการเดินเข้าสู่ **อาณาจักร** ไม่ใช่แค่การปลดปล่อย

จาก **แท่นบูชาเวทมนตร์** ในแอฟริกาไปจนถึง **การหลอกลวงยุคใหม่** ในอเมริกาเหนือ...
จาก **สมาคมลับ** ในยุโรปไปจนถึง **พันธสัญญาเลือด** ในละตินอเมริกา
หนังสือเล่มนี้เปิดเผยทุก สิ่ง

DARKNESS TO DOMINION คือแผนที่เส้นทางสู่เสรีภาพของคุณ
เขียนขึ้นสำหรับ **ศิษยาภิบาล ผู้นำ ครอบครัว วัยรุ่น ผู้เชี่ยวชาญ ซีอีโอ**
และใครก็ตามที่เหนื่อยล้ากับการวนเวียนอยู่ในสงครามโดยไม่ได้รับชัยชนะ

"เจ้าไม่อาจสั่งสอนสิ่งที่เจ้ายังไม่ได้ถ่ายทอด และเจ้าไม่อาจก้าวเดินในอำนาจได้
จนกว่าเจ้าจะหลุดพ้นจากเงื้อมมือแห่งความมืด"

โปรโมชันสื่อแบบย่อหน้าเดียว
(สื่อสิ่งพิมพ์/อีเมล/ข้อความโฆษณา)

DARKNESS TO DOMINION: 40 Days to Break Free from the Hidden Grip of Darkness
คือหนังสือสวดมนต์ระดับโลกที่เปิดเผยเรื่องราวการแทรกซึมของศัตรูในชีวิต ครอบครัว และประเทศชาติ ผ่านแท่นบูชา สายเลือด สมาคมลับ พิธีกรรมลี้ลับ และการประนีประนอมในชีวิตประจำวัน
ด้วยเรื่องราวจากทุกทวีปและกลยุทธ์การปลดปล่อยที่ผ่านการทดสอบในสนามรบ หนังสือเล่มนี้เหมาะสำหรับประธานาธิบดีและบาทหลวง ซีอีโอและวัยรุ่น แม่บ้านและนักรบทางจิตวิญญาณ ทุกคนที่ปรารถนาอิสรภาพที่ยั่งยืน
หนังสือเล่มนี้ไม่ได้มีไว้สำหรับอ่านเท่านั้น แต่ยังมีไว้สำหรับทลายโซ่ตรวนอีกด้วย

แท็กที่แนะนำ

- การอุทิศตนเพื่อการปลดปล่อย
- สงครามทางจิตวิญญาณ
- ประจักษ์พยานจากอดีตผู้ลึกลับ
- การสวดมนต์และการอดอาหาร
- การทำลายคำสาปของรุ่นสู่รุ่น
- อิสรภาพจากความมืด
- อำนาจทางจิตวิญญาณของคริสเตียน
- วิญญาณทางทะเล
- การหลอกลวงของกุณฑลินี
- สมาคมลับถูกเปิดเผย
- การปลดปล่อย 40 วัน

แฮชแท็กสำหรับแคมเปญ

#ความมืดสู่อาณาจักร

#การปลดปล่อย

#ทำลายโซ่ตรวน

#อิสรภาพผ่านทางพระคริสต์

#การตื่นรู้ระดับโลก

#การเปิดเผยการต่อสู้ที่ซ่อนอยู่

#สวดภาวนาเพื่อปลดปล่อย

#หนังสือสงครามฝ่ายวิญญาณ

#จากความมืดสู่แสงสว่าง

#อำนาจแห่งอาณาจักร

#ไม่ผูกมัดอีกต่อไป

#คำพยานจากอดีตผู้ลึกลับ

#คำเตือนเรื่องกุณฑลินี

#MarineSpiritsExposed

#40วันแห่งอิสรภาพ

การอุทิศตน

ถึงพระองค์ผู้ทรงเรียกเราออกจากความมืดเข้าสู่ความสว่างอันมหัศจรรย์ของพระองค์ —
พระเยซูคริสต์ ผู้ช่วยให้รอด ผู้ถือความสว่าง และกษัตริย์แห่งความรุ่งโรจน์ของเรา

ถึงทุกจิตวิญญาณที่ร้องไห้ในความเงียบงัน — ติดอยู่กับโซ่ตรวนที่มองไม่เห็น
ถูกหลอกหลอนด้วยความฝัน ถูกทรมานด้วยเสียง
และต่อสู้กับความมืดมิดในสถานที่ที่ไม่มีใครเห็น — การเดินทางนี้มีไว้สำหรับคุณ

ถึง **ศิษยาภิบาล** ผู้ วิงวอน และ ผู้เฝ้าระวังบนกำแพง ถึง
บรรดา **มารดา** ที่อธิษฐานตลอดคืน และบรรดา **บิดา** ที่ไม่ยอมแพ้
ถึง **เด็กชาย** ที่เห็นมากเกินไป และ **เด็กหญิงตัวน้อย**
ที่ถูกตราหน้าด้วยความชั่วร้ายเร็วเกินไป
ถึง **ซีอีโอ** ประธานาธิบดี และ ผู้ มีอำนาจตัดสินใจ
ที่แบกรับภาระอันมองไม่เห็นไว้เบื้องหลังอำนาจสาธารณะ
ถึง **คนงานคริสตจักร** ที่ ดิ้นรนกับการเป็นทาสที่เป็นความลับ และ **นักรบทางจิตวิญญาณ**
ที่กล้าที่จะต่อสู้กลับ
นี่คือการเรียกของคุณให้ลุกขึ้น

และขอขอบคุณผู้กล้าทุกท่านที่แบ่งปันเรื่องราวของพวกเขา
แผลเป็นของคุณตอนนี้ได้ปลดปล่อยผู้อื่นให้เป็นอิสระแล้ว

ขอให้แสงแห่งศรัทธานี้เป็นเส้นทางผ่านเงามืด และนำพาผู้คนมากมายสู่อำนาจ การเยียวยา
และไฟศักดิ์สิทธิ์
ท่านจะไม่ถูกลืม ท่านไม่ได้ไร้พลัง ท่านเกิดมาเพื่ออิสรภาพ

— *Zacharias Godseagle* เอกอัครราชทูต *Monday O. Ogbe* และ
Comfort Ladi โอกเบ

คำขอบคุณ

ประการแรกและสำคัญที่สุด เราขอแสดงความนับถือต่อ
พระเจ้าผู้ทรงฤทธานุภาพทุกประการ — พระบิดา พระบุตร และพระวิญญาณบริสุทธิ์
ผู้ทรงเป็นผู้สร้างแสงสว่างและความจริง
ผู้ทรงเปิดตาเราให้มองเห็นการต่อสู้ที่มองไม่เห็นเบื้องหลังประตูที่ปิดตาย ม่าน แท่นเทศน์ และแท่นยืน เราขอถวายพระเกียรติแด่พระเยซูคริสต์ พระผู้ช่วยให้รอดและกษัตริย์ของเรา

ถึงชายหญิงผู้กล้าหาญทั่วโลกที่ร่วมแบ่งปันเรื่องราวความทุกข์ทรมาน ชัยชนะ และการเปลี่ยนแปลง ความกล้าหาญของคุณได้จุดประกายคลื่นแห่งอิสรภาพทั่วโลก ขอบคุณที่ทำลายความเงียบงัน

ถึงเหล่าผู้ปฏิบัติศาสนกิจและผู้เฝ้ายามบนกำแพง ผู้ซึ่งตรากตรำทำงานหนักในที่ซ่อนเร้น ทั้งสอน วิงวอน ช่วยเหลือ และไตร่ตรอง เราขอยกย่องในความเพียรพยายามของท่าน การเชื่อฟังของท่านยังคงทำลายป้อมปราการและเปิดโปงการหลอกลวงในที่สูงส่ง

ขอขอบคุณครอบครัว คู่สวดภาวนา
และทีมสนับสนุนที่ยืนเคียงข้างเราขณะที่เราค้นหาความจริงผ่านซากปรักหักพังทางจิตวิญญาณ ขอบคุณสำหรับศรัทธาและความอดทนที่ไม่สั่นคลอนของคุณ

สำหรับนักวิจัย พยานหลักฐานใน YouTube ผู้แจ้งเบาะแส และนักรบแห่งอาณาจักรที่เปิดโปงความมืดผ่านแพลตฟอร์มของพวกเขา ความกล้าหาญของคุณได้หล่อเลี้ยงงานนี้ด้วยความเข้าใจ การเปิดเผย และความเร่งด่วน

ถึง **พระกายของพระคริสต์** หนังสือเล่มนี้ก็เป็นของท่านเช่นกัน
ขอให้หนังสือเล่มนี้ปลุกเร้าความตั้งใจอันศักดิ์สิทธิ์ในตัวท่าน ที่จะตื่นตัว รอบคอบ และปราศจากความกลัว เราเขียนไม่ใช่ในฐานะผู้เชี่ยวชาญ แต่ในฐานะพยาน เราไม่ได้ยืนหยัดในฐานะผู้พิพากษา แต่ในฐานะผู้ที่ได้รับการไถ่

และสุดท้ายนี้ ขอให้ ผู้อ่านหนังสือสวดมนต์เล่มนี้ ไม่ว่า จะเป็นผู้แสวงหา นักรบ ศิษยาภิบาล ผู้เผยแผ่ศาสนา ผู้รอดชีวิต และ ผู้รักความจริงจากทุกชาติ จงมอบพลังให้ทุกหน้าแก่คุณในการก้าวเดิน จาก **ความมืดสู่ความ** ครอบครอง

— Zacharias Godseagle
— เอกอัครราชทูต Monday O. Ogbe
— Comfort Ladi โอกเบ

ถึงผู้อ่าน

นี่ไม่ใช่แค่หนังสือ แต่มันคือเสียงเรียก

บทภาวนาเพื่อเปิดเผยสิ่งที่ซ่อนเร้นมานาน —
เพื่อเผชิญหน้ากับพลังที่มองไม่เห็นซึ่งหล่อหลอมคนรุ่นต่อรุ่น ระบบ และจิตวิญญาณ
ไม่ว่าคุณจะเป็น **นักแสวงหารุ่น เยาว์ ศิษยาภิบาล** ผู้ **เหนื่อยล้าจากการต่อสู้ที่ไม่อาจเอ่ยชื่อ**
ผู้นำ **ธุรกิจที่ต่อสู้กับฝันร้าย** หรือ
ประมุขของรัฐที่ต้องเผชิญกับความมืดมนในระดับชาติอย่างไม่หยุดยั้ง
บทภาวนานี้จะเป็นเครื่องนำทางคุณ ให้ **หลุดพ้น จากเงามืด**

ถึง **บุคคลทั่วไป** : คุณไม่ได้บ้า สิ่งที่คุณสัมผัสได้ — ในความฝัน บรรยากาศ
หรือสายเลือด — อาจเป็นเรื่องของจิตวิญญาณ พระเจ้าไม่ได้เป็นเพียงผู้รักษา
แต่พระองค์คือผู้ปลดปล่อย

ถึง **ครอบครัว** : การเดินทาง 40 วันนี้จะช่วยให้คุณระบุรูปแบบต่างๆ
ที่ทรมานสายเลือดของคุณมายาวนาน เช่น การติดยาเสพติด การเสียชีวิตก่อนวัยอันควร
การหย่าร้าง ความเป็นหมัน ความทรมานทางจิตใจ ความยากจนฉับพลัน
และมอบเครื่องมือที่ช่วยให้คุณทำลายรูปแบบเหล่านั้นได้

ถึง **ผู้นำคริสตจักรและศิษยาภิบาล** :
ขอให้สิ่งนี้ปลุกเร้าวิจารณญาณและความกล้าหาญที่ลึกซึ้งยิ่งขึ้น
เพื่อเผชิญหน้ากับอาณาจักรแห่งวิญญาณจากบนธรรมาสน์ ไม่ใช่แค่บนแท่นเทศน์
การปลดปล่อยไม่ใช่ทางเลือก แต่เป็นส่วนหนึ่งของพันธกิจอันยิ่งใหญ่

ถึง **ซีอีโอ ผู้ประกอบการ และผู้เชี่ยวชาญ** :
พันธสัญญาทางจิตวิญญาณก็มีผลในห้องประชุมเช่นกัน จงอุทิศธุรกิจของคุณแด่พระเจ้า
ทำลายแท่นบูชาบรรพบุรุษที่แฝงไว้ด้วยโชคลาภทางธุรกิจ พันธสัญญาทางโลหิต
หรือความช่วยเหลือจากฟรีเมสัน สร้างด้วยมือที่สะอาด

ถึง **ผู้เฝ้าระวังและผู้วิงวอน** : การเฝ้าระวังของท่านมิได้ไร้ประโยชน์ ทรัพยากรนี้คืออาวุธในมือของท่าน — สำหรับเมืองของท่าน ภูมิภาคของท่าน และประเทศชาติของท่าน

ถึง **ประธานาธิบดีและนายกรัฐมนตรี** หากเรื่องนี้มาถึงโต๊ะทำงานของท่าน: ประเทศชาติไม่ได้ถูกปกครองด้วยนโยบายเพียงอย่างเดียว แต่ถูกปกครองด้วยแท่นบูชา ไม่ว่าจะในที่ลับหรือที่สาธารณะ จนกว่าจะมีการแก้ไขรากฐานที่ซ่อนเร้น สันติภาพก็ยังคงหาได้ยาก ขอให้บทสวดมนต์นี้จุดประกายท่านสู่การปฏิรูปข้ามรุ่น

ถึง **ชายหนุ่มหรือหญิงสาว** ที่กำลังอ่านข้อความนี้อยู่ในห้วงเวลาแห่งความสิ้นหวัง: พระเจ้ามองเห็นคุณ พระองค์ทรงเลือกคุณ และพระองค์กำลังดึงคุณออกมา — เพื่อชีวิตนิรันดร์

นี่คือการเดินทางของคุณ วันละวัน ครั้งละโซ่

จากความมืดสู่การปกครอง — นี่คือเวลาของคุณ

วิธีใช้หนังสือเล่มนี้

จากความมืดสู่อำนาจ: 40 วันสู่การหลุดพ้นจากเงื้อมมือแห่งความมืดมิด เป็นมากกว่าหนังสือสวดมนต์ — มันคือคู่มือการปลดปล่อย การล้างพิษทางจิตวิญญาณ และค่ายฝึกเตรียมรบ ไม่ว่าคุณจะอ่านคนเดียว อ่านเป็นกลุ่ม อ่านในโบสถ์ หรืออ่านในฐานะผู้นำที่นำทางผู้อื่น นี่คือวิธีรับประโยชน์สูงสุดจากการเดินทาง 40 วันอันทรงพลังนี้:

จังหวะประจำวัน

แต่ละวันจะปฏิบัติตามโครงสร้างที่สอดคล้องกันเพื่อช่วยให้คุณมีส่วนร่วมกับจิตวิญญาณ จิตใจ และร่างกาย:

- **คำสอนการอุทิศตนหลัก** — หัวข้อการเปิดเผยที่เปิดเผยความมืดมิดที่ซ่อนอยู่
- **บริบททั่วโลก** — ป้อมปราการนี้แสดงตัวไปทั่วโลกอย่างไร
- **เรื่องราวในชีวิตจริง** — การเผชิญหน้าอันแท้จริงจากวัฒนธรรมที่แตกต่างกัน
- **แผนปฏิบัติการ** — การฝึกฝนจิตวิญญาณส่วนบุคคล การสละ หรือการประกาศ
- **การประยุกต์ใช้แบบกลุ่ม** — สำหรับใช้ในกลุ่มเล็ก ครอบครัว คณะสงฆ์ หรือทีมปลดปล่อย
- **ข้อคิดสำคัญ** — บทเรียนอันทรงคุณค่าที่ควรจำและอธิษฐาน
- **Reflection Journal** — คำถามจากหัวใจเพื่อประมวลผลความจริงแต่ละอย่างอย่างลึกซึ้ง
- **คำอธิษฐานเพื่อการปลดปล่อย** — คำอธิษฐานสงครามฝ่ายวิญญาณแบบกำหนดเป้าหมายเพื่อทำลายป้อมปราการ

สิ่งที่คุณต้องการ

- **พระคัมภีร์** ของคุณ
- **สมุดบันทึกหรือสมุดบันทึกเฉพาะ**
- **น้ำมันเจิม** (ไม่จำเป็นแต่ทรงพลังขณะสวดมนต์)
- ความเต็มใจที่จะ **อดอาหารและอธิษฐาน** ตามการนำของพระวิญญาณ

- **คู่รับผิดชอบหรือทีมอธิษฐาน** สำหรับกรณีที่ลึกซึ้งยิ่งขึ้น

วิธีใช้กับกลุ่มหรือคริสตจักร

- พบปะกัน **ทุกวันหรือทุกสัปดาห์** เพื่อหารือถึงข้อมูลเชิงลึกและนำการอธิษฐานร่วมกัน
- ส่งเสริมให้สมาชิกกรอก **Reflection Journal ให้เสร็จ** ก่อนเข้าร่วมเซสชันกลุ่ม
- ใช้ ส่วน **แอปพลิเคชันกลุ่ม** เพื่อกระตุ้นการสนทนา การสารภาพ หรือช่วงเวลาแห่งการบรรลุผลสำเร็จขององค์กร
- แต่งตั้งผู้นำที่ได้รับการฝึกอบรมเพื่อจัดการกับการแสดงออกที่เข้มข้นมากขึ้น

สำหรับศิษยาภิบาล ผู้นำ และผู้ประกาศข่าวประเสริฐ

- สอนหัวข้อประจำวันจากแท่นเทศน์หรือในโรงเรียนฝึกอบรมการปลดปล่อย
- เตรียมทีมของคุณให้ใช้การอุทิศตนนี้เป็นแนวทางการให้คำปรึกษา
- ปรับแต่งส่วนต่างๆ ตามต้องการสำหรับการทำแผนที่จิตวิญญาณ การประชุมฟื้นฟู หรือการขับเคลื่อนการอธิษฐานในเมือง

ภาคผนวกที่ต้องสำรวจ

ในตอนท้ายของหนังสือ คุณจะพบกับทรัพยากรโบนัสอันทรงพลัง รวมไปถึง:

1. **คำประกาศอิสรภาพอย่างสมบูรณ์รายวัน** – พูดคำนี้ออกเสียงดังๆ ทุกเช้าและทุกคืน
2. **คู่มือการละทิ้งสื่อ** – กำจัดสารพิษทางจิตวิญญาณออกจากชีวิตของคุณจากความบันเทิง
3. **คำอธิษฐานเพื่อค้นพบแท่นบูชาที่ซ่อนอยู่ในคริสตจักร** – สำหรับผู้วิงวอนและผู้ทำงานในคริสตจักร
4. **ฟรีเมสัน, คับบาลาห์, กุณฑลินี และสคริปต์การละทิ้งสิ่งลี้ลับ** – คำอธิษฐานเพื่อการกลับใจอันทรงพลัง

5. **รายการตรวจสอบการปลดปล่อยหมู่** — ใช้ในการรณรงค์การร่วมมิตรภาพที่บ้าน หรือการพักผ่อนส่วนตัว
6. **ลิงค์วิดีโอคำให้การ**

คำนำ

มีสงครามที่มองไม่เห็น ไม่อาจเอ่ยถึง แต่เป็นเรื่องจริงอันรุนแรง
กำลังโหมกระหน่ำจิตวิญญาณของผู้ชาย ผู้หญิง เด็ก ครอบครัว ชุมชน และประเทศชาติ

หนังสือเล่มนี้ไม่ได้ถือกำเนิดจากทฤษฎี แต่เกิดจากไฟ จากห้องแห่งการปลดปล่อยที่ร่ำไห้
จากคำพยานที่กระซิบในเงามืดและเสียงตะโกนจากหลังคาบ้าน จากการศึกษาอย่างลึกซึ้ง
การวิงวอนทั่วโลก
และความคับข้องใจอันศักดิ์สิทธิ์กับศาสนาคริสต์เพียงผิวเผินที่ล้มเหลวในการจัดการกับ
รากเหง้าแห่งความมืด ที่ยังคงพันเกี่ยวพันผู้ศรัทธา

มีคนมากมายที่ยอมจำนนต่อกางเขนแต่ยังคงลากโซ่ตรวนอยู่
ศิษยาภิบาลจำนวนมากเทศนาเรื่องเสรีภาพในขณะที่ถูกปีศาจแห่งตัณหา ความกลัว
หรือพันธสัญญาบรรพบุรุษทรมานอย่างลับๆ
ครอบครัวจำนวนมากติดอยู่ในวังวนแห่งความยากจน ความวิปริต การเสพติด
ความเป็นหมัน ความอับอาย และ **ไม่รู้ว่าทำไม**
และคริสตจักรจำนวนมากเกินไปก็หลีกเลี่ยงการพูดถึงปีศาจ เวทมนตร์ แท่นบูชาโลหิต
หรือการปลดปล่อย เพราะมัน "เข้มข้นเกินไป"

แต่พระเยซูไม่ได้หลีกหนีความมืด — พระองค์ **ทรงเผชิญหน้ากับมัน** พระองค์
ไม่ได้เพิกเฉยต่อปีศาจ — พระองค์ **ทรงขับไล่พวกมันออกไป** และ
พระองค์ไม่ได้สิ้นพระชนม์เพียงเพื่อให้อภัยคุณ — พระองค์สิ้นพระชนม์เพื่อ **ปลดปล่อย**
คุณ

หนังสืออุทิศตนทั่วโลก 40 วันนี้ไม่ใช่การศึกษาพระคัมภีร์แบบผิวเผิน แต่มันคือ
ห้องปฏิบัติการทางจิตวิญญาณ บันทึกแห่งอิสรภาพ
แผนที่ออกจากนรกสำหรับผู้ที่รู้สึกติดขัดระหว่างความรอดและอิสรภาพที่แท้จริง
ไม่ว่าคุณจะเป็นวัยรุ่นที่ถูกพันธนาการด้วยสื่อลามก
สุภาพสตรีหมายเลขหนึ่งที่ถูกหลอกหลอนด้วยความฝันเกี่ยวกับงู
นายกรัฐมนตรีที่ถูกทรมานด้วยความรู้สึกผิดแบบบรรพบุรุษ

ศาสดาพยากรณ์ที่ซ่อนพันธนาการลับ หรือเด็กที่ตื่นจากฝันร้าย —
การเดินทางนี้เหมาะสำหรับคุณ

คุณจะพบเรื่องราวจากทั่วโลก ทั้งแอฟริกา เอเชีย ยุโรป อเมริกาเหนือและอเมริกาใต้
ซึ่งล้วนยืนยันความจริงข้อหนึ่งว่า **มารไม่ลำเอียงเข้าข้างใคร**
แต่พระเจ้าก็ลำเอียงเข้าข้างคุณเช่นกัน และสิ่งที่พระองค์ทำเพื่อผู้อื่น
พระองค์ก็ทรงทำเพื่อคุณได้

หนังสือเล่มนี้เขียนขึ้นเพื่อ:

- **บุคคล** ที่แสวงหาการปลดปล่อยส่วนบุคคล
- **ครอบครัว** ที่ต้องการการเยียวยาจากรุ่นสู่รุ่น
- **ศิษยาภิบาล** และผู้ปฏิบัติงานคริสตจักรที่ต้องการการเตรียมพร้อม
- **ผู้นำธุรกิจ** กำลังเผชิญกับสงครามทางจิตวิญญาณในสถานที่สูง
- **ประเทศต่างๆ** ร้องขอการฟื้นฟูที่แท้จริง
- **เยาวชน** ที่เปิดประตูโดยไม่รู้ตัว
- **ผู้ประกาศข่าวการปลดปล่อย** ที่ต้องการ โครงสร้างและกลยุทธ์
- และแม้แต่ **คนที่ไม่เชื่อในปีศาจ** —
  จนกระทั่งพวกเขาได้อ่านเรื่องราวของตัวเองในหน้าเหล่านี้

คุณจะถูกยืดออก คุณจะถูกท้าทาย แต่ถ้าคุณยังคงเดินอยู่บนเส้นทางนั้น คุณก็จะ
เปลี่ยนแปลงไป เช่น กัน

คุณไม่ได้แค่จะหลุดพ้นไปเฉยๆ แต่
คุณจะก้าว **เดินใน** อำนาจ

เริ่มกันเลย

— *Zacharias Godseagle* เอกอัครราชทูต *Monday O. Ogbe* และ
Comfort Ladi โอกเบ

คำนำ

เกิดความปั่นป่วนขึ้นในประชาชาติ สั่นสะเทือนในแดนวิญญาณ
ตั้งแต่แท่นเทศน์ไปจนถึงรัฐสภา ห้องนั่งเล่นไปจนถึงโบสถ์ใต้ดิน
ผู้คนทุกหนทุกแห่งกำลังตื่นขึ้นสู่ความจริงอันน่าสะพรึงกลัว:
เราประเมินอิทธิพลของศัตรูต่ำเกินไป และเราเข้าใจผิดเกี่ยวกับอำนาจที่เรามีในพระคริสต์

From Darkness to Dominion ไม่ใช่แค่หนังสือสวดมนต์
แต่เป็นเสียงเรียกอันชัดเจน เป็นคู่มือการพยากรณ์ เป็นเส้นชีวิตสำหรับผู้ถูกทรมาน
ผู้ถูกผูกมัด และผู้ศรัทธาที่จริงใจซึ่งสงสัยว่า "ทำไมฉันถึงยังถูกพันธนาการอยู่?"

ในฐานะผู้ที่ได้เป็นพยานถึงการฟื้นฟูและการปลดปล่อยข้ามชาติ
ผมรู้ดีว่าศาสนจักรไม่ได้ขาดความรู้ แต่ขาด ความ **ตระหนัก** รู้ ทาง วิญญาณ
ความกล้าหาญ และ วินัย งานนี้เชื่อมช่องว่างนั้นเข้าด้วยกัน
สานต่อประจักษ์พยานระดับโลก ความจริงอันหนักหน่วง การปฏิบัติจริง
และฤทธิ์เดชของไม้กางเขน ให้เป็นการเดินทาง 40 วันที่จะปัดฝุ่นชีวิตที่หลับใหล
และจุดไฟในตัวผู้ที่อ่อนล้า

สำหรับศิษยาภิบาลผู้กล้าเผชิญหน้ากับแท่นบูชา
สำหรับผู้ใหญ่หนุ่มสาวที่ต่อสู้กับความฝันร้ายอย่างเงียบๆ
สำหรับเจ้าของธุรกิจที่พัวพันกับพันธสัญญาที่มองไม่เห็น และสำหรับผู้นำที่รู้ว่ามีบางสิ่งที่
ผิดทางจิตวิญญาณ แต่ไม่สามารถระบุชื่อได้ หนังสือเล่มนี้เหมาะสำหรับคุณ

ฉันขอร้องให้คุณอย่าอ่านมันอย่างเฉยเมย ปล่อยให้ทุกหน้ากระตุ้นจิตวิญญาณของคุณ
ปล่อยให้ทุกเรื่องราวก่อกำเนิดสงคราม
ปล่อยให้ทุกคำประกาศฝึกฝนปากของคุณให้เปล่งเสียงแห่งไฟ และเมื่อคุณผ่าน 40
วันนี้ไปแล้ว อย่าเพียงเฉลิมฉลองอิสรภาพของคุณ
แต่จงเป็นภาชนะสำหรับอิสรภาพของผู้อื่น

เพราะอาณาจักรที่แท้จริงมิใช่เพียงการหนีจากความมืด...
แต่คือการหันกลับมาและลากผู้อื่นเข้ามาสู่แสงสว่าง

ในอำนาจและพลังของพระคริสต์

เอกอัครราชทูต โอกเบ

การแนะนำ

จากความมืดสู่การครอบครอง: 40 วันสู่การหลุดพ้นจากเงื้อมมือแห่งความมืดที่ซ่อนเร้น
ไม่ใช่แค่หนังสือสวดมนต์ธรรมดาๆ เล่มหนึ่ง แต่เป็นการปลุกให้คนทั้งโลกตื่นรู้

ทั่วโลก ตั้งแต่หมู่บ้านชนบทไปจนถึงทำเนียบประธานาธิบดี
แท่นบูชาในโบสถ์ไปจนถึงห้องประชุม ชายหญิงต่างเรียกร้องอิสรภาพ
ไม่ใช่แค่ความรอดพ้น แต่คือการ **ปลดปล่อย ความกระจ่างแจ้ง ความก้าวหน้า**
ความสมบูรณ์ สันติสุข และพลังอำนาจ

แต่ความจริงก็คือ คุณไม่สามารถละทิ้งสิ่งที่คุณทนได้
คุณไม่สามารถหลุดพ้นจากสิ่งที่คุณมองไม่เห็น
หนังสือเล่มนี้คือแสงสว่างของคุณในความมืดมิดนั้น

เป็นเวลา 40 วัน คุณจะได้เดินผ่านคำสอน เรื่องราว คำพยาน
และการดำเนินการเชิงกลยุทธ์ที่เปิดเผยปฏิบัติการที่ซ่อนเร้นของความมืด
และเสริมพลังให้คุณเอาชนะทั้งวิญญาณ จิตใจ และร่างกาย

ไม่ว่าคุณจะเป็นศิษยาภิบาล ซีอีโอ มิชชันนารี ผู้วิงวอน วัยรุ่น คุณแม่ หรือประมุขของรัฐ
เนื้อหาของหนังสือเล่มนี้จะท้าทายคุณ ไม่ใช่เพื่อให้คุณอับอาย
แต่เพื่อปลดปล่อยคุณและเตรียมคุณให้พร้อมที่จะนำพาผู้อื่นไปสู่อิสรภาพ

นี่คือ **การอุทิศตนเพื่อการรับรู้ การปลดปล่อย และพลังทั่วโลก**
ซึ่งมีรากฐานมาจากพระคัมภีร์ คมชัดด้วยเรื่องราวในชีวิตจริง
และอาบด้วยพระโลหิตของพระเยซู

วิธีใช้บทสวดมนต์นี้

1. **เริ่มต้นด้วย 5 บทพื้นฐาน**
   บทเหล่านี้วางรากฐานไว้ อย่าข้ามไป

บทเหล่านี้จะช่วยให้คุณเข้าใจโครงสร้างทางจิตวิญญาณของความมืด
และอำนาจที่คุณได้รับเพื่อก้าวข้ามมันไป

2. **เดินผ่านแต่ละวันอย่างตั้งใจ**
แต่ละรายการรายวันประกอบด้วยธีมหลัก การแสดงออกทั่วโลก
เรื่องราวที่แท้จริง พระคัมภีร์ แผนปฏิบัติการ แนวคิดการประยุกต์ใช้เป็นกลุ่ม
ข้อคิดสำคัญ คำเตือนในวารสาร และคำอธิษฐานอันทรงพลัง

3. **ปิดท้ายทุกวัน ด้วย คำประกาศ 360° ประจำวัน**
คำประกาศอันทรงพลังนี้ซึ่งอยู่ท้ายเล่มได้รับการออกแบบมาเพื่อเสริมสร้างอิสร
ภาพของคุณและปกป้องประตูทางจิตวิญญาณของคุณ

4. **ใช้คนเดียวหรือเป็นกลุ่ม**
ไม่ว่าคุณจะผ่านเรื่องนี้ไปคนเดียวหรือเป็นกลุ่ม มีมิตรภาพที่บ้าน
เป็นทีมอธิษฐาน หรือเป็นพันธกิจเพื่อการปลดปล่อย
ให้พระวิญญาณบริสุทธิ์ทรงนำจังหวะและทำให้แผนการรบเป็นส่วนตัว

5. **คาดหวังการต่อต้าน—และ**
การต่อต้านที่ก้าวกระโดดจะมาถึง แต่อิสรภาพก็จะมาถึงเช่นกัน
การปลดปล่อยเป็นกระบวนการ และพระเยซูทรงมุ่งมั่นที่จะเดินไปกับคุณ

บทพื้นฐาน (อ่านก่อนวันแรก)

1. ต้นกำเนิดของอาณาจักรแห่งความมืด

ตั้งแต่การกบฏของลูซิเฟอร์ไปจนถึงการเกิดขึ้นของลำดับชั้นปีศาจและวิญญาณแห่งอาณาเข
ต บทนี้จะพาคุณย้อนรอยประวัติศาสตร์ของความมืดทั้งในพระคัมภีร์และจิตวิญญาณ
การทำความเข้าใจว่าความมืดเริ่มต้นขึ้นตรงไหนจะช่วยให้คุณเข้าใจถึงกลไกการทำงานของ
มัน

2. อาณาจักรแห่งความมืดดำเนินงานในปัจจุบันอย่างไร

บทนี้จะเปิดเผยใบหน้าของวิญญาณโบราณในยุคปัจจุบัน
ตั้งแต่พันธสัญญาและการเสียสละเลือดไปจนถึงแท่นบูชา วิญญาณแห่งท้องทะเล

และการแทรกซึมทางเทคโนโลยี รวมถึงวิธีการที่สื่อ กระแส
และแม้แต่ศาสนาสามารถใช้เป็นเครื่องพรางตัวได้

3. จุดเริ่มต้น: ผู้คนติดได้อย่างไร

ไม่มีใครเกิดมาเป็นทาสโดยบังเอิญ บทนี้จะพิจารณาถึงประตูต่างๆ เช่น บาดแผลทางใจ
แท่นบูชาบรรพบุรุษ การเปิดเผยเวทมนตร์ ความผูกพันทางวิญญาณ
ความอยากรู้อยากเห็นทางไสยศาสตร์ ฟรีเมสัน จิตวิญญาณเทียม
และธรรมเนียมปฏิบัติทางวัฒนธรรม

4. การแสดงออก: จากการครอบครองสู่ความหลงใหล

พันธนาการมีลักษณะอย่างไร? ตั้งแต่ฝันร้ายไปจนถึงความล่าช้าในชีวิตสมรส
ภาวะมีบุตรยาก การเสพติด ความโกรธเกรี้ยว และแม้แต่ "เสียงหัวเราะศักดิ์สิทธิ์"
บทนี้จะเผยให้เห็นว่าปีศาจปลอมตัวเป็นปัญหา พรสวรรค์ หรือบุคลิกภาพอย่างไร

5. พลังแห่งพระวจนะ: อำนาจของผู้เชื่อ

ก่อนที่เราจะเริ่มสงคราม 40 วัน คุณต้องเข้าใจสิทธิตามกฎหมายของคุณในพระคริสต์
บทนี้เตรียมคุณด้วยกฎฝ่ายวิญญาณ อาวุธสงคราม พิธีกรรมตามพระคัมภีร์
และภาษาแห่งการปลดปล่อย

กำลังใจสุดท้ายก่อนที่คุณจะเริ่มต้น

พระเจ้าไม่ได้ทรงเรียกคุณให้ **จัดการกับ** ความมืด
พระองค์กำลังทรงเรียกคุณให้ **ครอบครอง** มัน
ไม่ใช่ด้วยกำลัง ไม่ใช่ด้วยอำนาจ แต่ด้วยพระวิญญาณของพระองค์

ขอให้ 40 วันข้างหน้านี้เป็นมากกว่าแค่การอุทิศตน
ขอให้เป็นงานศพของแท่นบูชาทุกแท่นที่เคยควบคุมคุณ...และเป็นพิธีราชาภิเษกสู่โชคชะตา
ที่พระเจ้ากำหนดไว้สำหรับคุณ

การเดินทางสู่อาณาจักรของคุณเริ่มต้นตอนนี้

บทที่ 1: ต้นกำเนิดของอาณาจักรแห่งความมืด

"เพราะเราไม่ได้ต่อสู้กับเนื้อหนังและโลหิต แต่ต่อสู้กับพวกเจ้านาย ผู้นำและผู้มีอำนาจในความมืดมิดของโลกนี้ และต่อสู้กับวิญญาณชั่วร้ายในสถานสูง" — เอเฟซัส 6:12

นานก่อนที่มนุษยชาติจะก้าวขึ้นสู่ห้วงเวลา สงครามที่มองไม่เห็นได้ปะทุขึ้นในสวรรค์ นี่ไม่ใช่สงครามด้วย ดาบ หรือปืน แต่เป็นการกบฏ เป็นการทรยศต่อความศักดิ์สิทธิ์และสิทธิอำนาจของ พระเจ้า ผู้สูงสุด พระคัมภีร์เปิดเผยความลึกลับนี้ผ่านข้อความต่างๆ ที่บ่งบอกถึงการล่มสลายของทูตสวรรค์ที่งดงามที่สุดองค์หนึ่งของพระเจ้า — **ลูซิเฟอร์** ผู้ส่องสว่าง — ผู้กล้าที่จะยกตนขึ้นเหนือบัลลังก์ของพระเจ้า (อิสยาห์ 14:12-15, เอเสเคียล 28:12-17)

การกบฏของจักรวาลนี้เป็นต้นกำเนิด ของ **อาณาจักรแห่งความมืด** ซึ่งเป็นอาณาจักรแห่งการต่อต้านทางจิตวิญญาณและการหลอกลวง ประกอบด้วยเหล่าทูตสวรรค์ที่ตกสวรรค์ (ซึ่งตอนนี้คือปีศาจ) อาณาจักรต่างๆ และอำนาจต่างๆ ที่ต่อต้านพระประสงค์ของพระเจ้าและผู้คนของพระเจ้า

การล่มสลายและการก่อตัวของความมืด

ลูซิเฟอร์ไม่ได้ชั่วร้ายเสมอไป เขาถูกสร้างให้สมบูรณ์แบบด้วยสติปัญญาและความงาม แต่ความเย่อหยิ่งกลับเข้ามาในหัวใจของเขา และความเย่อหยิ่งกลับกลายเป็นการกบฏ เขาหลอกล่อทูตสวรรค์หนึ่งในสามให้ติดตามเขา (วิวรณ์ 12:4) และทูตสวรรค์เหล่านั้นก็ถูกขับออกจากสวรรค์

ความเกลียดชังที่พวกเขามีต่อมนุษยชาติมีรากฐานมาจากความอิจฉาริษยา เพราะมนุษยชาติถูกสร้างขึ้นตามพระฉายาของพระเจ้าและได้รับอำนาจปกครอง

สงครามระหว่าง **อาณาจักรแห่งแสงสว่าง** และ **อาณาจักรแห่งความมืด จึงเริ่มต้นขึ้น** ความขัดแย้งที่มองไม่เห็นซึ่งกระทบต่อทุกวิญญาณ ทุกบ้าน และทุกประเทศ

การแสดงออกทั่วโลกของอาณาจักรแห่งความมืด

แม้จะมองไม่เห็น แต่อิทธิพลของอาณาจักรแห่งความมืดนี้ฝังลึกอยู่ใน:

- **ประเพณีทางวัฒนธรรม** (การบูชาบรรพบุรุษ การบูชายัญด้วยเลือด สมาคมลับ)
- **ความบันเทิง** (การส่งข้อความแฝง ดนตรีและการแสดงลึกลับ)
- **การปกครอง** (การทุจริต สัญญาเลือด คำสาบาน)
- **เทคโนโลยี** (เครื่องมือสำหรับการเสพติด การควบคุม การจัดการจิตใจ)
- **การศึกษา** (มนุษยนิยม สัมพันธภาพนิยม การรู้แจ้งเท็จ)

ตั้งแต่จูจูของแอฟริกาไปจนถึงลัทธิบูชาความลึกลับยุคใหม่ของโลกตะวันตก จากการบูชาญินในตะวันออกกลางไปจนถึงลัทธิหมอผีของอเมริกาใต้ รูปแบบต่างๆ เหล่านี้แตกต่างกันออกไป แต่ **จิตวิญญาณนั้นเหมือนกัน นั่น** คือ การหลอกลวง การครอบงำ และการทำลายล้าง

เหตุใดหนังสือเล่มนี้จึงสำคัญตอนนี้

กลอุบายที่ยิ่งใหญ่ที่สุดของซาตานคือการทำให้ผู้คนเชื่อว่ามันไม่มีอยู่จริง — หรือแย่กว่านั้นคือ การทำให้ผู้คนเชื่อว่าวิธีการของมันไม่มีอันตราย

หนังสือสวดมนต์เล่มนี้เป็น **คู่มือสติปัญญาทางจิตวิญญาณ** — การเปิดเผยแผนการของเขา และเสริมพลังให้กับผู้ศรัทธาจากทั่วทุกทวีปเพื่อ:

- **จดจำ** จุดเข้า
- **สละ** พันธสัญญาที่ซ่อนเร้น

- ต่อต้าน ด้วยอำนาจ
- เอาคืน สิ่งที่ถูกขโมยไป

คุณเกิดมาเพื่อการต่อสู้

นี่ไม่ใช่บทอ่านประจำวันสำหรับคนใจไม่สู้ คุณเกิดมาในสนามรบ ไม่ใช่สนามเด็กเล่น แต่ข่าวดีคือ **พระเยซูทรงชนะสงครามแล้ว!**

*"พระองค์ทรงปลดอาวุธพวกผู้ปกครองและผู้มีอำนาจ
และทรงทำให้พวกเขาขายหน้าโดยเปิดเผย โดยทรงมีชัยชนะเหนือพวกเขาในพระองค์"*
— โคโลสี 2:15

คุณไม่ใช่เหยื่อ คุณยิ่งกว่าผู้พิชิตผ่านทางพระคริสต์ ให้เราเปิดเผยความมืดมิด และก้าวเดินอย่างกล้าหาญสู่แสงสว่าง

ข้อมูลเชิงลึกที่สำคัญ

ต้นกำเนิดของความมืดคือความเย่อหยิ่ง การกบฏ และการปฏิเสธการปกครองของพระเจ้า เมล็ดพันธุ์เดียวกันนี้ยังคงทำงานอยู่ในจิตใจของผู้คนและระบบต่างๆ ในปัจจุบัน เพื่อที่จะเข้าใจสงครามฝ่ายวิญญาณ เราต้องเข้าใจก่อนว่าการกบฏเริ่มต้นขึ้นอย่างไร

วารสารสะท้อนความคิด

- ฉันได้มองข้ามสงครามทางจิตวิญญาณว่าเป็นเพียงเรื่องงมงายหรือไม่?
- ฉันได้ทำให้ธรรมเนียมปฏิบัติทางวัฒนธรรมหรือครอบครัวใดบ้างที่อาจเชื่อมโยงกับการกบฏในสมัยโบราณ?
- ฉันเข้าใจสงครามที่ฉันเกิดมาจริงๆ หรือไม่?

คำอธิษฐานขอแสงสว่าง

พระบิดาบนสวรรค์
โปรดเปิดเผยรากเหง้าแห่งการกบฏที่ซ่อนเร้นอยู่รอบตัวและภายในตัวข้าพระองค์
โปรดเปิดเผยคำโกหกแห่งความมืดที่ข้าพระองค์อาจยอมรับโดยไม่รู้ตัว
ขอความจริงของพระองค์ส่องสว่างในทุกที่ที่มืดมิด
ข้าพระองค์เลือกอาณาจักรแห่งแสงสว่าง ข้าพระองค์เลือกที่จะดำเนินชีวิตในความจริง
พลังอำนาจ และอิสรภาพ ในพระนามพระเยซู อาเมน

บทที่ 2:
อาณาจักรแห่งความมืดดำเนินไปอย่างไรในปัจจุบัน

"เพื่อซาตานจะได้เอาเปรียบเรา เพราะเรารู้ถึงแผนการของเขาแล้ว" — 2 โครินธ์ 2:11

อาณาจักรแห่งความมืดไม่ได้ดำเนินไปอย่างไร้ทิศทาง
มันคือโครงสร้างพื้นฐานทางจิตวิญญาณที่จัดวางอย่างดีและซับซ้อน
ซึ่งสะท้อนถึงยุทธศาสตร์ทางทหาร เป้าหมายของมันคือการแทรกซึม บงการ ควบคุม
และทำลายล้างในที่สุด เช่นเดียวกับที่อาณาจักรของพระเจ้ามีตำแหน่งและระเบียบ
(อัครสาวก ผู้เผยพระวจนะ ฯลฯ) อาณาจักรแห่งความมืดก็มีเช่นกัน — พร้อมด้วยอำนาจ
อำนาจ ผู้ปกครองแห่งความมืด และความชั่วร้ายทางวิญญาณในสถานสูง (เอเฟซัส 6:12)

อาณาจักรแห่งความมืดไม่ใช่ตำนาน ไม่ใช่นิทานพื้นบ้านหรือความเชื่อทางศาสนา
แต่มันคือเครือข่ายตัวแทนทางจิตวิญญาณที่มองไม่เห็นแต่มีอยู่จริง ซึ่งควบคุมระบบ ผู้คน
และแม้แต่คริสตจักรเพื่อสนองแผนการของซาตาน
ขณะที่หลายคนจินตนาการถึงคราดและเขาแดง
แต่การดำเนินงานที่แท้จริงของอาณาจักรนี้นั้นแยบยล เป็นระบบ และชั่วร้ายยิ่งกว่านั้นมาก

1. การหลอกลวงคือเงินตราของพวกเขา

ศัตรูค้าขายด้วยการโกหก ตั้งแต่สวนเอเดน (ปฐมกาล 3) ไปจนถึงปรัชญาในปัจจุบัน
กลยุทธ์ของซาตานวนเวียนอยู่กับการปลูกฝังความสงสัยในพระวจนะของพระเจ้าเสมอ
ปัจจุบัน การหลอกลวงปรากฏในรูปแบบของ:

- คำสอนยุคใหม่ที่ถูกอำพรางไว้ด้วยการตรัสรู้
- การปฏิบัติลึกลับที่ปกปิดไว้เป็นความภาคภูมิใจทางวัฒนธรรม
- เวทมนตร์ที่ได้รับความนิยมในเพลง ภาพยนตร์ การ์ตูน และกระแสโซเชียลมีเดีย

ผู้คนเข้าร่วมพิธีกรรมหรือบริโภคสื่อที่เปิดประตูทางจิตวิญญาณ โดยไม่รู้ตัว

2. โครงสร้างลำดับชั้นของความชั่วร้าย

ในขณะที่อาณาจักรของพระเจ้ามีระเบียบ
อาณาจักรแห่งความมืดก็ดำเนินการภายใต้ลำดับชั้นที่กำหนดไว้:

- **อาณาจักร** — จิตวิญญาณแห่งดินแดนที่มีอิทธิพลต่อประเทศและรัฐบาล
- **พลัง** — ตัวแทนที่บังคับใช้ความชั่วร้ายผ่านระบบปีศาจ
- **ผู้ปกครองแห่งความมืด** — ผู้ประสานงานของความมืดบอดทางจิตวิญญาณ การบูชารูปเคารพ ศาสนาเท็จ
- **ความชั่วร้ายทางจิตวิญญาณในสถานที่สูง** — หน่วยงานระดับสูงที่มีอิทธิพลต่อวัฒนธรรม ความมั่งคั่ง และเทคโนโลยีระดับโลก

ปีศาจแต่ละตัวจะเชี่ยวชาญในภารกิจบางอย่าง เช่น ความกลัว การเสพติด
การเบี่ยงเบนทางเพศ ความสับสน ความภาคภูมิใจ ความแตกแยก

3. เครื่องมือควบคุมทางวัฒนธรรม

ปีศาจไม่จำเป็นต้องปรากฏตัวอีกต่อไป วัฒนธรรมจะเป็นผู้แบกรับภาระหนัก
กลยุทธ์ของเขาในปัจจุบันประกอบด้วย:

- **ข้อความแฝง:** ดนตรี รายการ โฆษณาที่เต็มไปด้วยสัญลักษณ์ที่ซ่อนอยู่และข้อความที่กลับด้าน
- **การลดความรู้สึก:** การเผชิญกับบาปซ้ำๆ (ความรุนแรง ความเปลือยเปล่า การหยาบคาย) จนกระทั่งกลายเป็นเรื่อง "ปกติ"
- **เทคนิคการควบคุมจิตใจ:** ผ่านการสะกดจิตผ่านสื่อ การจัดการอารมณ์ และอัลกอริทึมการเสพติด

นี่ไม่ใช่เรื่องบังเอิญ สิ่งเหล่านี้คือกลยุทธ์ที่ออกแบบมาเพื่อทำลายความเชื่อมั่นทางศีลธรรม
ทำลายครอบครัว และนิยามความจริงใหม่

4. ข้อตกลงระหว่างรุ่นและสายเลือด

ผ่านความฝัน พิธีกรรม การอุทิศตน หรือพันธสัญญาของบรรพบุรุษ
ผู้คนมากมายถูกครอบงำโดยความมืดโดยไม่รู้ตัว ซาตานฉวยโอกาสจาก:

- แท่นบูชาประจำตระกูลและรูปเคารพบรรพบุรุษ
- พิธีตั้งชื่อเรียกวิญญาณ
- บาปหรือคำสาปลับที่สืบทอดกันมาในครอบครัว

เหตุผลทางกฎหมายเหล่านี้เปิดโอกาสให้เกิดความทุกข์ทรมานจนกว่าพันธสัญญา จะถูกทำลายด้วยพระโลหิตของพระเยซู

5. ปาฏิหาริย์เท็จ, ผู้เผยพระวจนะเท็จ

อาณาจักรแห่งความมืดรักศาสนา
โดยเฉพาะอย่างยิ่งหากศาสนานั้นขาดความจริงและอำนาจ ผู้เผยพระวจนะเท็จ วิญญาณที่ล่อลวง และปาฏิหาริย์ปลอมๆ ล้วนหลอกลวงมวลชน:

"เพราะซาตานเองก็แปลงร่างเป็นทูตสวรรค์แห่งความสว่าง" — 2 โครินธ์ 11:14

ในปัจจุบัน หลายๆ คนมักจะทำตามเสียงที่สะกิดหูแต่ผูกมัดจิตวิญญาณเอาไว้

ข้อมูลเชิงลึกที่สำคัญ

ปีศาจไม่ได้ส่งเสียงดังเสมอไป — บางครั้งมันกระซิบด้วยการประนีประนอม กลยุทธ์ที่ดีที่สุดของอาณาจักรแห่งความมืดคือการโน้มน้าวผู้คนว่าพวกเขาเป็นอิสระ ในขณะที่พวกเขากลับถูกกดขี่อย่างแนบเนียน

วารสารสะท้อนความคิด:

- คุณเคยเห็นการดำเนินการเหล่านี้ในชุมชนหรือประเทศของคุณที่ไหน?

- มีรายการ เพลง แอป
หรือพิธีกรรมที่คุณทำให้เป็นเรื่องปกติซึ่งอาจกลายเป็นเครื่องมือในการบงการหรือไม่

คำอธิษฐานเพื่อการตระหนักรู้และการกลับใจ:

พระเยซูเจ้า โปรดเปิดตาข้าพระองค์ให้มองเห็นปฏิบัติการของศัตรู
โปรดเปิดโปงคำโกหกทุกข้อที่ข้าพระองค์เคยเชื่อ
โปรดยกโทษให้ข้าพระองค์สำหรับทุกประตูที่ข้าพระองค์เปิดออก
ไม่ว่าจะรู้ตัวหรือไม่รู้ตัวก็ตาม ข้าพระองค์ขอฝ่าฝืนข้อตกลงกับความมืด
และขอเลือกความจริง ฤทธิ์อำนาจ และอิสรภาพของพระองค์ ในพระนามพระเยซู อาเมน

บทที่ 3: จุดเริ่มต้น – ผู้คนติดใจได้อย่างไร

"อย่าให้มารมีที่ยืน" — เอเฟซัส 4:27

ในทุกวัฒนธรรม ทุกยุคทุกสมัย และทุกบ้าน ล้วนมีช่องทางลับซ่อนอยู่ —
ประตูที่ความมืดมิดทางจิตวิญญาณจะเข้ามา
ช่องทางเหล่านี้อาจดูไม่เป็นอันตรายในตอนแรก เช่น เกมในวัยเด็ก พิธีกรรมในครอบครัว หนังสือ ภาพยนตร์ หรือบาดแผลทางใจที่ยังไม่ได้รับการแก้ไข แต่เมื่อเปิดออกแล้ว ช่องทางเหล่านี้ก็กลายเป็นพื้นที่ทางกฎหมายสำหรับอิทธิพลของปีศาจ

จุดเข้าทั่วไป

1. **พันธสัญญาสายเลือด** – คำสาบานบรรพบุรุษ พิธีกรรม และการบูชารูปเคารพที่สืบทอดการเข้าถึงวิญญาณชั่วร้าย
2. **การสัมผัสสิ่งลึกลับตั้งแต่เนิ่นๆ** – เช่นในเรื่องราวของ ลูร์ด วัลดิเวีย จากโบลิเวีย เด็กๆ ที่ต้องสัมผัสกับเวทมนตร์ ความเชื่อเรื่องวิญญาณ หรือพิธีกรรมลึกลับ มักจะประสบปัญหาทางจิตวิญญาณ
3. **สื่อและดนตรี** – เพลงและภาพยนตร์ที่ยกย่องความมืดมิด ความรู้สึกทางเพศ หรือการกบฏ อาจเชื้อเชิญอิทธิพลทางจิตวิญญาณได้อย่างแนบเนียน
4. **บาดแผลและการล่วงละเมิด** – การล่วงละเมิดทางเพศ ความรุนแรง หรือการถูกปฏิเสธ สามารถทำให้จิตวิญญาณแตกสลายเปิดรับวิญญาณที่กดขี่ได้
5. **บาปทางเพศและความผูกพันทางจิตวิญญาณ** – การรวมตัวทางเพศที่ผิดกฎหมายมักจะสร้างพันธะทางจิตวิญญาณและการถ่ายโอนจิตวิญญาณ
6. **ยุคใหม่และศาสนาเท็จ** – คริสตัล โยคะ วิญญาณนำทาง ดวงชะตา และ "เวทมนตร์ขาว" เป็นเพียงคำเชิญที่ซ่อนเร้น
7. **ความขมขื่นและการไม่ให้อภัย** – สิ่งเหล่านี้ทำให้จิตวิญญาณปีศาจมีสิทธิ์ตามกฎหมายในการทรมาน (ดูมัทธิว 18:34)

ไฮไลท์คำพยานโลก: ลูร์ด วัลดิเวีย *(โบลิเวีย)*

เมื่ออายุเพียง 7 ขวบ ลูร์ดได้รู้จักกับเวทมนตร์จากมารดาของเธอ ซึ่งเป็นนักเล่นไสยศาสตร์ผู้มีประสบการณ์ยาวนาน บ้านของเธอเต็มไปด้วยสัญลักษณ์ กระดูกจากสุสาน และหนังสือเวทมนตร์ เธอได้สัมผัสกับการฉายภาพนิมิต เสียง และความทรมาน ก่อนที่จะได้พบกับพระเยซูและได้รับอิสรภาพในที่สุด เรื่องราวของเธอเป็นเพียงหนึ่งในเรื่องราวมากมายที่พิสูจน์ว่าการเผชิญหน้าตั้งแต่เนิ่นๆ และอิทธิพลจากรุ่นสู่รุ่นได้เปิดประตูสู่พันธนาการทางจิตวิญญาณ

อ้างอิงการใช้ประโยชน์ที่ยิ่งใหญ่กว่า:

เรื่องราวเกี่ยวกับผู้คนที่เปิดประตูโดยไม่รู้ตัวผ่านกิจกรรมที่ "ไม่เป็นอันตราย" - แต่กลับถูกกักขังอยู่ในความมืด - สามารถพบได้ใน *Greater Exploits 14* และ *Delivered from the Power of Darkness* (ตรวจสอบภาคผนวก)

ข้อมูลเชิงลึกที่สำคัญ

ศัตรูแทบจะไม่เคยบุกเข้ามาเลย เขาจะรอให้ประตูถูกแง้มเปิดออก สิ่งที่ดูไร้เดียงสา สืบทอด หรือให้ความบันเทิง บางครั้งอาจเป็นประตูที่ศัตรูต้องการ

วารสารสะท้อนความคิด

- ช่วงเวลาใดในชีวิตของฉันที่อาจเป็นจุดเชื่อมต่อทางจิตวิญญาณ?
- มีประเพณีหรือวัตถุที่ "ไม่เป็นอันตราย" ที่ฉันจำเป็นต้องละทิ้งหรือไม่?
- ฉันจำเป็นต้องสละอะไรจากอดีตหรือสายเลือดครอบครัวของฉันหรือไม่?

คำอธิษฐานเพื่อการสละออก

พระบิดาเจ้าข้า
ข้าพระองค์ขอปิดประตูทุกบานที่ข้าพระองค์หรือบรรพบุรุษของข้าพระองค์อาจเคยเปิดไว้สู่ความมืดมิด ข้าพระองค์ขอสละข้อตกลง ความผูกพันทางวิญญาณ และการเปิดรับสิ่งชั่วร้ายใดๆ ข้าพระองค์ขอทำลายโซ่ตรวนทุกเส้นด้วยพระโลหิตของพระเยซู

ข้าพระองค์ขอประกาศว่าร่างกาย จิตวิญญาณ
และวิญญาณของข้าพระองค์เป็นของพระคริสต์เท่านั้น ในพระนามพระเยซู อาเมน

บทที่ 4: การแสดงออก – จากการครอบครองสู่ความหลงใหล

"เมื่อวิญญาณชั่วออกมาจากมนุษย์แล้ว มันก็เดินทางไปในที่แห้งแล้งเพื่อแสวงหาที่พักพิง แต่ก็ไม่พบ แล้วมันก็กล่าวว่า 'ข้าจะกลับไปยังบ้านที่ข้าจากมา'" — มัทธิว 12:43

เมื่อบุคคลตกอยู่ภายใต้อิทธิพลของอาณาจักรแห่งความมืด
การแสดงออกจะแตกต่างกันไปตามระดับการเข้าถึงของปีศาจ
ศัตรูทางวิญญาณไม่ยอมให้ใครมาเยี่ยมเยียน
เป้าหมายสูงสุดของเขาคือการอยู่อาศัยและครอบครอง

ระดับของการแสดงออก

1. **อิทธิพล** – ศัตรูได้รับอิทธิพลผ่านทางความคิด อารมณ์ และการตัดสินใจ
2. **ความกดขี่** – มีแรงกดดันจากภายนอก ความหนักอึ้ง ความสับสน และความทรมาน
3. **ความหลงใหล** – บุคคลจะหมกมุ่นอยู่กับความคิดด้านมืดหรือพฤติกรรมย้ำคิดย้ำทำ
4. **การสิงสู่** – ในบางกรณีที่เกิดขึ้นได้ยากแต่เกิดขึ้นจริง ปีศาจจะเข้ามาอาศัยอยู่และควบคุมความตั้งใจ เสียง หรือร่างกายของบุคคลนั้น

ระดับของการแสดงออกมักจะเชื่อมโยงกับความลึกซึ้งของการประนีประนอมทางจิตวิญญาณ

กรณีศึกษาการแสดงออกระดับโลก

- **แอฟริกา:** กรณีของวิญญาณสามี/ภรรยา ความบ้าคลั่ง การรับใช้ตามพิธีกรรม
- **ยุโรป:** การสะกดจิตยุคใหม่ การฉายภาพทางจิต และการแตกสลายของจิตใจ

- **เอเชีย:** สายสัมพันธ์ทางวิญญาณบรรพบุรุษ กับดักการกลับชาติมาเกิด และคำสาบานทางสายเลือด
- **อเมริกาใต้:** ลัทธิหมอผี ผู้ชี้ทางวิญญาณ การเสพติดการอ่านจิต
- **อเมริกาเหนือ:** การใช้เวทมนตร์ในสื่อ ดวงชะตาที่ "ไม่เป็นอันตราย" ประตูสู่สาระ
- **ตะวันออกกลาง:** การเผชิญหน้ากับจินน์ คำสาบานด้วยเลือด และการทำนายปลอม

ทวีปต่างๆ
แต่ละแห่งนำเสนอภาพลักษณ์อันเป็นเอกลักษณ์เฉพาะตัวของระบบปีศาจเดียวกัน และผู้ศรัทธาจะต้องเรียนรู้ที่จะจดจำสัญญาณเหล่านี้

อาการทั่วไปของกิจกรรมปีศาจ

- ฝันร้ายซ้ำๆ หรืออัมพาตขณะหลับ
- เสียงหรือความทรมานทางจิตใจ
- บาปซ้ำแล้วซ้ำเล่าและการกลับใจซ้ำแล้วซ้ำเล่า
- อาการเจ็บป่วยที่ไม่ทราบสาเหตุ ความกลัว หรือความโกรธ
- พลังหรือความรู้เหนือธรรมชาติ
- ความรังเกียจอย่างฉับพลันต่อสิ่งที่เป็นจิตวิญญาณ

ข้อมูลเชิงลึกที่สำคัญ

สิ่งที่เราเรียกว่าปัญหาทาง "จิตใจ" "อารมณ์" หรือ "ทางการแพทย์"
บางครั้งอาจเกี่ยวข้องกับจิตวิญญาณ อาจไม่เสมอไป
แต่บ่อยครั้งที่การพิจารณาอย่างถี่ถ้วนเป็นสิ่งสำคัญ

วารสารสะท้อนความคิด

- ฉันเคยสังเกตเห็นการต่อสู้ซ้ำๆ ที่ดูเหมือนเป็นเรื่องจิตวิญญาณบ้างไหม?
- มีรูปแบบการทำลายล้างตามรุ่นสู่รุ่นในครอบครัวของฉันหรือไม่?

- ฉันกำลังยอมให้สื่อ ดนตรี หรือความสัมพันธ์แบบใดเข้ามาในชีวิตของฉัน?

คำอธิษฐานเพื่อการสละออก

ข้าแต่พระเยซูเจ้า ข้าพระองค์ขอสละทุกข้อตกลงที่ซ่อนเร้น ประตูที่เปิดอยู่
และพันธสัญญาอันชั่วร้ายในชีวิตของข้าพระองค์
ข้าพระองค์ขอตัดขาดจากทุกสิ่งที่ไม่ใช่ของพระองค์ ไม่ว่าจะรู้ตัวหรือไม่รู้ตัวก็ตาม
ข้าพระองค์ขออัญเชิญไฟแห่งพระวิญญาณบริสุทธิ์ให้เผาผลาญทุกร่องรอยแห่งความมืดมิดใ
นชีวิตของข้าพระองค์ ขอทรงปลดปล่อยข้าพระองค์ให้เป็นอิสระอย่างสมบูรณ์
ในพระนามอันทรงฤทธิ์ของพระองค์ อาเมน

บทที่ 5: พลังแห่งพระวจนะ — สิทธิอำนาจของผู้เชื่อ

"ดูเถิด เราให้อำนาจแก่ท่านทั้งหลายที่จะเหยียบย่ำงูและแมงป่อง และมีอำนาจเหนือกำลังของศัตรูทั้งสิ้น และจะไม่มีสิ่งใดทำอันตรายท่านได้เลย" — ลูกา 10:19 (KJV)

ผู้เชื่อหลายคนมีชีวิตอยู่ในความกลัวความมืด เพราะพวกเขาไม่เข้าใจแสงสว่างที่พวกเขาแบกไว้ กระนั้น พระคัมภีร์ก็เปิดเผยว่าพระ**วจนะของพระเจ้าไม่ได้เป็นเพียงแค่ดาบ (เอเฟซัส 6:17)** เท่านั้น แต่ยังเป็นไฟ (เยเรมีย์ 23:29) ค้อน เมล็ดพันธุ์ และชีวิต ในการต่อสู้ระหว่างความสว่างและความมืด ผู้ที่รู้จักและประกาศพระวจนะไม่เคยตกเป็นเหยื่อ

พลังนี้คืออะไร?

อำนาจที่ผู้เชื่อมีคือ **อำนาจที่ได้รับมอบหมาย** เฉกเช่นเจ้าหน้าที่ตำรวจที่สวมเครื่องหมาย เราไม่ได้ยืนหยัดด้วยกำลังของตนเอง แต่ยืนหยัดใน **พระนามของพระเยซู** และโดยพระวจนะของพระเจ้า เมื่อพระเยซูทรงเอาชนะซาตานในถิ่นทุรกันดาร พระองค์ไม่ได้ทรงตะโกน ร้องไห้ หรือตื่นตระหนก พระองค์เพียงตรัสว่า
"มีคำเขียนไว้ว่า"

นี่คือรูปแบบสำหรับสงครามทางจิตวิญญาณทั้งหมด

เหตุใดคริสเตียนจำนวนมากจึงยังคงพ่ายแพ้

1. **ความไม่รู้** — พวกเขาไม่รู้ว่าพระคำกล่าวถึงตัวตนของพวกเขาอย่างไร
2. **ความเงียบ** — พวกเขาไม่ประกาศพระวจนะของพระเจ้าเหนือสถานการณ์ต่างๆ
3. **ความไม่สอดคล้อง** — พวกเขาใช้ชีวิตอยู่ในวัฏจักรของบาป ซึ่งกัดกร่อนความมั่นใจและการเข้าถึง

ชัยชนะ ไม่ได้หมายถึงการตะโกนดังขึ้น แต่หมายถึง **การเชื่อมั่นอย่างลึกซึ้ง** และ **ประกาศอย่างกล้า** หาญ

อำนาจในการปฏิบัติ – เรื่องราวทั่วโลก

- **ไนจีเรีย:**
  เด็กชายคนหนึ่งที่ติดอยู่ในลัทธิได้รับการปล่อยตัวเมื่อแม่ของเขาทำความสะอาด
  ห้องของเขาและสดุดีบทที่ 91 ทุกคืน
- **สหรัฐอเมริกา:** อดีตสมาชิก Wiccan เลิกทำอาชีพแม่มด
  หลังจากเพื่อนร่วมงานของเธอประกาศพระคัมภีร์อย่างเงียบๆ
  เหนือพื้นที่ทำงานของเธอทุกวันเป็นเวลาหลายเดือน
- **อินเดีย:** ผู้ศรัทธาคนหนึ่งประกาศอิสยาห์ 54:17
  ขณะที่เผชิญกับการโจมตีด้วยเวทมนตร์ดำอย่างต่อเนื่อง การโจมตีก็หยุดลง
  และผู้โจมตีก็สารภาพ
- **บราซิล:** ผู้หญิงคนหนึ่งใช้คำประกาศรายวันจากโรม 8
  เพื่อระงับความคิดฆ่าตัวตายของเธอ
  และเริ่มดำเนินชีวิตอย่างสงบสุขเหนือธรรมชาติ

พระวจนะทรงชีวิต พระองค์ไม่ต้องการความสมบูรณ์แบบเรา
เพียงแต่ความเชื่อและการสารภาพของเรา

วิธีการใช้คำพูดในการสงคราม

1. **ท่องจำพระคัมภีร์** ที่เกี่ยวข้องกับอัตลักษณ์ ชัยชนะ และการปกป้องคุ้มครอง
2. **พูดพระคำออกเสียงดังๆ**
   โดยเฉพาะอย่างยิ่งในช่วงเวลาที่มีการโจมตีทางจิตวิญญาณ
3. **ใช้ในการอธิษฐาน** เพื่อประกาศพระสัญญาของพระเจ้าต่อสถานการณ์ต่างๆ
4. **อดอาหาร + อธิษฐาน** โดยใช้พระวจนะเป็นหลักยึด (มัทธิว 17:21)

พระคัมภีร์พื้นฐานสำหรับการทำสงคราม

- *2 โครินธ์ 10:3–5* – การทำลายป้อมปราการ
- *อิสยาห์ 54:17* – อาวุธใดๆ ที่สร้างขึ้นจะไม่เจริญรุ่งเรือง
- *ลูกา 10:19* – อำนาจเหนือศัตรู

- *สดุดี 91* – การคุ้มครองของพระเจ้า
- *วิวรณ์ 12:11* – พ่ายแพ้เพราะโลหิตและคำพยาน

ข้อมูลเชิงลึกที่สำคัญ

พระวจนะของพระเจ้าในปากของคุณมีพลังเท่ากับพระวจนะในปากของพระเจ้า
เมื่อพูดออกไปด้วยศรัทธา

วารสารสะท้อนความคิด

- ฉันรู้สิทธิทางจิตวิญญาณของฉันในฐานะผู้เชื่อหรือไม่?
- วันนี้ฉันยืนหยัดอยู่บนพระคัมภีร์ข้อใด?
- ฉันปล่อยให้ความกลัวหรือความไม่รู้มาปิดกั้นอำนาจของฉันหรือเปล่า?

คำอธิษฐานเพื่อการเสริมพลัง

*พระบิดาเจ้าข้า โปรดเปิดตาข้าพระองค์ให้เห็นถึงสิทธิอำนาจที่ข้าพระองค์มีในพระคริสต์
โปรดสอนข้าพระองค์ให้ใช้พระวจนะของพระองค์ด้วยความกล้าหาญและความเชื่อ
ในที่ที่ข้าพระองค์ปล่อยให้ความกลัวหรือความไม่รู้ครอบงำ ขอให้การเปิดเผยมาถึง
ข้าพระองค์ยืนหยัดในวันนี้ในฐานะบุตรของพระเจ้า ถือดาบแห่งพระวิญญาณ
ข้าพระองค์จะกล่าวพระวจนะ ข้าพระองค์จะยืนหยัดในชัยชนะ
ข้าพระองค์จะไม่เกรงกลัวศัตรู เพราะพระองค์ผู้ทรงสถิตในข้าพระองค์ยิ่งใหญ่กว่า
ในพระนามพระเยซู อาเมน*

วันแรก: สายเลือดและประตู — ทำลายโซ่ตรวนแห่งครอบครัว

"บรรพบุรุษของเราได้ทำบาปและไม่มีอีกต่อไป และเราก็ต้องรับโทษของพวกเขา" —
บทเพลงคร่ำครวญ 5:7

คุณอาจได้รับความรอด แต่สายเลือดของคุณยังคงมีประวัติศาสตร์อยู่
และจนกว่าพันธสัญญาเก่าจะถูกทำลาย พันธสัญญาเหล่านั้นก็ยังคงดำเนินต่อไป

ในทุกทวีปมีแท่นบูชาลับ พันธสัญญาบรรพบุรุษ คำสาบานลับ
และความอยุติธรรมที่สืบทอดกันมา
ซึ่งยังคงดำรงอยู่จนกว่าจะได้รับการแก้ไขอย่างเฉพาะเจาะจง
สิ่งที่เริ่มต้นจากปู่ย่าตายายอาจยังคงพรากชะตากรรมของลูกหลานในปัจจุบันไป

นิพจน์ทั่วโลก

- **แอฟริกา** — เทพเจ้าประจำครอบครัว คำทำนาย เวทมนตร์ตามรุ่นสู่รุ่น การสังเวยเลือด
- **เอเชีย** — การบูชาบรรพบุรุษ พันธะแห่งการกลับชาติมาเกิด โซ่แห่งกรรม
- **ละตินอเมริกา** — ซานเทเรีย แท่นบูชาแห่งความตาย คำสาบานเลือดแห่งหมอผี
- **ยุโรป** — ฟรีเมสัน รากเหง้าของคนต่างศาสนา พันธสัญญาทางสายเลือด
- **อเมริกาเหนือ** — มรดกยุคใหม่ สายเลือดแห่งฟรีเมสัน วัตถุลึกลับ

คำสาปยังคงดำเนินต่อไปจนกระทั่งมีคนลุกขึ้นมาพูดว่า "พอแล้ว!"

ประจักษ์พยานที่ลึกซึ้งยิ่งขึ้น — การรักษาจากรากฐาน

หญิงชาวแอฟริกาตะวันตกคนหนึ่ง หลังจากอ่าน *Greater Exploits* เล่ม 14
พบว่าการแท้งบุตรเรื้อรังและความทรมานที่หาสาเหตุไม่ได้ของเธอ นั้น

เชื่อมโยงกับตำแหน่งนักบวชในศาลเจ้าของปู่ของเธอ เธอยอมรับพระคริสต์เมื่อหลายปีก่อน แต่ไม่เคยปฏิบัติตามพันธสัญญาของครอบครัวเลย

หลังจากอธิษฐานและอดอาหารเป็นเวลาสามวัน
เธอถูกชักนำให้ทำลายมรดกตกทอดบางชิ้นและละทิ้งพันธสัญญาโดยใช้กาลาเทีย 3:13
ในเดือนนั้นเอง เธอตั้งครรภ์และคลอดบุตรครบกำหนด ปัจจุบัน
เธอนำผู้อื่นในพันธกิจการรักษาและการปลดปล่อย

ชายอีกคนหนึ่งจากละตินอเมริกา จากหนังสือ " *Delivered from the Power of Darkness*" พบอิสรภาพหลังจากละทิ้งคำสาปของฟรีเมสันที่สืบทอดกันมาอย่างลับๆ จากปู่ทวดของเขา เมื่อเขาเริ่มนำพระคัมภีร์เช่นอิสยาห์ 49:24-26 มาใช้
และร่วมอธิษฐานขอการปลดปล่อย ความทุกข์ทรมานทางจิตใจของเขาก็หยุดลง
และความสงบสุขก็กลับคืนมาในบ้านของเขา

เรื่องราวเหล่านี้ไม่ใช่เรื่องบังเอิญ แต่เป็นเครื่องยืนยันความจริงที่เกิดขึ้นจริง

แผนปฏิบัติการ – การสำรวจครอบครัว

1. จดบันทึกความเชื่อ แนวทางปฏิบัติ
   และความเกี่ยวข้องของครอบครัวที่ทราบทั้งหมด ไม่ว่าจะเป็นทางศาสนา
   ลัทธิลึกลับ หรือสมาคมลับ
2. ขอให้พระเจ้าเปิดเผยแท่นบูชาและพันธสัญญาที่ซ่อนอยู่
3. อธิษฐานให้ทำลายและทิ้งสิ่งของใดๆ
   ที่เกี่ยวข้องกับการบูชารูปเคารพหรือลัทธิไสยศาสตร์
4. รวดเร็วตามที่แนะนำและใช้พระคัมภีร์ด้านล่างเพื่อทำลายขอบเขตทางกฎหมาย:
   - เลวีนิติ *26:40–42*
   - อิสยาห์ *49:24–26*
   - กาลาเทีย *3:13*

การอภิปรายกลุ่มและการสมัคร

- หลักปฏิบัติทั่วไปในครอบครัวแบบใดบ้างที่มักถูกมองข้ามว่าไม่เป็นอันตราย แต่กลับอาจเป็นอันตรายทางจิตวิญญาณได้?
- ให้สมาชิกแบ่งปันความฝัน วัตถุ หรือวัฏจักรที่เกิดซ้ำในสายเลือดของตนโดยไม่เปิดเผยตัวตน (หากจำเป็น)
- การสวดภาวนาขอสละโสดเป็นกลุ่ม โดยทุกคนสามารถกล่าวชื่อครอบครัวหรือประเด็นที่ต้องการสละโสดได้

เครื่องมือของกระทรวง: นำน้ำมันเจิมมาถวายศีลมหาสนิท นำกลุ่มอธิษฐานพันธสัญญาเพื่อทดแทน — อุทิศสายตระกูลแต่ละสายแด่พระคริสต์

ข้อมูลเชิงลึกที่สำคัญ

การเกิดใหม่ช่วยรักษาจิตวิญญาณของคุณ
การละเมิดพันธสัญญาครอบครัวช่วยรักษาโชคชะตาของคุณ

วารสารสะท้อนความคิด

- อะไรอยู่ในครอบครัวฉัน? อะไรที่ต้องหยุดอยู่ที่ฉัน?
- มีสิ่งของ ชื่อ หรือประเพณีในบ้านของฉันที่ต้องกำจัดออกไปหรือไม่?
- บรรพบุรุษของฉันเปิดประตูบานใดไว้และตอนนี้ฉันจำเป็นต้องปิดประตูบานนั้น?

คำอธิษฐานเพื่อการปลดปล่อย

พระเยซูเจ้า
ข้าพระองค์ขอบพระคุณพระองค์สำหรับพระโลหิตของพระองค์ที่ทรงกล่าวถึงสิ่งที่ดีกว่า
วันนี้ข้าพระองค์สละแท่นบูชาที่ซ่อนเร้น พันธสัญญาแห่งครอบครัว
และพันธนาการที่สืบทอดกันมา ข้าพระองค์ทำลายโซ่ตรวนแห่งสายเลือดของข้าพระองค์
และประกาศว่าข้าพระองค์เป็นสิ่งสร้างใหม่ ชีวิต ครอบครัว
และโชคชะตาของข้าพระองค์บัดนี้เป็นของพระองค์เท่านั้น ในพระนามพระเยซู อาเมน

วันที่ 2: การรุกรานแห่งความฝัน — เมื่อคืนกลายเป็นสนามรบ

"ขณะที่คนทั้งหลายนอนหลับอยู่ ศัตรูของเขามาหว่านเมล็ดข้าวละมานปนกับข้าวสาลี แล้วก็จากไป" — มัทธิว 13:25

สำหรับหลายๆ คน สงครามทางจิตวิญญาณที่ยิ่งใหญ่ที่สุดไม่ได้เกิดขึ้นในขณะที่ตื่น แต่เกิดขึ้นในขณะที่พวกเขากำลังนอนหลับ

ความฝันไม่ได้เป็นเพียงกิจกรรมทางสมองที่เกิดขึ้นโดยบังเอิญ แต่เป็นประตูทางจิตวิญญาณที่แลกเปลี่ยนคำเตือน การโจมตี พันธสัญญา และโชคชะตา ศัตรูใช้การนอนหลับเป็นสนามรบเงียบงันเพื่อหว่านความกลัว ตัณหา ความสับสน และความล่าช้า ทั้งหมดนี้โดยไม่มีการต่อต้าน เพราะคนส่วนใหญ่ไม่รู้ตัวถึงสงคราม

นิพจน์ทั่วโลก

- **แอฟริกา** – คู่สมรสทางจิตวิญญาณ งู กินอาหารในความฝัน การเต้นรำสวมหน้ากาก
- **เอเชีย** – การเผชิญหน้ากับบรรพบุรุษ ความฝันถึงความตาย ความทรมานแห่งกรรม
- **ละตินอเมริกา** – ปีศาจสัตว์ เงา การหลับใหล
- **อเมริกาเหนือ** – การฉายภาพทางจิต ความฝันของมนุษย์ต่างดาว การย้อนรำลึกถึงความเจ็บปวด
- **ยุโรป** – การแสดงออกแบบโกธิก ปีศาจแห่งเซ็กส์ (อินคิวบัส/ซัคคิวบัส) จิตวิญญาณที่แตกสลาย

หากซาตานสามารถควบคุมความฝันของคุณได้ เขาก็สามารถควบคุมชะตากรรมของคุณได้

ประจักษ์พยาน — จากความหวาดกลัวยามค่ำคืนสู่สันติภาพ

หญิงสาวจากสหราชอาณาจักรส่งอีเมลมาหลังจากอ่านหนังสือ *Ex-Satanist: The James Exchange* เธอเล่าว่าหลายปีมานี้ เธอถูกหลอกหลอนด้วยความฝันว่าถูกไล่ล่า ถูกสุนัขกัด หรือนอนกับผู้ชายแปลกหน้า ซึ่งมักจะตามมาด้วยความล้มเหลวในชีวิตจริง ความสัมพันธ์ของเธอล้มเหลว โอกาสงานก็หายไป และเธอก็เหนื่อยล้าอยู่ตลอดเวลา

ผ่านการอดอาหารและการศึกษาพระคัมภีร์อย่างโยบ 33:14-18 เธอค้นพบว่าพระเจ้ามักจะตรัสผ่านความฝัน เช่นเดียวกับศัตรู เธอเริ่มใช้น้ำมันชโลมศีรษะ ปฏิเสธความฝันร้ายออกมาดังๆ เมื่อตื่นนอน และจดบันทึกความฝัน ความฝันของเธอค่อยๆ ชัดเจนขึ้นและสงบลง ปัจจุบัน เธอเป็นผู้นำกลุ่มสนับสนุนหญิงสาวที่ประสบปัญหาฝันร้าย

นักธุรกิจชาวไนจีเรียคนหนึ่ง หลังจากฟังคำให้การใน YouTube ตระหนักได้ว่าความฝันของเขาที่จะได้รับอาหารทุกคืนนั้นเชื่อมโยงกับเวทมนตร์ ทุกครั้งที่เขารับอาหารในฝัน สิ่งต่างๆ ในชีวิตก็มักจะผิดพลาด เขาเรียนรู้ที่จะปฏิเสธอาหารทันทีในความฝัน อธิษฐานเป็นภาษาแปลกๆ ก่อนนอน และตอนนี้เขากลับมองเห็นกลยุทธ์และคำเตือนจากสวรรค์แทน

แผนปฏิบัติการ — เสริมความแข็งแกร่งให้กับนาฬิกากลางคืนของคุณ

1. **ก่อนนอน:** อ่านพระคัมภีร์ออกเสียงดังๆ นมัสการ เจิมศีรษะด้วยน้ำมัน
2. **บันทึกความฝัน:** จดบันทึกความฝันทุกครั้งที่ตื่น ไม่ว่าจะดีหรือร้าย ขอให้พระวิญญาณบริสุทธิ์ช่วยตีความ
3. **ปฏิเสธและสละออก:** หากความฝันเกี่ยวข้องกับกิจกรรมทางเพศ ญาติที่เสียชีวิต การกิน หรือการผูกมัด ให้สละออกทันทีในการสวดมนต์
4. **สงครามพระคัมภีร์:**
    - สดุดี 4:8 — การนอนหลับอย่างสงบ
    - โยบ 33:14–18 — พระเจ้าทรงตรัสผ่านความฝัน
    - มัทธิว 13:25 — ศัตรูหว่านวัชพืช
    - อิสยาห์ 54:17 — ไม่มีอาวุธใดที่สร้างขึ้นเพื่อต่อต้านคุณ

การสมัครเป็นกลุ่ม

- แบ่งปันความฝันล่าสุดแบบไม่เปิดเผยตัวตน
  ให้กลุ่มได้วิเคราะห์รูปแบบและความหมาย
- สอนสมาชิกถึงวิธีการปฏิเสธความฝันร้ายด้วยวาจาและอธิษฐานขอพรเรื่องดีๆ
- คำประกาศกลุ่ม: "เราห้ามทำธุรกรรมเกี่ยวกับปีศาจในความฝันของเรา
  ในพระนามของพระเยซู!"

เครื่องมือของกระทรวง:

- นำกระดาษและปากกามาเพื่อบันทึกความฝัน
- สาธิตวิธีการเจิมบ้านและที่นอน
- ถวายศีลมหาสนิทเป็นเครื่องผูกมัดในตอนกลางคืน

ข้อมูลเชิงลึกที่สำคัญ

ความฝันเป็นได้ทั้งประตูสู่การเผชิญหน้ากับสิ่งศักดิ์สิทธิ์หรือกับดักของปีศาจ
การพิจารณาอย่างถี่ถ้วนคือกุญแจสำคัญ

วารสารสะท้อนความคิด

- ฉันเคยฝันอะไรแบบนี้เป็นประจำไหม?
- ฉันใช้เวลาในการทบทวนความฝันของฉันหรือเปล่า?
- ความฝันของฉันเตือนฉันเกี่ยวกับบางสิ่งที่ฉันละเลยหรือเปล่า?

คำอธิษฐานยามราตรี

พระบิดาเจ้าข้า ลูกขออุทิศความฝันของลูกแด่พระองค์
ขออย่าให้พลังชั่วร้ายเข้ามาครอบงำลูกในยามหลับ ลูกปฏิเสธพันธสัญญาปีศาจ
มลทินทางเพศ หรือการหลอกลวงทุกอย่าง ในความฝัน ลูกได้รับการเยี่ยมเยียนจากสวรรค์
คำสั่งสอนจากสวรรค์ และการปกป้องคุ้มครองจากทูตสวรรค์ขณะที่ลูกหลับ

ขอให้ค่ำคืนของลูกเปี่ยมไปด้วยสันติสุข การเปิดเผย และพลังอำนาจ ในพระนามพระเยซู
อาเมน

วันที่ 3: คู่สมรสฝ่ายวิญญาณ —
สหภาพที่ไม่ศักดิ์สิทธิ์ที่ผูกมัดโชคชะตา

"โพราะพระผู้สร้างเจ้าทรงเป็นสามีของเจ้า
พระนามของพระองค์คือพระเจ้าผู้ทรงมหิทธิฤทธิ์..." — อิสยาห์ 54:5
"พวกเขาถวายบุตรชายและบุตรสาวของตนเป็นเครื่องบูชาแก่ปีศาจ" — สดุดี 106:37

ในขณะที่หลายๆ คนร้องขอความสำเร็จในชีวิตสมรส สิ่งที่พวกเขาไม่เข้าใจก็คือ พวกเขาอยู่ใน **ชีวิตสมรสทางจิตวิญญาณ อยู่แล้ว** ซึ่งเป็นชีวิตที่พวกเขาไม่เคยยินยอม

เหล่านี้ **เกิดขึ้นจากความฝัน การล่วงละเมิดทางเพศ พิธีกรรมเลือด สื่อลามก คำสาบานบรรพบุรุษ หรือการถ่ายทอดทางพันธุกรรมของ** ปีศาจ วิญญาณคู่ครอง — อินคิวบัส (ชาย) หรือ ซัคคิวบัส (หญิง) — มีสิทธิ์ตามกฎหมายในร่างกาย ความใกล้ชิด และอนาคตของบุคคลนั้น ซึ่งมักจะขัดขวางความสัมพันธ์ ทำลายบ้านเรือน ทำให้เกิดการแท้งบุตร และกระตุ้นให้เกิดการเสพติด

การแสดงออกระดับโลก

- **แอฟริกา** – วิญญาณแห่งท้องทะเล (มามิ วาตะ) วิญญาณภรรยา/สามีจากอาณาจักรแห่งน้ำ
- **เอเชีย** – การแต่งงานบนสวรรค์ คำสาปคู่ชีวิตที่เป็นกรรม และคู่ครองที่กลับชาติมาเกิดใหม่
- **ยุโรป** – สหภาพแม่มด ผู้รักปีศาจจากกลุ่ม Freemasonry หรือกลุ่ม Druid
- **ละตินอเมริกา** – การแต่งงานแบบซานเทเรีย คาถารัก "การแต่งงานทางวิญญาณ" ตามข้อตกลง
- **อเมริกาเหนือ** – พอร์ทัลจิตวิญญาณที่เกิดจากสื่อลามก วิญญาณทางเพศยุคใหม่ การลักพาตัวโดยมนุษย์ต่างดาวซึ่งเป็นการแสดงออกถึงการเผชิญหน้ากับอินคิวบัส

เรื่องจริง — การต่อสู้เพื่ออิสรภาพในชีวิตสมรส

โทลู ไนจีเรีย

โทลูอายุ 32 ปีและเป็นโสด ทุกครั้งที่เธอหมั้นหมาย
ชายคนนั้นก็จะหายตัวไปอย่างกะทันหัน
เธอฝันถึงการแต่งงานในพิธีอันวิจิตรบรรจงอยู่เสมอ ในหนังสือ *Greater Exploits*
เล่มที่ 14 เธอตระหนักว่ากรณีของเธอตรงกับคำให้การที่แบ่งปันกันที่นั่น
เธอได้ถือศีลอดสามวันและสวดมนต์ทำสงครามทุกคืนตอนเที่ยงคืน
เพื่อตัดขาดความผูกพันทางวิญญาณและขับไล่วิญญาณแห่งท้องทะเลที่พรากเธอไป ปัจจุบัน
เธอแต่งงานแล้วและให้คำปรึกษาแก่ผู้อื่น

ลินา ฟิลิปปินส์

ลินามักรู้สึกถึง "การมีอยู่" แฝงตัวอยู่ทุกคืน เธอคิดว่าเธอกำลังจินตนาการถึงสิ่งต่างๆ
จนกระทั่งรอยฟกช้ำเริ่มปรากฏที่ขาและต้นขาโดยไม่มีคำอธิบายใดๆ
บาทหลวงของเธอมองเห็นคู่ชีวิตทางจิตวิญญาณ
เธอสารภาพว่าเคยติดการทำแท้งและสื่อลามก จากนั้นก็ได้รับการปลดปล่อย
ปัจจุบันเธอช่วยเหลือหญิงสาวให้ค้นพบรูปแบบที่คล้ายคลึงกันในชุมชนของเธอ

แผนปฏิบัติการ — การทำลายพันธสัญญา

1. **สารภาพ** และสำนึกผิดจากบาปทางเพศ ความผูกพันทางวิญญาณ การเปิดเผยสิ่งลี้ลับ หรือพิธีกรรมบรรพบุรุษ
2. **ปฏิเสธ** การแต่งงานทางจิตวิญญาณทั้งหมดโดยการอธิษฐาน — โดยระบุชื่อหากเปิดเผย
3. **ถือศีลอด 3 วัน** (หรือตามคำแนะนำ) โดยใช้พระคัมภีร์อิสยาห์ 54 และสดุดี 18 เป็นข้อพระคัมภีร์หลัก
4. **ทำลาย** สัญลักษณ์ทางกายภาพ เช่น แหวน เสื้อผ้า หรือของขวัญที่เชื่อมโยงกับคนรักเก่าหรือความเกี่ยวข้องกับสิ่งลึกลับ
5. **ประกาศออกมาดังๆ :**

ฉันไม่ได้แต่งงานกับวิญญาณใด ๆ ฉันมีพันธสัญญากับพระเยซูคริสต์
ฉันปฏิเสธการผูกมัดของปีศาจทุกอย่างในร่างกาย จิตวิญญาณ และวิญญาณของฉัน!

เครื่องมือพระคัมภีร์

- อิสยาห์ 54:4–8 – พระเจ้าเป็นสามีที่แท้จริงของคุณ
- สดุดีบทที่ 18 – ทำลายเชือกแห่งความตาย
- 1 โครินธ์ 6:15–20 – ร่างกายของท่านเป็นของพระเจ้า
- โฮเชยา 2:6–8 – การทำลายพันธสัญญาที่ไม่ชอบธรรม

การสมัครเป็นกลุ่ม

- ถามสมาชิกในกลุ่ม: คุณเคยฝันถึงงานแต่งงาน มีเซ็กส์กับคนแปลกหน้า หรือเห็นร่างเงาในเวลากลางคืนหรือไม่?
- นำกลุ่มละทิ้งคู่ชีวิตทางจิตวิญญาณ
- เล่นบทบาทเป็น "ศาลหย่าร้างในสวรรค์"
  โดยผู้เข้าร่วมแต่ละคนยื่นคำร้องหย่าทางจิตวิญญาณต่อพระเจ้าโดยการอธิษฐาน
- ใช้น้ำมันเจิมบนศีรษะ ท้อง และเท้า เป็นสัญลักษณ์ของการชำระล้าง การสืบพันธุ์ และการเคลื่อนไหว

ข้อมูลเชิงลึกที่สำคัญ

การแต่งงานแบบปีศาจมีอยู่จริง
แต่ไม่มีพันธะทางวิญญาณใดที่ไม่อาจทำลายได้ด้วยพระโลหิตของพระเยซู

วารสารสะท้อนความคิด

- ฉันเคยฝันซ้ำๆ เกี่ยวกับการแต่งงานหรือเรื่องเซ็กส์บ้างไหม?
- มีรูปแบบของการปฏิเสธ ความล่าช้า หรือการแท้งบุตรในชีวิตของฉันหรือไม่?

- ฉันเต็มใจที่จะมอบร่างกาย เพศ
  และอนาคตของฉันให้กับพระเจ้าอย่างสมบูรณ์หรือไม่?

คำอธิษฐานเพื่อการปลดปล่อย

พระบิดาบนสวรรค์ ข้าพระองค์กลับใจจากบาปทางเพศทุกประการ ไม่ว่าจะรู้หรือไม่ก็ตาม
ข้าพระองค์ปฏิเสธและสละชีวิตสมรสฝ่ายวิญญาณ วิญญาณแห่งท้องทะเล หรือ
การแต่งงานแบบลี้ลับที่พรากชีวิตข้าพระองค์ไป ด้วยฤทธานุภาพในพระโลหิตของพระเยซู
ข้าพระองค์ทำลายพันธสัญญา เมล็ดพันธุ์แห่งความฝัน
และสายสัมพันธ์ทางวิญญาณทุกประการ
ข้าพระองค์ประกาศว่าข้าพระองค์คือเจ้าสาวของพระคริสต์
ผู้ถูกแยกไว้เพื่อพระสิริของพระองค์ ข้าพระองค์ดำเนินชีวิตอย่างอิสระ ในพระนามพระเยซู
อาเมน

วันที่ 4: วัตถุต้องคำสาป – ประตูที่แปดเปื้อน

"อย่านำสิ่งที่น่ารังเกียจเข้าไปในบ้านของคุณ มิฉะนั้นคุณจะโดนสาปแช่งเหมือนสิ่งนั้น"
— เฉลยธรรมบัญญัติ 7:26

ทางเข้าที่ซ่อนอยู่ซึ่งหลายคนมองข้าม

สิ่งของทุกชิ้นไม่ได้เป็นเพียงของที่ครอบครอง บางสิ่งมีประวัติศาสตร์ บางสิ่งมีวิญญาณ สิ่งของต้องคำสาปไม่ได้เป็นเพียงรูปเคารพหรือโบราณวัตถุเท่านั้น แต่อาจเป็นหนังสือ เครื่องประดับ รูปปั้น สัญลักษณ์ ของขวัญ เสื้อผ้า
หรือแม้แต่มรดกตกทอดที่ครั้งหนึ่งเคยอุทิศให้กับพลังมืด สิ่งที่อยู่บนชั้นวาง บนข้อมือ หรือบนผนังของคุณ อาจเป็นจุดเริ่มต้นของความทรมานในชีวิตคุณ

การสังเกตการณ์ทั่วโลก

- **แอฟริกา** : น้ำเต้า เครื่องราง
  และสร้อยข้อมือที่ผูกไว้กับหมอผีหรือการบูชาบรรพบุรุษ
- **เอเชีย** : พระเครื่อง, รูปปั้นนักษัตร และของที่ระลึกจากวัด
- **ละตินอเมริกา** : สร้อยคอ ซานเตอเรีย ตุ๊กตา เทียนพร้อมจารึกเกี่ยวกับวิญญาณ
- **อเมริกาเหนือ** : ไพ่ทาโรต์ กระดานวิญญาณ เครื่องดักฝัน
  ของที่ระลึกสยองขวัญ
- **ยุโรป** : สิ่งศักดิ์สิทธิ์นอกศาสนา หนังสืออาถรรพ์
  เครื่องประดับที่มีธีมเกี่ยวกับแม่มด

คู่รักคู่หนึ่งในยุโรปประสบกับความเจ็บป่วยกะทันหันและความกดดันทางจิตวิญญาณหลังจ
ากกลับจากพักผ่อนที่บาหลี โดยไม่รู้ตัว
พวกเขาได้ซื้อรูปปั้นแกะสลักที่อุทิศให้กับเทพเจ้าแห่งท้องทะเลท้องถิ่น
หลังจากสวดมนต์และไตร่ตรองอย่างรอบคอบแล้ว พวกเขานำรูปปั้นนั้นออกมาและเผา
ความสงบสุขกลับคืนมาในทันที

ผู้หญิงอีกคนจากคำให้การของกลุ่ม *Greater Exploits* เล่าถึงฝันร้ายที่อธิบายไม่ได้
จนกระทั่งเปิดเผยว่าสร้อยคอที่ป้าของเธอได้รับเป็นของขวัญนั้น
แท้จริงแล้วเป็นอุปกรณ์ตรวจสอบจิตวิญญาณที่ได้รับการถวายในศาลเจ้าแห่งหนึ่ง

คุณไม่เพียงแต่ทำความสะอาดบ้านของคุณทางกายภาพเท่านั้น
แต่คุณยังต้องทำความสะอาดทางจิตวิญญาณด้วย

คำพยาน: "ตุ๊กตาที่เฝ้าดูฉัน"

ลูร์ดส์ วัลดิเวีย ซึ่งเราได้สำรวจเรื่องราวของเธอจากอเมริกาใต้ก่อนหน้านี้
เคยได้รับตุ๊กตาพอร์ซเลนในงานเฉลิมฉลองของครอบครัว
มารดาของเธอได้ถวายตุ๊กตาตัวนี้ในพิธีกรรมลึกลับ
ตั้งแต่คืนที่ตุ๊กตาตัวนี้ถูกนำเข้ามาในห้อง ลูร์ดส์ก็เริ่มได้ยินเสียงต่างๆ
มีอาการอัมพาตขณะหลับ และมองเห็นร่างคนในเวลากลางคืน

จนกระทั่งเพื่อนคริสเตียนคนหนึ่งอธิษฐานกับเธอ
และพระวิญญาณบริสุทธิ์ทรงเปิดเผยที่มาของตุ๊กตา เธอจึงกำจัดมันทิ้งไป ทันใดนั้น
วิญญาณชั่วร้ายก็หายไป นี่คือจุดเริ่มต้นของการตื่นรู้ของเธอ จากการกดขี่สู่การปลดปล่อย

แผนปฏิบัติการ — การตรวจสอบบ้านและหัวใจ

1. **เดินไปทั่วทุกห้อง** ในบ้านของคุณพร้อมกับน้ำมันเจิมและพระวจนะ
2. **ขอให้พระวิญญาณบริสุทธิ์** เน้นถึงวัตถุหรือของขวัญที่ไม่ใช่ของพระเจ้า
3. **เผาหรือทิ้ง** สิ่งของที่เกี่ยวข้องกับสิ่งลี้ลับ การบูชารูปเคารพ
   หรือการผิดศีลธรรม
4. **ปิดประตูทั้งหมด** ด้วยพระคัมภีร์เช่น:
   - *เฉลยธรรมบัญญัติ 7:26*
   - *กิจการ 19:19*
   - *2 โครินธ์ 6:16–18*

การอภิปรายกลุ่มและการเปิดใช้งาน

- แบ่งปันสิ่งของหรือของขวัญใด ๆ ที่คุณเคยเป็นเจ้าของซึ่งส่งผลกระทบผิดปกติต่อชีวิตของคุณ
- ร่วมกันสร้าง "รายการตรวจสอบการทำความสะอาดบ้าน"
- มอบหมายให้คู่ของคุณสวดมนต์ที่บ้านของกันและกัน (โดยได้รับอนุญาต)
- เชิญศิษยาภิบาลปลดปล่อยท้องถิ่นมาเป็นผู้นำการอธิษฐานทำความสะอาดบ้านตามคำทำนาย

อุปกรณ์สำหรับการปฏิบัติศาสนกิจ: น้ำมันเจิม, เพลงสรรเสริญ, ถุงขยะ (สำหรับทิ้งจริงๆ) และภาชนะกันไฟสำหรับทำลายสิ่งของต่างๆ

ข้อมูลเชิงลึกที่สำคัญ

สิ่งที่คุณอนุญาตให้เข้ามาในพื้นที่ของคุณอาจอนุญาตให้วิญญาณเข้ามาในชีวิตคุณได้

วารสารสะท้อนความคิด

- สิ่งของใดบ้างในบ้านหรือตู้เสื้อผ้าของฉันที่มีต้นกำเนิดทางจิตวิญญาณที่ไม่ชัดเจน?
- ฉันได้ยึดติดบางสิ่งบางอย่างไว้เพราะคุณค่าทางจิตใจจนต้องปล่อยมันไปหรือเปล่า?
- ฉันพร้อมที่จะทำให้พื้นที่ของฉันบริสุทธิ์เพื่อพระวิญญาณบริสุทธิ์หรือยัง?

คำอธิษฐานเพื่อการชำระล้าง

พระเยซูเจ้า
ข้าพระองค์ขออัญเชิญพระวิญญาณบริสุทธิ์ของพระองค์มาเปิดเผยทุกสิ่งในบ้านของข้าพระองค์ที่ไม่ใช่ของพระองค์ ข้าพระองค์ขอสละทุกสิ่ง สิ่งของ
หรือสิ่งของที่ถูกสาปแช่งซึ่งผูกติดกับความมืดมิด
ข้าพระองค์ขอประกาศให้บ้านของข้าพระองค์เป็นดินแดนศักดิ์สิทธิ์
ขอสันติสุขและความบริสุทธิ์ของพระองค์สถิตอยู่ที่นี่ ในพระนามพระเยซู อาเมน

วันที่ 5: หลงเสน่ห์และถูกหลอก — หลุดพ้นจากจิตวิญญาณแห่งการทำนาย

"คนเหล่านี้เป็นผู้รับใช้ของ พระเจ้า ผู้สูงสุด ผู้ประกาศทางแห่งความรอดแก่เรา" — กิจการ 16:17 (NKJV)
"แต่เปาโลรู้สึกโกรธมาก จึงหันไปพูดกับวิญญาณนั้นว่า 'ในพระนามของพระเยซูคริสต์ เราสั่งเจ้าให้ออกมาจากนาง' และวิญญาณนั้นก็ออกมาในตอนนั้นเอง" — กิจการ 16:18

มีเส้นแบ่งบางๆ ระหว่างการทำนายและการทำนายดวง และในปัจจุบัน หลายคนก็ข้ามเส้นแบ่งนั้นไปโดยไม่รู้ตัวด้วยซ้ำ

จากคำทำนายบน YouTube ที่คิดเงินสำหรับ "คำพูดส่วนตัว" ไปจนถึงนักอ่านไพ่ทาโรต์บนโซเชียลมีเดียที่อ้างอิงพระคัมภีร์ โลกได้กลายเป็นตลาดแห่งเสียงรบกวนทางจิตวิญญาณ และน่าเศร้าที่ผู้ศรัทธาจำนวนมากกำลังดื่มน้ำจากลำธารที่ปนเปื้อนโดยไม่รู้ตัว

จิตวิญญาณแห่งการทำนายดวงชะตาเลียน แบบพระวิญญาณบริสุทธิ์ มันประจบสอพลอ ล่อลวง บงการอารมณ์ และดักจับเหยื่อไว้ในใยแห่งการควบคุม เป้าหมายของมันคือ **การพันธนาการทางจิตวิญญาณ หลอกลวง และกดขี่**

การแสดงออกทั่วโลกของการทำนาย

- **แอฟริกา** — นักพยากรณ์ นักบวช อิฟา ร่างทรงแห่งน้ำ การหลอกลวงทางคำทำนาย
- **เอเชีย** — นักดูลายมือ นักโหราศาสตร์ ผู้มีญาณทิพย์จากบรรพบุรุษ ผู้ทำนายการกลับชาติมาเกิด
- **ละตินอเมริกา** — ศาสดาซานเทเรีย ผู้สร้างเสน่ห์ นักบุญผู้มีพลังแห่งความมืด

- **ยุโรป** – ไพ่ทาโรต์ การมองเห็นล่วงหน้า วงเวทย์กลาง การสื่อวิญญาณยุคใหม่
- **อเมริกาเหนือ** – นักจิตวิเคราะห์ "คริสเตียน" ศาสตร์แห่งตัวเลขในโบสถ์ ไพ่เทวดา วิญญาณนำทางที่ปลอมตัวเป็นพระวิญญาณบริสุทธิ์

สิ่งที่อันตรายไม่ใช่แค่สิ่งที่พวกเขาพูด แต่เป็น **จิตวิญญาณ** ที่อยู่เบื้องหลังมันด้วย

ประจักษ์พยาน: จากผู้มีญาณทิพย์สู่พระคริสต์

หญิงชาวอเมริกันท่านหนึ่งได้เป็นพยานใน YouTube ว่าเธอก้าวจาก
"ผู้เผยพระวจนะคริสเตียน"
ไปสู่การตระหนักรู้ว่าตนเองกำลังดำเนินชีวิตภายใต้จิตวิญญาณแห่งการทำนาย
เธอเริ่มเห็นนิมิตอย่างชัดเจน เผยคำทำนายอย่างละเอียด
และดึงดูดผู้คนจำนวนมากทางออนไลน์ แต่เธอก็ยังต่อสู้กับภาวะซึมเศร้า ฝันร้าย
และได้ยินเสียงกระซิบหลังจากการบำบัดทุกครั้ง

วันหนึ่ง ขณะที่กำลังดูคำสอนในกิจการ *บทที่ 16* อยู่นั้น ตราชั่งก็หลุดออก
เธอตระหนักได้ว่าเธอไม่เคยยอมจำนนต่อพระวิญญาณบริสุทธิ์เลย —
ยอมจำนนต่อของประทานของเธอเท่านั้น
หลังจากการกลับใจอย่างลึกซึ้งและการปลดปล่อย
เธอได้ทำลายการ์ดทูตสวรรค์และสมุดบันทึกการอดอาหารที่เต็มไปด้วยพิธีกรรมต่างๆ
ของเธอ ทุกวันนี้ เธอเทศนาเรื่องพระเยซู ไม่ใช่ "คำพูด" อีกต่อไป

แผนปฏิบัติการ — ทดสอบจิตวิญญาณ

1. ถาม: คำหรือของขวัญนี้ดึงดูดฉันให้มาหา **พระคริสต์** หรือ **คน** ที่ให้มา?
2. ทดสอบวิญญาณทุกดวงด้วย *1 ยอห์น 4:1–3*
3. สำนึกผิดหากมีส่วนเกี่ยวข้องกับพลังจิต ไสยศาสตร์ หรือการทำนายทายทักปลอม
4. ทำลายพันธะทางจิตวิญญาณทั้งหมดด้วยผู้เผยพระวจนะเท็จ นักพยากรณ์ หรือผู้สอนเวทมนตร์ (แม้กระทั่งทางออนไลน์)
5. ประกาศด้วยความกล้าหาญ:

"ข้าปฏิเสธวิญญาณโกหกทุกตน ข้าเป็นของพระเยซูผู้เดียว
หูของข้าฟังเสียงของพระองค์!"

การสมัครเป็นกลุ่ม

- อภิปราย: คุณเคยติดตามศาสดาหรือผู้นำทางจิตวิญญาณที่ภายหลังกลับกลายเป็นเท็จหรือไม่?
- การออกกำลังกายเป็นกลุ่ม: นำสมาชิกให้ละทิ้งการปฏิบัติบางอย่าง เช่น การดูโหราศาสตร์ การอ่านดวง การเล่นเกมทางจิต หรืออิทธิพลทางจิตวิญญาณที่ไม่ได้มีรากฐานมาจากพระคริสต์
- เชิญพระวิญญาณบริสุทธิ์: ใช้เวลา 10 นาทีเพื่อความเงียบและการฟัง จากนั้นแบ่งปันสิ่งที่พระเจ้าทรงเปิดเผย — หากมี
- เผาหรือลบรายการดิจิทัล/ทางกายภาพที่เกี่ยวข้องกับการทำนายดวง รวมถึงหนังสือ แอป วิดีโอ หรือบันทึก

เครื่องมือของกระทรวง:
น้ำมันปลดปล่อย, ไม้กางเขน (สัญลักษณ์แห่งการยอมจำนน),
ถังขยะสำหรับทิ้งสิ่งของที่เป็นสัญลักษณ์, ดนตรีสรรเสริญที่เน้นที่พระวิญญาณบริสุทธิ์

ข้อมูลเชิงลึกที่สำคัญ

ไม่ใช่ว่าสิ่งเหนือธรรมชาติทั้งหมดจะมาจากพระเจ้า
คำพยากรณ์ที่แท้จริงเกิดจากความใกล้ชิดกับพระคริสต์
ไม่ใช่การหลอกลวงหรือการแสดงอันน่าตื่นตาตื่นใจ

วารสารสะท้อนความคิด

- ฉันเคยถูกดึงดูดเข้าหาจิตวิญญาณหรือการปฏิบัติทางจิตวิญญาณที่หลอกลวงหรือไม่?
- ฉันติด "คำพูด" มากกว่าพระวจนะของพระเจ้าหรือเปล่า?
- ฉันให้เสียงใดบ้างที่จำเป็นต้องถูกปิดเสียงในตอนนี้?

คำอธิษฐานเพื่อการปลดปล่อย

พระบิดาเจ้าข้า ข้าพระองค์ตกลงกับวิญญาณแห่งการทำนาย การหลอกลวง
และคำทำนายปลอมทุกประการ
ข้าพระองค์สำนึกผิดที่แสวงหาทิศทาง โดยปราศจากพระสุรเสียงของพระองค์
โปรดชำระจิตใจ จิตวิญญาณ และจิตวิญญาณของข้าพระองค์
โปรดสอนข้าพระองค์ให้ดำเนินชีวิตโดยพระวิญญาณของพระองค์เท่านั้น
ข้าพระองค์ปิดประตูทุกบานที่ข้าพระองค์เปิดไว้ต่อสิ่งลี้ลับ ไม่ว่าจะรู้ตัวหรือไม่รู้ตัว
ข้าพระองค์ประกาศว่าพระเยซูทรงเป็นผู้เลี้ยงแกะของข้าพระองค์
และข้าพระองค์ได้ยินเพียงพระสุรเสียงของพระองค์ ในพระนามอันทรงฤทธิ์ของพระเยซู
อาเมน

วันที่ 6: ประตูแห่งดวงตา – การปิดประตูแห่งความมืด

"ตาเป็นประทีปของร่างกาย ถ้าตาของท่านดี ร่างกายของท่านก็จะสว่างไสว"
— *มัทธิว 6:22 (NIV)*
"เราจะไม่ตั้งสิ่งชั่วร้ายใดๆ ไว้ต่อหน้าต่อตาของเรา..." — *สดุดี 101:3 (KJV)*

ในโลกแห่งจิตวิญญาณ ดวงตาของคุณคือประตู
สิ่งที่เข้ามาทางดวงตาของคุณส่งผลต่อจิตวิญญาณของคุณ
ไม่ว่าจะเพื่อความบริสุทธิ์หรือมลทิน ศัตรูรู้ดีถึงสิ่งนี้ นั่นคือเหตุผลที่สื่อ รูปภาพ สื่อลามก
ภาพยนตร์สยองขวัญ สัญลักษณ์ลึกลับ เทรนด์แฟชั่น และเนื้อหาที่ยั่วยวน
กลายเป็นสนามรบ

สงครามเพื่อเรียกร้องความสนใจของคุณคือสงครามเพื่อจิตวิญญาณของคุณ

สิ่งที่หลายคนมองว่าเป็น "ความบันเทิงที่ไม่เป็นอันตราย"
มักเป็นเพียงคำเชิญชวนที่เข้ารหัส เพื่อความใคร่ ความกลัว การหลอกลวง ความภาคภูมิใจ
ความไร้สาระ การกบฏ หรือแม้แต่ความผูกพันของปีศาจ

ประตูสู่ความมืดมิดทางสายตาทั่วโลก

- **แอฟริกา** – ภาพยนตร์พิธีกรรม ธีม Nollywood
  ที่ทำให้การใช้เวทมนตร์และการมีภรรยาหลายคนกลายเป็นเรื่องปกติ
- **เอเชีย** – อนิเมะและมังงะที่มีประตูทางจิตวิญญาณ วิญญาณอันเย้ายวน
  การเดินทางในโลกวิญญาณ
- **ยุโรป** – แฟชั่นโกธิค ภาพยนตร์สยองขวัญ ความหลงใหลในแวมไพร์
  ศิลปะซาตาน
- **ละตินอเมริกา** – ละครที่เชิดชูเวทมนตร์ คำสาป และการแก้แค้น
- **อเมริกาเหนือ** – สื่อกระแสหลัก มิวสิควิดีโอ สื่อลามก การ์ตูนปีศาจที่ "น่ารัก"

สิ่งที่คุณจ้องมองอยู่ตลอดเวลา คุณจะกลายเป็นคนที่ไม่รู้สึกอะไรอีกต่อไป

เรื่อง : การ์ตูนที่สาปลูกของฉัน

คุณแม่ท่านหนึ่งจากสหรัฐอเมริกาสังเกตเห็นว่าลูกชายวัย 5 ขวบของเธอเริ่มกรีดร้องในตอนกลางคืนและวาดภาพที่น่าสะพรึงกลัว หลังจากสวดมนต์พระวิญญาณบริสุทธิ์ทรงชี้ให้เธอเห็นการ์ตูนที่ลูกชายของเธอแอบดูอยู่ — การ์ตูนที่เต็มไปด้วยคาถา วิญญาณพูดได้ และสัญลักษณ์ต่างๆ ที่เธอไม่ได้สังเกตเห็น

เธอลบรายการต่างๆ ออกไป แล้วเผาบ้านและหน้าจอของเธอ
หลังจากสวดมนต์เที่ยงคืนและสดุดีบทที่ 91 หลายคืน อาการป่วยก็สงบลง
และเด็กชายก็เริ่มหลับอย่างสงบสุข
ปัจจุบันเธอเป็นผู้นำกลุ่มสนับสนุนที่คอยช่วยเหลือพ่อแม่ในการปกป้องประตูทางสายตาของลูกๆ

แผนปฏิบัติการ — การชำระล้างประตูตา

1. ตรวจ **สอบสื่อ** : คุณกำลังดูอะไร อ่านอะไร เลื่อนดูอะไรอยู่
2. ยกเลิกการสมัครสมาชิกหรือแพลตฟอร์มที่ตอบสนองความต้องการทางกายของคุณแทนที่จะเป็นศรัทธาของคุณ
3. จงเจิมตาและหน้าจอของคุณโดยประกาศสดุดี 101:3
4. แทนที่ขยะด้วยสิ่งที่เป็นประโยชน์จากพระเจ้า เช่น สารคดี การนมัสการ ความบันเทิงล้วนๆ
5. ประกาศ:

"ข้าจะไม่ตั้งสิ่งชั่วร้ายใดๆ ไว้เบื้องหน้าข้า วิสัยทัศน์ของข้าเป็นของพระเจ้า"

การสมัครเป็นกลุ่ม

- ความท้าทาย: Eye Gate รวดเร็วภายใน 7 วัน — ไม่มีสื่อที่เป็นพิษ ไม่มีการเลื่อนดูเฉยๆ
- แบ่งปัน: พระวิญญาณบริสุทธิ์บอกให้คุณหยุดดูเนื้อหาอะไรบ้าง?

- แบบฝึกหัด: วางมือบนดวงตาของคุณและละทิ้งสิ่งที่แปดเปื้อนใดๆ ผ่านการมองเห็น (เช่น สื่อลามก ความน่ากลัว ความไร้สาระ)
- กิจกรรม: เชิญชวนสมาชิกให้ลบแอป เผาหนังสือ หรือทิ้งสิ่งของที่ทำให้สายตาเสีย

เครื่องมือ: น้ำมันมะกอก แอปการรับผิดชอบ สกรีนเซฟเวอร์พระคัมภีร์ การ์ดคำอธิษฐานประตูแห่งดวงตา

ข้อมูลเชิงลึกที่สำคัญ

คุณไม่สามารถเดินไปในอำนาจเหนือปีศาจได้หากคุณเพียงแต่รับความบันเทิงจากพวกมัน

วารสารสะท้อนความคิด

- ฉันควรป้อนอะไรให้ดวงตาของฉันบ้าง ซึ่งนั่นอาจทำให้ชีวิตฉันมืดมนลงได้?
- ร้องไห้ ครั้งสุดท้ายเมื่อไร เพราะสิ่งที่ทำให้พระเจ้าเสียใจ?
- ฉันได้มอบอำนาจควบคุมเวลาหน้าจอของฉันให้กับพระวิญญาณบริสุทธิ์แล้วหรือยัง?

คำอธิษฐานเพื่อความบริสุทธิ์

พระเยซูเจ้า ข้าพระองค์ทูลขอพระโลหิตของพระองค์ให้ชำระล้างดวงตาของข้าพระองค์
โปรดอภัยในสิ่งต่างๆ ที่ข้าพระองค์ยอมให้ผ่านหน้าจอ หนังสือ
และจินตนาการของข้าพระองค์
วันนี้ข้าพระองค์ขอประกาศว่าดวงตาของข้าพระองค์มีไว้สำหรับแสงสว่าง ไม่ใช่ความมืด
ข้าพระองค์ปฏิเสธทุกภาพ ตัณหา และอิทธิพลที่ไม่ได้มาจากพระองค์
โปรดชำระจิตวิญญาณของข้าพระองค์ โปรดปกป้องสายตาของข้าพระองค์
และขอให้ข้าพระองค์ได้เห็นสิ่งที่พระองค์ทรงเห็น — ในความบริสุทธิ์และความจริง
อาเมน

วันที่ 7: พลังเบื้องหลังชื่อ — การละทิ้งอัตลักษณ์ที่ไม่ศักดิ์สิทธิ์

"ยาเบศทูลพระเจ้าแห่งอิสราเอลว่า 'ขอพระองค์ทรงอวยพรข้าพระองค์เถิด...' พระเจ้า จึงทรงประทานสิ่งที่เขาทูลขอ"
— 1 พงศาวดาร 4:10

"เจ้าจะไม่ถูกเรียกว่าอับรามอีกต่อไป แต่จะเรียกว่าอับราฮัม..." — ปฐมกาล 17:5

ชื่อไม่ใช่แค่ป้ายกำกับ แต่เป็นการประกาศทางจิตวิญญาณ ในพระคัมภีร์ ชื่อมักสะท้อนถึงโชคชะตา บุคลิกภาพ หรือแม้แต่พันธนาการ การตั้งชื่อสิ่งใดสิ่งหนึ่งคือการให้อัตลักษณ์และทิศทางแก่สิ่งนั้น ศัตรูเข้าใจสิ่งนี้ดี นั่นคือเหตุผลที่หลายคนติดกับดักโดยไม่รู้ตัวภายใต้ชื่อที่ตั้งขึ้นด้วยความไม่รู้ ความเจ็บปวด หรือพันธนาการทางจิตวิญญาณ

ในขณะที่พระเจ้าทรงเปลี่ยนชื่อ (อับรามเป็นอับราฮัม ยาโคบเป็นอิสราเอล ซารายเป็นซาราห์) พระองค์ยังคงเปลี่ยนชะตากรรมโดยการตั้งชื่อผู้คนของพระองค์ใหม่

บริบททั่วโลกของการผูกมัดชื่อ

- **แอฟริกา** — เด็กๆ ตั้งชื่อตามบรรพบุรุษหรือรูปเคารพที่ตายไปแล้ว ("Ogbanje," "Dike," " Ifunanya" เชื่อมโยงกับความหมาย)
- **เอเชีย** — ชื่อการกลับชาติมาเกิดที่เชื่อมโยงกับวัฏจักรกรรมหรือเทพเจ้า
- **ยุโรป** — ชื่อที่มีรากฐานมาจากมรดกทางลัทธิเพแกนหรือเวทมนตร์ (เช่น เฟรย่า ธอร์ เมอร์ลิน)
- **อเมริกาละติน** — ชื่อที่ได้รับอิทธิพลจากซานเตเรีย โดยเฉพาะอย่างยิ่งจากการรับบัพติศมาทางจิตวิญญาณ
- **อเมริกาเหนือ** — ชื่อที่ได้รับมาจากวัฒนธรรมป๊อป ขบวนการกบฏ หรือการอุทิศตนของบรรพบุรุษ

ชื่อมีความสำคัญ และสามารถสื่อถึงพลัง พร หรือพันธะได้

เรื่องราว: "ทำไมฉันถึงต้องเปลี่ยนชื่อลูกสาว"

ใน *Greater Exploits* เล่ม 14 คู่รักชาวไนจีเรียคู่หนึ่งตั้งชื่อลูกสาวว่า "Amaka" ซึ่งแปลว่า "สวย" แต่เธอกลับต้องทนทุกข์ทรมานกับโรคหายากที่ทำให้เหล่าแพทย์งุนงง ระหว่างการประชุมทำนาย แม่ของเธอได้รับการเปิดเผย: ชื่อนี้เคยถูกใช้โดยยายของเธอ ซึ่งเป็นหมอผี และวิญญาณของเธอกำลังเข้าสิงร่างของเด็กน้อย

พวกเขาเปลี่ยนชื่อเธอเป็น " โอลูวาตามิโลเร " (พระเจ้าทรงอวยพรฉัน) ตามด้วยอดอาหารและสวดมนต์ เด็กน้อยหายเป็นปกติดี

อีกกรณีหนึ่งจากอินเดียเกี่ยวข้องกับชายคนหนึ่งชื่อ "กรรม" ซึ่งต้องต่อสู้กับคำสาปแช่งที่สืบทอดกันมาหลายชั่วอายุคน หลังจากละทิ้งศาสนาฮินดูและเปลี่ยนชื่อเป็น "โจนาธาน" เขาก็เริ่มประสบความสำเร็จทั้งในด้านการเงินและสุขภาพ

แผนปฏิบัติการ — การตรวจสอบชื่อของคุณ

1. ค้นคว้าความหมายเต็มของชื่อของคุณ —— ชื่อ ชื่อกลาง นามสกุล
2. ถามพ่อแม่หรือผู้ใหญ่ว่าทำไมคุณถึงได้ชื่อเหล่านั้น
3. ละทิ้งความหมายทางจิตวิญญาณเชิงลบหรือการอุทิศตนในการสวดมนต์
4. ประกาศอัตลักษณ์อันศักดิ์สิทธิ์ของคุณในพระคริสต์:

"ข้าพเจ้าถูกเรียกโดยพระนามของพระเจ้า นามใหม่ของข้าพเจ้าถูกจารึกไว้ในสวรรค์แล้ว (วิวรณ์ 2:17)"

การมีส่วนร่วมของกลุ่ม

- ถามสมาชิกหน่อยค่ะ ชื่อของคุณหมายถึงอะไร เคยฝันถึงชื่อนี้บ้างไหมค่ะ

- ทำการ "อธิษฐานตั้งชื่อ" โดยประกาศถึงตัวตนของแต่ละคนอย่างทำนายล่วงหน้า
- วางมือบนผู้ที่ต้องการจะเลิกจากชื่อที่ผูกติดกับพันธสัญญาหรือการผูกมัดของบรรพบุรุษ

เครื่องมือ: พิมพ์บัตรความหมายชื่อ, นำน้ำมันเจิม, ใช้พระคัมภีร์การเปลี่ยนชื่อ

ข้อมูลเชิงลึกที่สำคัญ

คุณไม่สามารถดำเนินชีวิตตามตัวตนที่แท้จริงของคุณได้
ในขณะที่ยังต้องตอบคำถามต่อตัวตนที่เป็นเท็จอยู่

วารสารสะท้อนความคิด

- ชื่อของฉันหมายถึงอะไร ในทางจิตวิญญาณและวัฒนธรรม?
- ฉันรู้สึกว่าชื่อของฉันสอดคล้องกับหรือขัดแย้งกับชื่อของฉันหรือเปล่า?
- สวรรค์เรียกฉันว่าชื่ออะไร?

คำอธิษฐานขอการเปลี่ยนชื่อ

พระบิดาเจ้าข้า ในพระนามพระเยซู
ข้าพระองค์ขอบพระคุณพระองค์ที่ประทานอัตลักษณ์ใหม่ในพระคริสต์
ข้าพระองค์ทำลายคำสาป พันธสัญญา
หรือพันธนาการปีศาจทุกประการที่เชื่อมโยงกับพระนามของข้าพระองค์
ข้าพระองค์สละทุกนามที่ไม่สอดคล้องกับพระประสงค์ของพระองค์
ข้าพระองค์รับพระนามและอัตลักษณ์ที่สวรรค์ประทานให้ข้าพระองค์ เปี่ยมด้วยพลัง
จุดมุ่งหมาย และความบริสุทธิ์ ในพระนามพระเยซู อาเมน

วันที่ 8: เปิดโปงแสงลวง —
กับดักยุคใหม่และการหลอกลวงของเทวดา

"และไม่น่าแปลกใจเลย! เพราะซาตานเองก็แปลงกายเป็นทูตสวรรค์แห่งความสว่าง" —
2 โครินธ์ 11:14

*"ท่านที่รัก อย่าเชื่อวิญญาณทุกดวง
แต่จงทดสอบวิญญาณเหล่านั้นว่ามาจากพระเจ้าหรือไม่..."* — 1 ยอห์น 4:1

ไม่ใช่ว่าทุกสิ่งที่เปล่งประกายคือพระเจ้า

ในโลกปัจจุบัน ผู้คนจำนวนมากขึ้นเรื่อยๆ แสวงหา "แสงสว่าง" "การเยียวยา" และ "พลังงาน" นอกเหนือจากพระวจนะของพระเจ้า พวกเขาหันไปพึ่งการทำสมาธิ แท่นบูชาโยคะ การกระตุ้นดวงตาที่สาม การอัญเชิญบรรพบุรุษ การอ่านไพ่ทาโรต์ พิธีกรรมพระจันทร์ การติดต่อสื่อสารกับเทวดา
และแม้แต่ลัทธิลึกลับที่ฟังดูคล้ายศาสนาคริสต์ ความเชื่อนี้มีความชัดเจน
เพราะมักจะมาพร้อมกับความสงบสุข ความงาม และพลังอำนาจ — ในตอนแรก

แต่เบื้องหลังการเคลื่อนไหวเหล่านี้คือวิญญาณแห่งการทำนาย การทำนายเท็จ
และเทพเจ้าโบราณที่สวมหน้ากากแห่งแสงเพื่อเข้าถึงวิญญาณของผู้คนอย่างถูกกฎหมาย

การเข้าถึงแสงปลอมทั่วโลก

- **อเมริกาเหนือ** — คริสตัล การทำความสะอาดด้วยเซจ กฎแห่งแรงดึงดูด พลังจิต รหัสแสงจากต่างดาว
- **ยุโรป** — ศาสนาเพแกนที่เปลี่ยนชื่อใหม่ การบูชาเทพธิดา เวทมนตร์ขาว เทศกาลทางจิตวิญญาณ
- **ละตินอเมริกา** — ซานเทเรีย ผสมผสานกับนักบุญคาธอลิกและ ผู้รักษาโรคตามลัทธิวิญญาณ (curanderos)
- **แอฟริกา** — การปลอมแปลงคำทำนายโดยใช้แท่นบูชาเทวดาและน้ำพิธีกรรม

- **เอเชีย** – จักระ โยคะ "การตรัสรู้" การให้คำปรึกษาเรื่องการกลับชาติมาเกิด วิญญาณแห่งวัด

การปฏิบัตินี้อาจจะนำมาซึ่ง "แสงสว่าง" ชั่วคราว แต่เมื่อเวลาผ่านไป จิตใจกลับมืดมนลง

คำพยาน: การปลดปล่อยจากแสงสว่างที่หลอกลวง

จาก *โครงการ Greater Exploits 14* เมอร์ซี่ (สหราชอาณาจักร)
ได้เข้าร่วมเวิร์กช็อปเกี่ยวกับนางฟ้าและฝึกสมาธิแบบ "คริสเตียน" ด้วยธูป คริสตัล
และไพ่นางฟ้า เธอเชื่อว่าเธอกำลังเข้าถึงแสงสว่างของพระเจ้า
แต่ไม่นานเธอก็เริ่มได้ยินเสียงขณะนอนหลับ
และรู้สึกกลัวอย่างอธิบายไม่ถูกในตอนกลางคืน

การปลดปล่อยของเธอเริ่มต้นขึ้นเมื่อมีคนมอบของขวัญ *'โจมส์ เอ็กซ์ เชนจ์" ให้กับเธอ*
และเธอก็ตระหนักถึงความคล้ายคลึงกันระหว่างประสบการณ์ของเธอกับอดีตผู้นับถือซาตา
นที่พูดถึงการหลอกลวงของเหล่าทูตสวรรค์ เธอกลับใจ ทำลายสิ่งลี้ลับทั้งหมด
และสวดภาวนาขอการปลดปล่อยอย่างเต็มที่

ปัจจุบัน เธอเป็นพยานอย่างกล้าหาญต่อต้านการหลอกลวงแบบนิวเอจในคริสตจักร
และได้ช่วยเหลือคนอื่นๆ ให้ละทิ้งแนวทางที่คล้ายคลึงกัน

แผนปฏิบัติการ – ทดสอบจิตวิญญาณ

1. **สำรวจแนวปฏิบัติและความเชื่อของคุณ** — สอดคล้องกับพระคัมภีร์หรือเพียงแค่รู้สึกทางจิตวิญญาณเท่านั้น?
2. **สละและทำลาย** วัสดุแสงเทียมทั้งหมด: คริสตัล คู่มือโยคะ ไพ่เทวดา เครื่องดักฝัน ฯลฯ
3. **อธิษฐานสดุดี 119:105** — ขอให้พระเจ้าทรงทำให้พระวจนะของพระองค์เป็นแสงสว่างเพียงหนึ่งเดียวของคุณ
4. **ประกาศสงครามกับความสับสน** — ผูกมัดวิญญาณคุ้นเคยและการเปิดเผยเท็จ

การสมัครเป็นกลุ่ม

- **อภิปราย :** คุณหรือใครก็ตามที่คุณรู้จักเคยถูกดึงดูดเข้าสู่แนวทางปฏิบัติทาง "จิตวิญญาณ" ที่ไม่ได้เน้นที่พระเยซูหรือไม่?
- **การเล่นตามบทบาท การแยกแยะ :** อ่านข้อความบางส่วนของคำพูดที่ "เป็นจิตวิญญาณ" (เช่น "วางใจจักรวาล") และเปรียบเทียบกับพระคัมภีร์
- **การเจิมและการปลดปล่อย :**
  ทำลายแท่นบูชาให้กับแสงเท็จและแทนที่ด้วยพันธสัญญากับ *แสงของโลก* (ยอห์น 8:12)

เครื่องมือกระทรวง :

- นำสิ่งของยุค New Age จริงมา (หรือภาพถ่ายของสิ่งของเหล่านั้น) เพื่อใช้ในการสอนเกี่ยวกับวัตถุ
- อธิษฐานขอการปลดปล่อยจากวิญญาณที่คุ้นเคย (ดู กิจการ 16:16–18)

ข้อมูลเชิงลึกที่สำคัญ

อาวุธที่อันตรายที่สุดของซาตานไม่ใช่ความมืด แต่เป็นแสงสว่างปลอม

วารสารสะท้อนความคิด

- ฉันได้เปิดประตูทางจิตวิญญาณผ่านคำสอนเรื่อง "แสงสว่าง" ที่ไม่ได้หยั่งรากในพระคัมภีร์หรือไม่?
- ฉันเชื่อในพระวิญญาณบริสุทธิ์หรือสัญชาตญาณและพลังงาน?

- ฉันเต็มใจที่จะสละทุกรูปแบบของจิตวิญญาณที่ผิดๆ เพื่อความจริงของพระเจ้าหรือไม่?

คำอธิษฐานเพื่อการสละออก

พระบิดา เจ้าข้า
ลูกขอสารภาพบาปต่อทุกวิถีทางที่ลูกได้เสพหรือยุ่งเกี่ยวกับแสงสว่างอันเป็นเท็จ
ลูกขอสละทุกวิถีทางของยุคใหม่ เวทมนตร์ และจิตวิญญาณอันหลอกลวง
ลูกขอตัดสัมพันธ์ทางวิญญาณกับทูตสวรรค์จอมปลอม วิญญาณนำทาง และการเปิดเผยเท็จ
ลูกขอต้อนรับพระเยซู แสงสว่างที่แท้จริงของโลก ลูกขอประกาศว่า
ลูกจะไม่ติดตามเสียงใดๆ นอกจากเสียงของพระองค์ ในพระนามพระเยซู อาเมน

วันที่ 9: แท่นบูชาแห่งโลหิต — พันธสัญญาที่เรียกร้องชีวิต

"และพวกเขาสร้างแท่นบูชาสูงของบาอัล...
เพื่อจะให้ลูกชายและลูกสาวของพวกเขาผ่านไฟไปหาโมเลค" — เยเรมีย์ 32:35
"และพวกเขาเอาชนะมันด้วยพระโลหิตของพระเมษโปดกและด้วยคำพยานของพวกเขา..." — วิวรณ์ 12:11

มีแท่นบูชาที่ไม่เพียงแต่ขอความสนใจจากคุณเท่านั้น แต่ยังเรียกร้องเลือดของคุณอีกด้วย

ตั้งแต่สมัยโบราณจนถึงปัจจุบัน
พันธสัญญาโลหิตเป็นหัวใจสำคัญของอาณาจักรแห่งความมืด
บางพันธสัญญาเกิดขึ้นโดยรู้ตัวผ่านเวทมนตร์ การทำแท้ง การสังหารหมู่
หรือพิธีกรรมลึกลับ บางพันธสัญญาถูกสืบทอดผ่านพิธีกรรมของบรรพบุรุษ
หรือถูกผูกมัดโดยไม่รู้ตัวผ่านความไม่รู้ทางจิตวิญญาณ

ทุกที่ที่มีการหลั่งเลือดอันบริสุทธิ์ ไม่ว่าจะเป็นในศาลเจ้า ห้องนอน หรือห้องประชุม
แท่นบูชาปีศาจก็สามารถเปล่งเสียงได้
แท่นบูชาเหล่านี้พรากชีวิตไป ตัดชะตากรรมให้สั้นลง
และสร้างพื้นฐานทางกฎหมายสำหรับการทรมานของปีศาจ

แท่นบูชาแห่งเลือดทั่วโลก

- **แอฟริกา** — การสังหารตามพิธีกรรม พิธีกรรมเงิน การสังเวยเด็ก การทำสัญญาด้วยเลือดตั้งแต่แรกเกิด
- **เอเชีย** — การถวายเลือดในวัด คำสาปของครอบครัวผ่านการทำแท้งหรือคำสาบานสงคราม
- **ละตินอเมริกา** — การบูชายัญสัตว์แบบซานเทเรีย การถวายเลือดเพื่อดวงวิญญาณของผู้ตาย
- **อเมริกาเหนือ** — อุดมการณ์การทำแท้งเป็นศีลศักดิ์สิทธิ์ สมาคมสาบานเลือดปีศาจ

- ยุโรป — พิธีกรรมดรูอิดและฟรีเมสันโบราณ
  แท่นบูชาแห่งการนองเลือดในยุคสงครามโลกครั้งที่ 2
  ยังคงไม่ได้รับการสำนึกผิด
พันธสัญญาเหล่านี้ หากไม่ถูกทำลาย ก็จะยังคงพรากชีวิตผู้คนต่อไปเป็นวัฏจักร

เรื่องจริง: การเสียสละของพ่อ

ใน หนังสือ *Delivered from the Power of Darkness*
หญิงสาวจากแอฟริกากลางค้นพบระหว่างการปลดปล่อยว่าการเผชิญหน้ากับความตายบ่อยครั้งของเธอนั้นเชื่อมโยงกับคำสาบานเลือดที่พ่อของเธอให้ไว้
เขาสัญญาจะมอบชีวิตให้เธอเพื่อแลกกับความมั่งคั่งหลังจากเป็นหมันมานานหลายปี
หลังจากบิดาของเธอเสียชีวิต
เธอเริ่มมองเห็นเงาและประสบอุบัติเหตุเกือบเสียชีวิตทุกปีในวันเกิดของเธอ
ความสำเร็จของเธอเกิดขึ้นเมื่อเธอถูกชักนำให้ประกาศสดุดี 118:17 — *"ฉันจะไม่ตาย แต่ฉันจะมีชีวิตอยู่..."* — เหนือตนเองทุกวัน
ตามมาด้วยการอธิษฐานสละและการอดอาหารอย่างต่อเนื่อง ปัจจุบัน
เธอเป็นผู้นำการอธิษฐานวิงวอนที่ทรงพลัง
อีกบันทึกหนึ่งจาก *Greater Exploits 14*
บรรยายถึงชายคนหนึ่งในละตินอเมริกาที่เข้าร่วมในขบวนการก่ออาชญากรรมที่เกี่ยวข้องกับการหลั่งเลือด หลายปีต่อมา แม้หลังจากยอมรับพระคริสต์แล้ว
ชีวิตของเขาก็ยังคงสับสนวุ่นวายอยู่ตลอดเวลา
จนกระทั่งเขาทำลายพันธสัญญาแห่งโลหิตด้วยการอดอาหารเป็นเวลานาน
การสารภาพบาปต่อสาธารณชน และการรับบัพติศมาในน้ำ ความทรมานก็สิ้นสุดลง

แผนปฏิบัติการ — การปิดปากแท่นบูชาโลหิต

1. **จงกลับใจ** จากการทำแท้ง การทำพันธสัญญาเลือดอันลึกลับ หรือการนองเลือดที่สืบทอดกันมา
2. **สละ** พันธสัญญาแห่งเลือดทั้งที่รู้จักและไม่รู้จักออกเสียงดังโดยระบุชื่อ
3. **ถือศีลอดเป็นเวลา 3 วัน** โดยรับศีลมหาสนิททุกวัน โดยประกาศว่าพระโลหิตของพระเยซูคือสิ่งปกปิดตามกฎหมายของคุณ

4. ประกาศออกเสียงดังๆ :

"โดยพระโลหิตของพระเยซู
ข้าพเจ้าได้ทำลายพันธสัญญาโลหิตทุกประการที่ข้าพเจ้าได้ทำไว้แทนข้าพเจ้า
ข้าพเจ้าได้รับการไถ่แล้ว!"

การสมัครเป็นกลุ่ม
- อภิปรายถึงความแตกต่างระหว่างสายเลือดธรรมชาติและพันธสัญญาเลือดปีศาจ
- ใช้ริบบิ้น/ด้ายสีแดงเพื่อแทนแท่นบูชาแห่งเลือด และใช้กรรไกรเพื่อตัดตามคำทำนาย
- เชิญผู้ซึ่งหลุดพ้นจากการเป็นทาสทางสายเลือดมาเป็นพยาน

เครื่องมือกระทรวง :
- องค์ประกอบศีลมหาสนิท
- น้ำมันเจิม
- คำประกาศการปลดปล่อย
- ภาพการทำลายแท่นบูชาด้วยแสงเทียนหากเป็นไปได้

ข้อมูลเชิงลึกที่สำคัญ
ซาตานแลกด้วยเลือด พระเยซูทรงจ่ายเกินราคาเพื่ออิสรภาพของคุณด้วยพระองค์

วารสารสะท้อนความคิด
- ฉันหรือครอบครัวของฉันเคยมีส่วนร่วมในสิ่งใดที่เกี่ยวข้องกับการนองเลือดหรือคำสาบานหรือไม่?
- มีการเสียชีวิตซ้ำๆ การแท้งบุตร หรือรูปแบบความรุนแรงในสายเลือดของฉันหรือไม่?
- ฉันได้วางใจอย่างเต็มที่แล้วว่าพระโลหิตของพระเยซูจะตรัสดังกว่าในชีวิตของฉันหรือไม่?

คำอธิษฐานเพื่อการปลดปล่อย

พระเยซูเจ้า ข้าพระองค์ขอบพระคุณพระองค์สำหรับพระโลหิตอันล้ำค่าของพระองค์ ซึ่งทรงตรัสถึงสิ่งที่ดีกว่าโลหิตของอาเบล ข้าพระองค์กลับใจจากพันธสัญญาแห่งโลหิตใดๆ ที่ข้าพระองค์หรือบรรพบุรุษของข้าพระองค์ได้ทำไว้ ไม่ว่าจะโดยรู้ตัวหรือไม่รู้ตัว ข้าพระองค์ขอสละพันธสัญญาเหล่านั้นแล้ว
ข้าพระองค์ประกาศว่าข้าพระองค์ได้รับการปกคลุมด้วยพระโลหิตของพระเมษโปดก ขอให้แท่นบูชาปีศาจทุกแท่นที่เรียกร้องชีวิตของข้าพระองค์ถูกทำให้เงียบและถูกทำลาย ข้าพระองค์มีชีวิตอยู่เพราะพระองค์ทรงสิ้นพระชนม์เพื่อข้าพระองค์ ในพระนามพระเยซู
อาเมน

วันที่ 10: ความเป็นหมันและความแตกสลาย — เมื่อครรภ์กลายเป็นสนามรบ

"จะไม่มีการแท้งบุตรหรือเป็นหมันในแผ่นดินของเจ้า เราจะให้เจ้ามีอายุยืนยาว" — อพยพ 23:26

"พระองค์ประทานครอบครัวแก่หญิงที่ไม่มีบุตร ทรงให้นางเป็นมารดาที่มีความสุข จงสรรเสริญพระเจ้าเถิด!" — สดุดี 113:9

ภาวะมีบุตรยากเป็นมากกว่าปัญหาทางการแพทย์
อาจเป็นเสมือนป้อมปราการทางจิตวิญญาณที่หยั่งรากลึกในความขัดแย้งทางอารมณ์
ความขัดแย้งทางบรรพบุรุษ และแม้แต่ความขัดแย้งเรื่องอาณาเขต

ในหลายประเทศ ความเป็นหมันถูกศัตรูใช้เพื่อสร้างความอับอาย แยกตัว
และทำลายผู้หญิงและครอบครัว แม้ว่าสาเหตุบางอย่างจะเกิดจากสรีรวิทยา
แต่หลายสาเหตุกลับมีความลึกซึ้งทางจิตวิญญาณ เชื่อมโยงกับแท่นบูชาข้ามรุ่น คำสาป
คู่สมรสทางวิญญาณ ชะตากรรมที่ล้มเหลว หรือบาดแผลทางวิญญาณ

เบื้องหลังครรภ์ที่ไร้ผลทุกครรภ์ สวรรค์มีคำสัญญา
แต่บ่อยครั้งที่ต้องมีสงครามที่ต้องเกิดขึ้นก่อนการปฏิสนธิ
ทั้งภายในครรภ์และในจิตวิญญาณ

รูปแบบความแห้งแล้งทั่วโลก

- **แอฟริกา** — เกี่ยวข้องกับการมีคู่สมรสหลายคน คำสาปบรรพบุรุษ พันธสัญญาศาลเจ้า และลูกวิญญาณ
- **เอเชีย** — ความเชื่อเรื่องกรรม คำปฏิญาณในอดีตชาติ คำสาปแช่งจากรุ่นสู่รุ่น วัฒนธรรมแห่งความอับอาย
- **ละตินอเมริกา** — การปิดมดลูกที่เกิดจากเวทมนตร์ ความอิจฉา
- **ยุโรป** — การพึ่งพาการทำเด็กหลอดแก้วมากเกินไป การสังเวยเด็กของกลุ่มฟรีเมสัน ความรู้สึกผิดจากการทำแท้ง

- **อเมริกาเหนือ** – บาดแผลทางอารมณ์ บาดแผลทางจิตใจ วงจรการแท้งบุตร ยาที่เปลี่ยนแปลงฮอร์โมน

เรื่องจริง — จากน้ำตาสู่คำบอกเล่า
มาเรียจากโบลิเวีย (ละตินอเมริกา)

มาเรียแท้งลูกมาแล้ว 5 ครั้ง แต่ละครั้งเธอจะฝันว่าอุ้มทารกร้องไห้
แล้วเห็นเลือดไหลในเช้าวันรุ่งขึ้น แพทย์ไม่สามารถอธิบายอาการของเธอได้
หลังจากอ่านคำให้การใน *Greater Exploits*
เธอจึงตระหนักว่าเธอได้รับมรดกแท่นบูชาแห่งความเป็นหมันของครอบครัวมาจากคุณยายผู้
อุทิศมดลูกของผู้หญิงทั้งหมดให้กับเทพเจ้าประจำท้องถิ่น
เธออดอาหารและสวดบทเพลงสดุดีบทที่ 113 เป็นเวลา 14 วัน
ศิษยาภิบาลของเธอนำเธอฝ่าฝืนพันธสัญญาโดยใช้พิธีศีลมหาสนิท เก้าเดือนต่อมา
เธอให้กำเนิดลูกแฝด

นโกซีจากไนจีเรีย (แอฟริกา)
นโกซีแต่งงานมา 10 ปีโดยไม่มีลูก ในระหว่างการสวดภาวนาขอการปลดปล่อย
ได้มีการเปิดเผยว่าเธอได้แต่งงานในแดนวิญญาณกับสามีชาวทะเล ทุกๆ รอบการตกไข่
เธอจะฝันถึงเรื่องเพศ หลังจากการสวดภาวนาสงครามยามเที่ยงคืนหลายครั้ง
และการทำนายโดยการเผาแหวนแต่งงานของเธอจากพิธีกรรมลึกลับในอดีต
มดลูกของเธอจึงเปิดออก

แผนปฏิบัติการ — การเปิดมดลูก
1. **ระบุราก** — บรรพบุรุษ, อารมณ์, การแต่งงาน หรือทางการแพทย์
2. **สำนึกผิดจากการ** ทำแท้ง ความผูกพันทางจิตวิญญาณ บาปทางเพศ และการอุทิศตนด้วยวิธีลึกลับ ในอดีต
3. **เจิมครรภ์ของคุณทุกวัน** โดยกล่าวถึงอพยพ 23:26 และสดุดี 113
4. **ถือศีลอดเป็นเวลา 3 วัน** และรับประทานศีลมหาสนิททุกวัน โดยละทิ้งแท่นบูชาทั้งหมดที่ผูกติดกับครรภ์ของคุณ
5. **พูดออกเสียงดังๆ :**

ครรภ์ของข้าพเจ้าได้รับพร ข้าพเจ้าปฏิเสธพันธสัญญาแห่งความเป็นหมันทุกประการ ข้าพเจ้าจะตั้งครรภ์และตั้งครรภ์จนครบกำหนดด้วยพลังแห่งพระวิญญาณบริสุทธิ์!

การสมัครเป็นกลุ่ม

- เชิญชวนผู้หญิง (และคู่รัก)
  มาแบ่งปันภาระของความล่าช้าในพื้นที่ที่ปลอดภัยและเต็มไปด้วยการอธิษฐาน
- ให้ใช้ผ้าพันคอหรือผ้าสีแดงผูกไว้รอบเอว
  จากนั้นคลายออกตามคำทำนายเป็นสัญลักษณ์แห่งอิสรภาพ
- เป็นผู้นำพิธี "ตั้งชื่อ" ตามคำทำนาย — ประกาศให้ทราบว่ามีเด็ก ๆ ที่จะเกิดมา ด้วยศรัทธา
- ทำลายคำสาป ความอับอายทางวัฒนธรรม
  และความเกลียดชังตัวเองในแวดวงการสวดมนต์

เครื่องมือของกระทรวง:

- น้ำมันมะกอก (ทามดลูก)
- พิธีศีลมหาสนิท
- เสื้อคลุม/ผ้าคลุมไหล่ (สัญลักษณ์ของการปกคลุมและความใหม่)

ข้อมูลเชิงลึกที่สำคัญ

ความเป็นหมันไม่ใช่จุดจบ แต่มันคือเสียงเรียกร้องให้เกิดสงคราม ศรัทธา และการฟื้นฟู
การที่พระเจ้าล่าช้าไม่ใช่การปฏิเสธ

วารสารสะท้อนความคิด

- บาดแผลทางอารมณ์หรือจิตวิญญาณใดบ้างที่ผูกติดอยู่กับครรภ์ของฉัน?
- ฉันปล่อยให้ความอับอายหรือความขมขื่นเข้ามาแทนที่ความหวังของฉันหรือเปล่า?
- ฉันเต็มใจที่จะเผชิญหน้ากับสาเหตุที่แท้จริงด้วยศรัทธาและการกระทำหรือไม่?

คำอธิษฐานเพื่อการรักษาและการตั้งครรภ์

พระบิดาเจ้าข้า

ข้าพระองค์ยืนหยัดในพระวจนะของพระองค์ที่ตรัสว่าจะไม่มีผู้ใดเป็นหมันในแผ่นดินนี้
ข้าพระองค์ปฏิเสธคำโกหก แท่นบูชา
และวิญญาณทุกประการที่ถูกกำหนดให้ขัดขวางการออกผล
ข้าพระองค์ให้อภัยตนเองและผู้อื่นที่พูดจาชั่วร้ายต่อร่างกายของข้าพระองค์
ข้าพระองค์ได้รับการรักษา การฟื้นฟู และชีวิต ข้าพระองค์
ประกาศว่าครรภ์ของข้าพระองค์มีผล และความสุขของข้าพระองค์เต็มเปี่ยม
ในพระนามพระเยซู อาเมน

วันที่ 11:
โรคภูมิคุ้มกันบกพร่องและความเหนื่อยล้าเรื้อรัง — สงครามภายในที่มองไม่เห็น

"บ้านที่แตกแยกกันเองจะตั้งอยู่ไม่ได้" — มัทธิว 12:25
"พระองค์ประทานกำลังแก่ผู้ที่อ่อนแอ และทรงเพิ่มกำลังแก่ผู้ที่ไม่มีกำลัง" — อิสยาห์ 40:29

โรคภูมิต้านตนเองคือโรคที่ร่างกายโจมตีตัวเอง โดยเข้าใจผิดคิดว่าเซลล์ของตัวเองเป็นศัตรู โรคลูปัส โรคข้ออักเสบรูมาตอยด์ โรคปลอกประสาทเสื่อมแข็ง โรคฮาชิโมโต และอื่นๆ จัดอยู่ในกลุ่มนี้

กลุ่มอาการอ่อนเพลียเรื้อรัง (CFS) ไฟโบรไมอัลเจีย และโรคอ่อนเพลียอื่นๆ ที่หาสาเหตุไม่ได้ มักเกิดขึ้นซ้ำซ้อนกับปัญหาภูมิคุ้มกันทำลายตนเอง แต่นอกเหนือจากปัญหาทางชีววิทยาแล้ว ผู้ป่วยจำนวนมากยังต้องเผชิญกับบาดแผลทางใจ บาดแผลทางใจ และภาระทางจิตวิญญาณ

ร่างกายกำลังร้องขอ ไม่ใช่แค่ยา แต่เพื่อความสงบสุข หลายคนกำลังทำสงครามภายใน

ภาพรวมทั่วโลก

- **แอฟริกา —**
  การวินิจฉัยโรคภูมิคุ้มกันผิดปกติที่เพิ่มมากขึ้นมีความเชื่อมโยงกับการบาดเจ็บ มลพิษ และความเครียด
- **เอเชีย —**
  อัตราความผิดปกติของต่อมไทรอยด์ที่สูงเชื่อมโยงกับการกดขี่และวัฒนธรรมแห่งความอับอายของบรรพบุรุษ
- **ยุโรปและอเมริกา —**
  ความเหนื่อยล้าเรื้อรังและภาวะหมดไฟระบาดจากวัฒนธรรมที่เน้นประสิทธิภาพ

- **ละตินอเมริกา** – ผู้ป่วยมักได้รับการวินิจฉัยผิด ความอับอาย และการโจมตีทางจิตวิญญาณผ่านการแตกสลายของจิตวิญญาณหรือคำสาป

รากฐานทางจิตวิญญาณที่ซ่อนอยู่

- **ความเกลียดตัวเองหรือความอับอาย** — ความรู้สึก "ไม่ดีพอ"
- **การไม่ให้อภัยตนเองหรือผู้อื่น** — ระบบภูมิคุ้มกันเลียนแบบสภาพจิตวิญญาณ
- **ความเศร้าโศกหรือการทรยศที่ไม่ได้รับการเยียวยา** — เปิดประตูสู่ความเหนื่อยล้าทางจิตวิญญาณและการพังทลายทางร่างกาย
- **ลูกศรแห่งความทุกข์ทรมานจากเวทมนตร์หรือความอิจฉา** — ใช้เพื่อระบายความแข็งแกร่งทางจิตวิญญาณและทางร่างกาย

เรื่องจริง – การต่อสู้ในความมืด

เอเลน่าจากสเปน

เอเลน่าได้รับการวินิจฉัยว่าเป็นโรคลูปัสหลังจากความสัมพันธ์อันเลวร้ายที่ทำให้เธอบอบช้ำทางอารมณ์มายาวนาน จากการบำบัดและการอธิษฐาน พบว่าเธอเก็บความเกลียดชังไว้ในใจ โดยเชื่อว่าตนเองไร้ค่า เมื่อเธอเริ่มให้อภัยตัวเองและเผชิญหน้ากับบาดแผลทางจิตใจด้วยพระคัมภีร์ อาการกำเริบของเธอก็ลดลงอย่างมาก เธอเป็นพยานถึงพลังแห่งการเยียวยาของพระวจนะและการชำระล้างจิตวิญญาณ

เจมส์จากสหรัฐอเมริกา

เจมส์ ผู้บริหารระดับสูงขององค์กรที่มุ่งมั่น ล้มป่วยจากโรค CFS หลังจากเครียดไม่หยุดหย่อนมา 20 ปี ระหว่างการปลดปล่อย เป็นที่ประจักษ์ว่าคำสาปที่สืบทอดกันมารุ่นต่อรุ่น คือการดิ้นรนต่อสู้อย่างไม่หยุดยั้งคอยกัดกินจิตใจผู้ชายในครอบครัวของเขา เขาเข้าสู่ช่วงวันสะบาโต การอธิษฐานและการสารภาพบาป และพบกับการฟื้นฟู ไม่เพียงแต่สุขภาพที่ดีเท่านั้น แต่ยังรวมถึงอัตลักษณ์ด้วย

แผนปฏิบัติการ – การรักษาจิตวิญญาณและระบบภูมิคุ้มกัน

1. **อธิษฐานสดุดี 103:1–5** ออกเสียงดังทุกเช้า โดยเฉพาะข้อ 3–5
2. **จดบันทึกความเชื่อภายในของคุณ** — คุณพูดอะไรกับตัวเอง? เลิกโกหกซะ
3. **ให้อภัยอย่างลึกซึ้ง** โดยเฉพาะกับตัวคุณเอง
4. **รับศีลมหาสนิท** เพื่อรีเซ็ตพันธสัญญาของร่างกาย — ดูอิสยาห์ 53
5. **พักผ่อนในพระเจ้า** — วันสะบาโตไม่ใช่ทางเลือก แต่เป็นสงครามทางจิตวิญญาณเพื่อต่อสู้กับความเหนื่อยล้า

ฉันขอประกาศว่าร่างกายของฉันไม่ใช่ศัตรู
ทุกเซลล์ในตัวฉันจะสอดคล้องกับระเบียบและสันติสุขอันศักดิ์สิทธิ์
ฉันได้รับพลังและการเยียวยาจากพระเจ้า

การสมัครเป็นกลุ่ม

- ให้สมาชิกแบ่งปันรูปแบบความเหนื่อยล้าหรือความเหนื่อยล้าทางอารมณ์ที่พวกเขาซ่อนไว้
- ฝึก "ระบายความรู้สึก" โดยเขียนภาระต่างๆ ลงไป จากนั้นเผาหรือฝังอย่างเป็นสัญลักษณ์
- วางมือบนผู้ที่ทุกข์ทรมานจากอาการของโรคภูมิคุ้มกันบกพร่อง สั่งการความสมดุลและความสงบ
- ส่งเสริมการเขียนบันทึกเกี่ยวกับอารมณ์ที่เกิดขึ้นและข้อพระคัมภีร์ที่เยียวยาจิตใจ เป็นเวลา 7 วัน

เครื่องมือของกระทรวง:

- น้ำมันหอมระเหยหรือน้ำมันหอมเจิมเพื่อความสดชื่น
- สมุดบันทึกหรือสมุดจดบันทึก
- เพลงประกอบการทำสมาธิบทสดุดี 23

ข้อมูลเชิงลึกที่สำคัญ

สิ่งที่โจมตีจิตวิญญาณมักปรากฏออกมาในร่างกาย
การเยียวยาต้องไหลจากภายในสู่ภายนอก

วารสารสะท้อนความคิด

- ฉันรู้สึกปลอดภัยในร่างกายและความคิดของตัวเองไหม?

- ฉันกำลังรู้สึกละอายใจหรือถูกตำหนิจากความล้มเหลวหรือความเจ็บปวดในอดีตหรือเปล่า?
- ฉันจะทำอย่างไรเพื่อเริ่มให้เกียรติการพักผ่อนและความสงบเป็นการปฏิบัติทางจิตวิญญาณ?

คำอธิษฐานเพื่อการฟื้นฟู

พระเยซูเจ้า พระองค์ ทรง เป็นผู้เยียวยารักษาข้าพระองค์
วันนี้ข้าพระองค์ปฏิเสธทุกคำโกหกที่ว่าข้าพระองค์พังทลาย สกปรก หรือถึงคราวเคราะห์
ข้าพระองค์ให้อภัยตนเองและผู้อื่น ข้าพระองค์อวยพรทุกเซลล์ในร่างกาย
ข้าพระองค์ได้รับสันติสุขในจิตวิญญาณและความสมดุลในระบบภูมิคุ้มกัน
ด้วยบาดแผลของพระองค์ ข้าพระองค์ได้รับการรักษา อาเมน

วันที่ 12: โรคลมบ้าหมูและความทรมานทางจิตใจ — เมื่อจิตใจกลายเป็นสนามรบ

"พระเจ้าข้า ขอทรงเมตตาบุตรของข้าพระองค์เถิด เพราะเขาเป็น โรคลมบ้าหมู และเศร้าโศกมาก ตก ไฟบ่อยๆ ตกน้ำบ่อยๆ" — มัทธิว 17:15

"พระเจ้าไม่ได้ประทานใจที่ขลาดกลัวแก่เรา แต่ประทานใจที่มีฤทธิ์อำนาจ ความรัก และการรู้จักบังคับตน" — 2 ทิโมธี 1:7

ความทุกข์ทรมานบางอย่างไม่เพียงแต่เป็นเรื่องทางการแพทย์เท่านั้น แต่ยังเป็นสนามรบทางจิตวิญญาณที่ปลอมตัวมาในรูปแบบของความเจ็บป่วยอีกด้วย โรคลมชัก โรคจิตเภท อาการไบโพลาร์ และรูปแบบความทรมานทางจิตใจ มักมีสาเหตุมาจากสิ่งที่มองไม่เห็น แม้ว่ายาจะมีบทบาท แต่การแยกแยะเป็นสิ่งสำคัญยิ่ง ในบันทึกพระคัมภีร์หลายเล่ม

อาการชักและการโจมตีทางจิตเป็นผลมาจากการกดขี่ของปีศาจ สังคมสมัยใหม่รักษาสิ่งที่พระเยซูมักจะ *ขับไล่ออก* ไป

ความเป็นจริงของโลก

- **แอฟริกา** – อาการชักมักเกิดจากคำสาปหรือวิญญาณบรรพบุรุษ
- **เอเชีย** – โรคลมบ้าหมูมักถูกซ่อนไว้เนื่องจากความอับอายและตราบาปทางจิตวิญญาณ
- **ละตินอเมริกา** – โรคจิตเภทเชื่อมโยงกับเวทมนตร์คาถาข้ามรุ่นหรือการเรียกที่ถูกยกเลิก
- **ยุโรปและอเมริกาเหนือ** – การวินิจฉัยเกินและการใช้ยาเกินขนาด มักจะปกปิดสาเหตุของปัญหา

เรื่องจริง – การปลดปล่อยในกองไฟ

มูซาจากไนจีเรียตอนเหนือ

มูซามีอาการชักจากโรคลมชักมาตั้งแต่เด็ก ครอบครัวของเขาพยายามทำทุกวิถีทาง ตั้งแต่หมอพื้นบ้านไปจนถึงการสวดมนต์ในโบสถ์ วันหนึ่ง ระหว่างพิธีปลดปล่อย พระวิญญาณบริสุทธิ์ทรงเปิดเผยว่าปู่ของมูซาได้เสนอตัวเขาในการแลกเปลี่ยนเวทมนตร์ หลังจากทำลายพันธสัญญาและเจิมเขาแล้ว เขาก็ไม่เคยมีอาการชักอีกเลย

ดาเนียลจากเปรู

แดเนียลได้รับการวินิจฉัยว่าเป็นโรคไบโพลาร์ เขาต้องต่อสู้กับความฝันและเสียงที่รุนแรง ต่อมาเขาค้นพบว่าพ่อของเขาเคยมีส่วนร่วมในพิธีกรรมลับของซาตานบนภูเขา การอธิษฐานเพื่อการปลดปล่อยและการอดอาหารสามวันนำมาซึ่งความกระจ่างแจ้ง เสียงเหล่านั้นหยุดลง วันนี้ แดเนียลสงบลง ฟื้นฟู และเตรียมพร้อมสำหรับพันธกิจ

สัญญาณที่ต้องระวัง

- อาการชักซ้ำๆ โดยไม่ทราบสาเหตุทางระบบประสาท
- เสียง, ภาพหลอน, ความคิดรุนแรงหรือคิดฆ่าตัวตาย
- การสูญเสียเวลาหรือความทรงจำ ความกลัวที่อธิบายไม่ได้ หรืออาการชักขณะสวดมนต์
- รูปแบบของครอบครัวที่มีพฤติกรรมวิกลจริตหรือการฆ่าตัวตาย

แผนปฏิบัติการ – การเข้ายึดอำนาจเหนือจิตใจ

1. กลับใจจากความผูกพันลึกลับ ความเจ็บปวด หรือคำสาปที่รู้จักทั้งหมด
2. วางมือบนศีรษะของคุณทุกวัน เพื่อแสดงว่ามีจิตใจที่สมบูรณ์ **(2 ทิโมธี 1:7)**
3. ถือศีลและอธิษฐานขอพรต่อวิญญาณที่ผูกมัดจิตใจ
4. ทำลายคำสาบานบรรพบุรุษ คำอุทิศตน หรือคำสาปสายเลือด
5. หากเป็นไปได้ ควรเข้าร่วมกับคู่สวดอธิษฐานที่เข้มแข็งหรือทีมปลดปล่อย

ฉันปฏิเสธวิญญาณแห่งความทรมาน ความชัก และความสับสนทุกชนิด
ฉันได้รับจิตใจที่แจ่มใสและอารมณ์ที่มั่นคงในพระนามพระเยซู!

กระทรวงกลุ่มและการประยุกต์ใช้

- ระบุรูปแบบการเจ็บป่วยทางจิตหรืออาการชักในครอบครัว
- อธิษฐานเพื่อผู้ที่ทุกข์ทรมานโดยทาน้ำมันเจิมบนหน้าผาก
- ให้ผู้วิงวอนเดินไปรอบ ๆ ห้องและประกาศว่า "จงสงบเงียบ!" (มาระโก 4:39)
- เชิญผู้ที่ได้รับผลกระทบให้บอกเลิกข้อตกลงด้วยวาจา: "ฉันไม่ได้บ้า ฉันหายดีและสมบูรณ์แล้ว"

เครื่องมือของกระทรวง:
- น้ำมันเจิม
- บัตรคำประกาศการรักษา
- ดนตรีนมัสการที่ส่งเสริมสันติภาพและอัตลักษณ์

ข้อมูลเชิงลึกที่สำคัญ

ความทุกข์ทรมานไม่ได้เกิดขึ้นเฉพาะทางกายเท่านั้น

บางอย่างมีรากฐานมาจากพันธสัญญาโบราณและกฎหมายของปีศาจที่ต้องได้รับการแก้ไขทางจิตวิญญาณ

วารสารสะท้อนความคิด
- ฉันเคยถูกทรมานในความคิดหรือการนอนหลับบ้างไหม?
- มีบาดแผลทางใจที่ยังไม่ได้รับการรักษาหรือประตูทางจิตวิญญาณที่ฉันต้องปิดหรือไม่?
- ฉันสามารถประกาศความจริงใดได้ทุกวันเพื่อยึดจิตใจของฉันไว้กับพระวจนะของพระเจ้า?

คำอธิษฐานเพื่อความสมบูรณ์

พระเยซูเจ้า พระองค์ คือ พระผู้ทรงฟื้นฟูจิตใจของข้าพระองค์

ข้าพระองค์ขอสละพันธสัญญา บาดแผล หรือวิญญาณชั่วร้ายใดๆ ที่เข้ามารุกรานสมอง อารมณ์ และความแจ่มชัดของข้าพระองค์ ข้าพระองค์ได้รับการรักษาและจิตใจที่สงบ ข้าพระองค์ขอประกาศว่าข้าพระองค์จะมีชีวิตอยู่ ไม่ตาย ข้าพระองค์จะทำงานอย่างเต็มที่ในพระนามพระเยซู อาเมน

วันที่ 13: จิตวิญญาณแห่งความกลัว — ทำลายกรงแห่งความทรมานที่มองไม่เห็น

"โพราะว่าพระเจ้ามิได้ประทานใจที่ขลาดกลัวแก่เรา แต่ประทานใจที่มีฤทธิ์อำนาจ ความรัก และการรู้จักประมาณตนแก่เรา" — 2 ทิโมธี 1:7
"ความกลัวทำให้เกิดความทรมาน..." — 1 ยอห์น 4:18

ความกลัวไม่ใช่แค่อารมณ์ แต่มันสามารถเป็น *จิตวิญญาณได้* มัน กระซิบบอกถึงความล้มเหลวก่อนที่คุณจะเริ่มต้น มันขยายการปฏิเสธ มันทำลายจุดมุ่งหมาย มันทำให้ประเทศชาติเป็นอัมพาต หลายคนถูกขังอยู่ในคุกที่มองไม่เห็นซึ่งสร้างขึ้นจากความกลัว ความกลัวความตาย ความล้มเหลว ความยากจน ผู้คน ความเจ็บป่วย สงครามทางจิตวิญญาณ และสิ่งที่ไม่รู้จัก เบื้องหลังอาการวิตกกังวล โรคตื่นตระหนก และโรคกลัวอย่างไม่มีเหตุผล ล้วนมีภารกิจทางจิตวิญญาณที่ถูกส่งไปเพื่อ **ทำลายโชค** ชะตา

การแสดงออกระดับโลก

- **แอฟริกา** — ความกลัวที่ฝังรากลึกในคำสาปแช่งจากรุ่นสู่รุ่น การแก้แค้นของบรรพบุรุษ หรือการต่อต้านจากเวทมนตร์
- **เอเชีย** — ความอับอายทางวัฒนธรรม ความกลัวกรรม ความวิตกกังวลเรื่องการกลับชาติมาเกิด
- **ละตินอเมริกา** — ความกลัวจากคำสาป ตำนานหมู่บ้าน และการแก้แค้นทางจิตวิญญาณ
- **ยุโรปและอเมริกาเหนือ** — ความวิตกกังวลที่ซ่อนอยู่ ความผิดปกติที่ได้รับการวินิจฉัย ความกลัวการเผชิญหน้า ความสำเร็จ หรือการปฏิเสธ มักเป็นเรื่องจิตวิญญาณแต่ถูกจัดอยู่ในกลุ่มจิตวิทยา

เรื่องจริง — การเปิดเผยวิญญาณ

ซาร่าห์จากแคนาดา

ซาราห์นอนไม่หลับในความมืดมาหลายปี เธอรู้สึกถึงบางสิ่งอยู่ในห้องเสมอ
แพทย์วินิจฉัยว่าเป็นความวิตกกังวล แต่ก็ไม่มีการรักษาใดได้ผล
ระหว่างการปลดปล่อยทางออนไลน์ ได้
มีการเปิดเผยว่าความกลัวในวัยเด็กได้เปิดประตูสู่วิญญาณที่ทรมานผ่านฝันร้ายและภาพยนต
ร์สยองขวัญ เธอสำนึกผิด ละทิ้งความกลัว และสั่งให้มันหายไป
ตอนนี้เธอนอนหลับอย่างสงบสุข

อูเช่ จากไนจีเรีย

อูเชได้รับเรียกให้เทศนา แต่ทุกครั้งที่เขายืนอยู่ต่อหน้าผู้คน เขากลับแข็งทื่อ
ความกลัวนั้นผิดธรรมชาติ — บีบคอจนเป็นอัมพาต ในการอธิษฐาน
พระเจ้าทรงแสดงคำสาปแช่งให้เขาเห็น
ซึ่งเป็นคำที่ครูผู้เคยเยาะเย้ยเสียงของเขาเมื่อครั้งยังเป็นเด็ก
คำพูดนั้นก่อกำเนิดเป็นห่วงโซ่ทางวิญญาณ เมื่อถูกทำลายลง
เขาก็เริ่มเทศนาด้วยความกล้าหาญ

แผนปฏิบัติการ — การเอาชนะความกลัว

1. **สารภาพความกลัวใด ๆ โดยระบุชื่อ** : "ฉันสละความกลัว [_____] ในพระนามของพระเยซู"
2. **อ่านสดุดีบทที่ 27 และอิสยาห์ 41** ออกเสียงดังทุกวัน
3. **บูชาจนกว่าความสงบจะเข้ามาแทนที่ความตื่นตระหนก**
4. **หลีกเลี่ยงสื่อที่เน้นความหวาดกลัว** เช่น ภาพยนตร์สยองขวัญ ข่าวซุบซิบ
5. **จงประกาศทุกวัน** ว่า "ฉันมีจิตใจที่แจ่มใส ฉันไม่เป็นทาสของความกลัว"

การสมัครเป็นกลุ่ม — การพัฒนาชุมชน

- ถามสมาชิกในกลุ่ม: ความกลัวอะไรทำให้คุณเป็นอัมพาตมากที่สุด?
- แบ่งกลุ่มย่อยและนำคำอธิษฐานเพื่อ **การสละ** และ **การแทนที่** (เช่น ความกลัว → ความกล้าหาญ ความวิตกกังวล → ความมั่นใจ)
- ให้แต่ละคนเขียนความกลัวลงไปและเผามันให้เป็นการกระทำเชิงทำนาย
- ใช้ น้ำมันเจิม และ คำสารภาพพระคัมภีร์ ทับกัน

เครื่องมือของกระทรวง:
- น้ำมันเจิม
- บัตรคำประกาศพระคัมภีร์
- เพลงสรรเสริญพระเจ้า: "No Longer Slaves" โดย Bethel

ข้อมูลเชิงลึกที่สำคัญ
ความกลัวที่ถูกยอมรับคือ **ความศรัทธาที่ถูกปนเปื้อน** คุณไม่สามารถกล้าหาญและหวาดกลัวในเวลาเดียวกันได้ — จงเลือกความกล้าหาญ

วารสารสะท้อนความคิด
- ความกลัวอะไรที่ติดอยู่ในใจฉันมาตั้งแต่เด็ก?
- ความกลัวส่งผลต่อการตัดสินใจ สุขภาพ หรือความสัมพันธ์ของฉันอย่างไร
- หากฉันเป็นอิสระอย่างสมบูรณ์ ฉันจะทำอะไรต่างไปจากเดิม?

คำอธิษฐานเพื่ออิสรภาพจากความกลัว
พระบิดาเจ้าข้า ลูก ขอสละวิญญาณแห่งความกลัว ลูกขอปิดประตูทุกบานด้วยบาดแผล คำพูด หรือบาปที่นำพาความกลัวเข้ามา ลูกขอรับพระวิญญาณแห่งพลัง ความรัก และสติสัมปชัญญะ ลูกขอประกาศความกล้าหาญ สันติสุข และชัยชนะในพระนามพระเยซู ความกลัวไม่มีที่ยืนในชีวิตของลูกอีกต่อไป อาเมน

วันที่ 14: เครื่องหมายซาตาน — การลบล้างตราบาปอันชั่วร้าย

*"ตั้งแต่นี้ไปอย่าให้ผู้ใดมารบกวนข้าพเจ้าเลย
เพราะข้าพเจ้ามีรอยแผลของพระเยซูเจ้าอยู่ในกายข้าพเจ้า"* — กาลาเทีย 6:17
"เขาจะประทับนามของเราไว้เหนือบุตรหลานของอิสราเอล และเราจะอวยพรพวกเขา"
— กันดารวิถี 6:27

ชะตากรรมหลายอย่างถูก กำหนดไว้ อย่างเงียบๆ ในอาณาจักรแห่งจิตวิญญาณ
ไม่ใช่โดยพระเจ้า แต่โดยศัตรู
เครื่องหมายของซาตานเหล่านี้อาจมาในรูปแบบของสัญลักษณ์แปลกๆ บนร่างกาย
ความฝันเกี่ยวกับรอยสักหรือการตีตรา การถูกทำร้ายร่างกายที่กระทบกระเทือนจิตใจ
พิธีกรรมเลือด หรือแท่นบูชาที่สืบทอดกันมา บางอย่างมองไม่เห็น —
รับรู้ได้ผ่านความรู้สึกทางจิตวิญญาณเท่านั้น —
ในขณะที่บางอย่างปรากฏเป็นสัญลักษณ์ทางกายภาพ รอยสักปีศาจ
การตีตราทางจิตวิญญาณ หรือความเจ็บป่วยเรื้อรัง

เมื่อบุคคลถูกศัตรูหมายปอง พวกเขาอาจประสบกับ:
- การปฏิเสธและความเกลียดชังอย่างต่อเนื่องโดยไม่มีสาเหตุ
- การโจมตีและการปิดกั้นทางจิตวิญญาณซ้ำแล้วซ้ำเล่า
- การเสียชีวิตก่อนวัยอันควรหรือวิกฤตสุขภาพในบางช่วงวัย
- การถูกติดตามในจิตวิญญาณ — มองเห็นได้เสมอจากความมืด

เครื่องหมายเหล่านี้ทำหน้าที่เป็น แท็กทางกฎหมาย
โดยให้วิญญาณชั่วร้ายได้รับอนุญาตให้ทรมาน ล่าช้า หรือเฝ้าติดตาม
แต่พระโลหิตของพระเยซู **ทรงชำระล้าง** และ **ทรงสร้างแบรนด์** ใหม่

นิพจน์ทั่วโลก
- **แอฟริกา** — เครื่องหมายประจำเผ่า รอยบาดแผลจากพิธีกรรม รอยแผลเป็นจากการเริ่มต้นที่ลึกลับ
- **เอเชีย** — ตราประทับทางจิตวิญญาณ สัญลักษณ์บรรพบุรุษ เครื่องหมายกรรม

- **ละตินอเมริกา** – เครื่องหมายการเริ่มต้น Brujeria (เวทมนตร์) สัญลักษณ์การเกิดที่ใช้ในพิธีกรรม
- **ยุโรป** – ตราสัญลักษณ์ของกลุ่มฟรีเมสัน รอยสักที่แสดงถึงการเรียกวิญญาณนำทาง
- **อเมริกาเหนือ** – สัญลักษณ์ยุคใหม่ รอยสักการล่วงละเมิดทางพิธีกรรม การประทับตราปีศาจผ่านพันธสัญญาลึกลับ

เรื่องจริง — พลังแห่งการสร้างแบรนด์ใหม่

เดวิดจากยูกันดา

ดาวิดต้องเผชิญกับการปฏิเสธอยู่ตลอดเวลา ไม่มีใครอธิบายได้ว่าทำไม แม้จะมีพรสวรรค์ก็ตาม ในการอธิษฐาน ผู้เผยพระวจนะท่านหนึ่งเห็น "เครื่องหมายกากบาททางวิญญาณ" บนหน้าผากของเขา ซึ่งเป็นเครื่องหมายจากพิธีกรรมในวัยเด็กที่นักบวชในหมู่บ้านทำ ระหว่างการปลดปล่อย เครื่องหมายดังกล่าวถูกลบล้างทางวิญญาณด้วยน้ำมันเจิมและคำประกาศเรื่องพระโลหิตของพระเยซู ชีวิตของเขาเปลี่ยนไปภายในไม่กี่สัปดาห์ เขาแต่งงาน ได้งานทำ และกลายเป็นผู้นำเยาวชน

แซนดร้าจากบราซิล

แซนดรามีรอยสักรูปมังกรซึ่งเกิดจากการกบฏในวัยรุ่นของเธอ หลังจากอุทิศชีวิตให้กับพระคริสต์ เธอสังเกตเห็นการโจมตีทางจิตวิญญาณอย่างรุนแรงทุกครั้งที่เธออดอาหารหรืออธิษฐาน บาทหลวงของเธอสังเกตเห็นว่ารอยสักดังกล่าวเป็นสัญลักษณ์ปีศาจที่เชื่อมโยงกับการเฝ้าสังเกตวิญญาณ หลังจากผ่านการกลับใจ การอธิษฐาน และการเยียวยาภายใน เธอได้ลบรอยสักดังกล่าวออกและทำลายสายใยแห่งวิญญาณ ฝันร้ายของเธอก็หายไปทันที

แผนปฏิบัติการ — ลบรอย

1. **ขอให้พระวิญญาณบริสุทธิ์**
   เปิดเผยเครื่องหมายทางจิตวิญญาณหรือทางกายในชีวิตของคุณ

2. **กลับใจ**
   จากการมีส่วนร่วมส่วนตัวหรือสืบทอดในพิธีกรรมที่อนุญาตให้พวกเขาทำ
3. **นำโลหิตของพระเยซู** มาทาบนร่างกายของคุณ — หน้าผาก มือ และเท้า
4. **ทำลายการติดตามวิญญาณ ความผูกพันทางจิตวิญญาณ และสิทธิทางกฎหมาย** ที่ผูกติดกับเครื่องหมาย (ดูข้อพระคัมภีร์ด้านล่าง)
5. **ลบรอยสักหรือสิ่งของ** (ตามที่กำหนด) ที่เกี่ยวข้องกับพันธสัญญาอันมืดมิดออกไป

การสมัครเป็นกลุ่ม – การสร้างแบรนด์ใหม่ในพระคริสต์

- ถามสมาชิกในกลุ่ม: คุณเคยมีรอยหรือฝันว่าจะถูกตีตราบ้างไหม?
- นำคำอธิษฐาน **ชำระล้างและอุทิศตน** ต่อพระคริสต์อีกครั้ง
- เจิมหน้าผากด้วยน้ำมันและประกาศว่า
  "บัดนี้ท่านมีเครื่องหมายของพระเยซูคริสต์เจ้าแล้ว"
- ละทิ้งจิตวิญญาณแห่งการติดตามและเชื่อมโยงตัวตนของพวกเขาใหม่ในพระคริสต์

เครื่องมือของกระทรวง:

- น้ำมันมะกอก (สำหรับเจิม)
- กระจกหรือผ้าขาว (สัญลักษณ์การซักล้าง)
- ศีลมหาสนิท (ปิดผนึกอัตลักษณ์ใหม่)

ข้อมูลเชิงลึกที่สำคัญ

สิ่งที่ถูกทำเครื่องหมายไว้ในจิตวิญญาณก็จะ **ปรากฏอยู่ในจิตวิญญาณ** — ลบสิ่งที่ศัตรูใช้แท็กคุณออกไป

วารสารสะท้อนความคิด

- ฉันเคยเห็นรอยช้ำหรือสัญลักษณ์แปลกๆ บนร่างกายของฉันโดยไม่มีคำอธิบายหรือไม่?
- มีวัตถุ การเจาะ หรือรอยสักใดที่ฉันต้องสละหรือลบออกหรือไม่?
- ฉันได้อุทิศร่างกายของฉันให้เป็นวิหารของพระวิญญาณบริสุทธิ์อย่างสมบูรณ์แล้วหรือยัง?

คำอธิษฐานเพื่อการสร้างแบรนด์ใหม่

แต่พระเยซูเจ้า ข้าพระองค์ขอสละเครื่องหมาย พันธสัญญา
และการอุทิศตนทั้งปวงที่กระทำในร่างกายหรือจิตวิญญาณของข้าพระองค์
นอกเหนือจากพระประสงค์ของพระองค์ ด้วยพระโลหิตของพระองค์
ข้าพระองค์ลบล้างเครื่องหมายของซาตานทุกประการ
ข้าพระองค์ขอประกาศว่าข้าพระองค์ถูกตราไว้เพื่อพระคริสต์เท่านั้น
ขอพระองค์ทรงประทับตราแห่งความเป็นเจ้าของข้าพระองค์
และขอให้วิญญาณที่เฝ้าติดตามทุกดวงหลงลืมข้าพระองค์ไป
ข้าพระองค์ไม่ปรากฏแก่ความมืดอีกต่อไป ข้าพระองค์เดินอย่างอิสระ —
ในพระนามพระเยซู อาเมน

วันที่ 15: อาณาจักรกระจก — หลบหนีจากคุกแห่งการสะท้อน

"โพราะ บัดนี้ เราเห็นเพียงเลือนรางผ่านกระจก แต่คราวนั้นเราจะเห็นหน้ากัน..." — 1 โครินธ์ 13:12
"มีตาแต่ไม่เห็น มีหูแต่ไม่ได้ยิน..." — สดุดี 115:5–6

ในโลกวิญญาณ มี **อาณาจักรกระจกเงา — สถานที่แห่ง** *ตัวตนปลอม*
การหลอกลวงทางจิตวิญญาณ และการสะท้อนอันมืดมิด
สิ่งที่หลายคนเห็นในความฝันหรือนิมิตอาจเป็นกระจกที่ไม่ได้มาจากพระเจ้า
แต่เป็นเครื่องมือแห่งการหลอกลวงจากอาณาจักรแห่งความมืดมิด
ในศาสตร์ลึกลับ กระจกถูกใช้เพื่อ **ดักจับวิญญาณ เฝ้า** ติดตาม **ชีวิต** หรือ
ถ่ายทอดบุคลิกภาพ ในบางช่วงของการปลดปล่อย ผู้คนรายงานว่าเห็นตัวเอง "มีชีวิตอยู่"
อยู่ในสถานที่อื่น ไม่ว่าจะเป็นในกระจก บนจอ หรือหลังม่านวิญญาณ
สิ่งเหล่านี้ไม่ใช่ภาพหลอน แต่มักเป็นคุกของซาตานที่ออกแบบมาเพื่อ:

- แบ่งแยกจิตวิญญาณ
- ชะตาชะตาที่ล่าช้า

- สับสนในตัวตน
- โฮสต์ไทม์ไลน์ทางจิตวิญญาณทางเลือก

เป้าหมาย? เพื่อสร้าง *ตัวตนปลอม* ของคุณที่อยู่ภายใต้การควบคุมของปีศาจ ในขณะที่ตัวตนที่แท้จริงของคุณกำลังตกอยู่ ในความสับสนหรือพ่ายแพ้

นิพจน์ทั่วโลก

- **แอฟริกา** – เวทมนตร์กระจกที่หมอผีใช้เพื่อตรวจสอบ ดักจับ หรือโจมตี
- **เอเชีย** – หมอผีใช้ชามน้ำหรือหินขัดเพื่อ "มองเห็น" และเรียกวิญญาณ
- **ยุโรป** – พิธีกรรมกระจกดำ การทำนายดวงชะตาผ่านการสะท้อนกลับ
- **ละตินอเมริกา** – การมองผ่านกระจกออบซิเดียนในประเพณีแอซเท็ก
- **อเมริกาเหนือ** – ประตูกระจกยุคใหม่
การจ้องมองกระจกเพื่อการเดินทางในโลกวิญญาณ

คำพยาน — "หญิงสาวในกระจก"
มาเรียจากฟิลิปปินส์

มาเรียเคยฝันว่าตัวเองติดอยู่ในห้องที่เต็มไปด้วยกระจก ทุกครั้งที่เธอก้าวหน้าในชีวิตเธอจะเห็นตัวเองในกระจกกำลังดึงเธอให้ถอยหลัง คืนหนึ่งระหว่างการปลดปล่อยเธอกรีดร้องและเล่าว่าเห็นตัวเอง "เดินออกมาจากกระจก" สู่อิสรภาพ บาทหลวงของเธอได้ทาครีมที่ดวงตาของเธอและนำเธอให้ละทิ้งการหลอกลวงในกระจก นับแต่นั้นมา ความแจ่มใสทางจิตใจ ธุรกิจ และชีวิตครอบครัวของเธอก็เปลี่ยนแปลงไป

เดวิดจากสกอตแลนด์
เดวิดเคยฝึกฝนสมาธิแบบนิวเอจอย่างลึกซึ้ง และได้ฝึก "งานเงากระจก" เมื่อเวลาผ่านไปเขาเริ่มได้ยินเสียงและเห็นตัวเองทำในสิ่งที่ไม่เคยตั้งใจไว้ หลังจากยอมรับพระคริสต์ผู้เผยแผ่ศาสนาได้ทำลายสายใยแห่งวิญญาณในกระจกและอธิษฐานเหนือจิตใจของเขาเดวิดเล่าว่ารู้สึกเหมือน "หมอกจางหาย" เป็นครั้งแรกในรอบหลายปี

แผนปฏิบัติการ — ทำลายคาถากระจก
1. ละเว้น การมีส่วนร่วมกับกระจกที่ใช้ในทางจิตวิญญาณทั้งที่รู้หรือไม่รู้

2. **ปิดกระจกทั้งหมดในบ้านของคุณ** ด้วยผ้าในระหว่างการสวดมนต์หรือถือศีลอด (ถ้ามีผู้นำ)
3. **ชโลมตาและหน้าผากของคุณ** — ประกาศตอนนี้คุณเห็นเฉพาะสิ่งที่พระเจ้าเห็นเท่านั้น
4. **ใช้พระคัมภีร์** เพื่อประกาศอัตลักษณ์ของคุณในพระคริสต์ ไม่ใช่ด้วยการสะท้อนที่ผิดๆ:
    - *อิสยาห์ 43:1*
    - *2 โครินธ์ 5:17*
    - *ยอห์น 8:36*

การสมัครแบบกลุ่ม — การฟื้นฟูอัตลักษณ์
- ถาม: คุณเคยฝันเกี่ยวกับกระจก คนสองคน หรือมีคนเฝ้าดูคุณบ้างไหม?
- นำคำอธิษฐานเพื่อฟื้นคืนอัตลักษณ์ — ประกาศอิสรภาพจากตัวตนที่เป็นเท็จ
- วางมือบนดวงตา (โดยใช้สัญลักษณ์หรือสวดมนต์) และอธิษฐานขอให้มองเห็นได้ชัดเจน
- ใช้กระจกเงาเป็นกลุ่มเพื่อประกาศคำทำนายว่า *"ฉันคือผู้ที่พระเจ้าตรัสว่าฉันเป็น ไม่มีอะไรอื่น"*

เครื่องมือของกระทรวง:
- ผ้าขาว (คลุมสัญลักษณ์)
- น้ำมันมะกอกสำหรับเจิม
- คู่มือการประกาศกระจกพยากรณ์

ข้อมูลเชิงลึกที่สำคัญ
ศัตรูชอบบิดเบือนวิธีที่คุณมองเห็นตัวเอง เพราะตัวตนของคุณคือจุดเข้าถึงโชคชะตา

วารสารสะท้อนความคิด
- ฉันเคยเชื่อเรื่องโกหกเกี่ยวกับตัวฉันหรือเปล่า?

- ฉันเคยเข้าร่วมพิธีกรรมกระจกหรือได้รับอนุญาตให้ใช้เวทมนตร์กระจกโดยไม่รู้ตัวหรือไม่?
- พระเจ้าตรัสว่าอย่างไรเกี่ยวกับตัวฉัน?

คำอธิษฐานขออิสรภาพจากอาณาจักรกระจก

พระบิดาในสวรรค์ ข้าพระองค์ทำลายพันธสัญญาทุกประการกับอาณาจักรกระจกเงา —
เงาสะท้อนอันมืดมิด ร่างสองฝ่ายวิญญาณ และเส้นเวลาปลอมแปลง
ข้าพระองค์สละอัตลักษณ์ปลอมทั้งหมด
ข้าพระองค์ประกาศว่าข้าพระองค์เป็นผู้ที่พระองค์ตรัสว่าข้าพระองค์เป็น
โดยพระโลหิตของพระเยซู ข้าพระองค์ก้าวออกจากคุกแห่งเงาสะท้อน
และเข้าสู่จุดมุ่งหมายอันสมบูรณ์ของข้าพระองค์ ตั้งแต่วันนี้
ข้าพระองค์มองเห็นด้วยพระเนตรของพระวิญญาณ — ในความจริงและความแจ่มชัด
ในพระนามพระเยซู อาเมน

วันที่ 16: ทำลายพันธะแห่งคำสาป — ทวงคืนชื่อและอนาคตของคุณ

"ความตายและชีวิตอยู่ในอำนาจของลิ้น..." — สุภาษิต 18:21
*"ไม่มีอาวุธใดที่สร้างขึ้นเพื่อต่อสู้เจ้าจะเจริญรุ่งเรือง
และลิ้นทุกลิ้นที่ลุกขึ้นต่อสู้เจ้าเพื่อพิพากษา เจ้าจะประณาม..."* — อิสยาห์ 54:17

คำพูดไม่ใช่แค่เสียง แต่เป็น **ภาชนะทางจิตวิญญาณ** ที่บรรจุพลังแห่งการอวยพรหรือการผูกมัด หลายคนไม่รู้ตัวว่ากำลังเผชิญกับ **คำสาปแช่งที่พ่อแม่ ครูบาอาจารย์ ผู้นำทางจิตวิญญาณ อดีตคนรัก หรือแม้แต่ปากของตัวเองพูด** ใส่พวกเขา

บางคนเคยได้ยินเรื่องนี้มาก่อน:

- "คุณจะไม่มีวันประสบความสำเร็จอะไรเลย"
- "คุณก็เหมือนพ่อของคุณนั่นแหละ ไร้ประโยชน์"
- "ทุกสิ่งที่คุณสัมผัสจะล้มเหลว"
- "ถ้าฉันไม่ได้คุณ ก็ไม่มีใครจะได้คุณ"
- "เจ้าถูกสาป... ดูสิแล้วจะเห็น"

คำพูดแบบนี้ เมื่อพูดออกมาด้วยความโกรธ ความเกลียดชัง หรือความกลัว โดยเฉพาะอย่างยิ่งเมื่อพูดโดยผู้มีอำนาจ อาจกลายเป็นกับดักทางจิตวิญญาณได้ แม้แต่คำสาปแช่งที่เปล่งออกมาเอง เช่น *"ฉันอยากเกิดมาไม่ต้องเกิดมาเลย"* หรือ *"ฉันจะไม่แต่งงาน"* ก็สามารถให้สิทธิ์ทางกฎหมายแก่ศัตรูได้

นิพจน์ทั่วโลก

- **แอฟริกา** – คำสาปของชนเผ่า คำสาปของพ่อแม่เกี่ยวกับการกบฏ คำสาปของตลาด
- **เอเชีย** – การประกาศคำตามกรรม คำสาบานบรรพบุรุษที่กล่าวแก่ลูกหลาน
- **ละตินอเมริกา** – Brujeria (เวทมนตร์) คำสาปที่เปิดใช้งานโดยคำพูด
- **ยุโรป** – คำสาปที่พูดออกมา "คำทำนาย" ของครอบครัวที่เป็นจริง
- **อเมริกาเหนือ** – การล่วงละเมิดด้วยวาจา บทสวดอาถรรพ์ การกล่าวร้ายตนเอง

ไม่ว่าจะกระซิบหรือตะโกน
คำสาปที่พูดออกมาด้วยอารมณ์และความเชื่อก็มีน้ำหนักในจิตวิญญาณ

คำให้การ — "เมื่อแม่ของฉันพูดถึงความตาย"
เคอิชา (จาเมกา)

เคอิชาเติบโตมากับการได้ยินแม่พูดว่า *"เธอคือเหตุผลที่ชีวิตฉันพังทลาย"* ทุกๆ วันเกิด
ย่อมมีเรื่องร้ายๆ เกิดขึ้นเสมอ ตอนอายุ 21 ปี เธอพยายามฆ่าตัวตาย
เพราะเชื่อว่าชีวิตของเธอไม่มีค่า ระหว่างพิธีปลดปล่อย ศิษยาภิบาลถามว่า
"ใครพูดถึงความตายแทนชีวิตเธอ" เธอเสียใจอย่างหนัก
หลังจากละทิ้งคำพูดเหล่านั้นและปลดปล่อยการให้อภัย ในที่สุดเธอก็ได้สัมผัสกับความสุข
ปัจจุบัน เธอสอนเด็กสาวให้รู้จักพูดถึงชีวิตของตัวเอง

อังเดรย์ (โรมาเนีย)

ครูของอังเดรย์เคยกล่าวไว้ว่า *"เจ้าจะต้องติดคุกหรือตายก่อนอายุ 25"*
คำพูดนั้นยังคงหลอกหลอนเขา เขาเข้าสู่วงการอาชญากรรม และเมื่ออายุ 24 ปีก็ถูกจับกุม
ในคุก เขาได้พบกับพระคริสต์และตระหนักถึงคำสาปที่เขาเห็นด้วย
เขาเขียนจดหมายขออภัยโทษถึงครู ทำลายคำโกหกทุกคำที่กล่าวใส่ร้ายท่าน
และเริ่มกล่าวถึงพระสัญญาของพระเจ้า ปัจจุบันเขาเป็นผู้นำงานเผยแผ่ศาสนาในเรือนจำ

แผนปฏิบัติการ — พลิกคำสาป
1. จดคำพูดเชิงลบที่คนอื่นหรือตัวคุณเองพูดถึงคุณ
2. ในการสวดมนต์ **ให้ละคำสาปแช่งทุกคำ** (พูดออกมาดังๆ)
3. **ปล่อยวางการอภัย** แก่ผู้ที่กล่าวคำอภัย
4. **พูดความจริงของพระเจ้า** เหนือตัวคุณเองเพื่อแทนที่คำสาปด้วยพร:
   - เยเรมีย์ 29:11
   - เฉลยธรรมบัญญัติ 28:13
   - โรม 8:37
   - สดุดี 139:14

การสมัครเป็นกลุ่ม – พลังแห่งคำพูด
- ถาม: ข้อความใดบ้างที่หล่อหลอมตัวตนของคุณ — ดีหรือไม่ดี?
- แบ่งกลุ่มพูดคำสาปออกมาดังๆ (ด้วยความอ่อนไหว) และกล่าวคำอวยพรแทน
- ใช้บัตรข้อพระคัมภีร์ โดยแต่ละคนอ่านความจริง 3 ข้อเกี่ยวกับตัวตนของตนเองออกเสียงดังๆ
- ส่งเสริมให้สมาชิกเริ่ม พระราชกฤษฎีกาอวยพร ตนเอง เป็นเวลา 7 วัน

เครื่องมือของกระทรวง:
- การ์ดแฟลชที่มีเอกลักษณ์ของพระคัมภีร์
- น้ำมันมะกอกสำหรับทาปาก (วาจาอันศักดิ์สิทธิ์)
- การประกาศในกระจก — พูดความจริงขณะสะท้อนตัวเองทุกวัน

ข้อมูลเชิงลึกที่สำคัญ
หากมีการพูดคำสาปแช่ง ก็สามารถทำลายคำสาปนั้นได้
และคำพูดแห่งชีวิตใหม่ก็จะถูกพูดแทนที่

วารสารสะท้อนความคิด
- คำพูดของใครที่หล่อหลอมตัวตนของฉัน?
- ฉันได้สาปแช่งตัวเองด้วยความกลัว ความโกรธ หรือความอับอายหรือไม่?
- พระเจ้าตรัสว่าอย่างไรเกี่ยวกับอนาคตของฉัน?

คำอธิษฐานเพื่อทำลายคำสาป

แต่พระเยซูเจ้า ข้าพระองค์ขอสละคำสาปแช่งทุกคำที่กล่าวออกมาในชีวิตข้าพระองค์ ทั้งจากครอบครัว เพื่อนฝูง ครูอาจารย์ คนรัก และแม้กระทั่งตัวข้าพระองค์เอง ข้าพระองค์ขออภัยทุกเสียงที่ประกาศถึงความล้มเหลว การถูกปฏิเสธ หรือความตาย ข้าพระองค์ขอทำลายพลังของถ้อยคำเหล่านั้น ณ บัดนี้ ในพระนามพระเยซู ข้าพระองค์ขอเปล่งวาจาแห่งพร ความโปรดปราน และโชคชะตาเหนือชีวิตข้าพระองค์ ข้าพระองค์คือผู้ที่พระองค์ตรัสว่าข้าพระองค์เป็น เป็นที่รัก เป็นผู้ที่ทรงเลือกสรร เป็นผู้ที่ทรงเยียวยา และเป็นไท ในพระนามพระเยซู อาเมน

วันที่ 17:
การปลดปล่อยจากการควบคุมและการจัดการ

"เวทมนตร์ไม่ได้หมายความถึงเสื้อคลุมหรือหม้อปรุงยาเสมอไป แต่บางครั้งอาจเป็นคำพูด อารมณ์ และสายจูงที่มองไม่เห็น"

"เพราะการกบฏเป็นเหมือนบาปแห่งเวทมนตร์
และความดื้อรั้นเป็นเหมือนความชั่วร้ายและการบูชารูปเคารพ"
— 1 ซามูเอล 15:23

เวทมนตร์คาถาไม่ได้พบเห็นได้แค่ในศาลเจ้าเท่านั้น
มักมีรอยยิ้มและควบคุมจิตใจผู้อื่นด้วยความรู้สึกผิด คุกคาม ประจบประแจง
หรือหวาดกลัว พระคัมภีร์เปรียบการกบฏ —
โดยเฉพาะการกบฏที่ควบคุมผู้อื่นอย่างไม่เป็นธรรม — ว่าเป็นเวทมนตร์คาถา
ทุกครั้งที่เราใช้แรงกดดันทางอารมณ์ จิตใจ หรือจิตวิญญาณเพื่อควบคุมจิตใจของผู้อื่น
เรากำลังเดินอยู่ในดินแดนอันตราย

การแสดงออกระดับโลก

- **แอฟริกา** – แม่ๆ สาปแช่งลูกๆ ด้วยความโกรธ คนรักผูกมัดผู้อื่นด้วย "จูจู" หรือยาเสน่ห์ ผู้นำทางจิตวิญญาณข่มขู่ผู้ติดตาม
- **เอเชีย** – การควบคุมของครูเหนือลูกศิษย์ การแบล็กเมล์ของพ่อแม่ในการแต่งงานที่จัดขึ้น การจัดการสายพลังงาน
- **ยุโรป** – คำสาบานของฟรีเมสันที่ควบคุมพฤติกรรมระหว่างรุ่น ความผิดทางศาสนา และการครอบงำ
- **ละตินอเมริกา** – Brujería (เวทมนตร์) ใช้เพื่อกักขังคู่รัก การแบล็กเมล์ทางอารมณ์ที่ฝังรากลึกในคำสาปของครอบครัว
- **อเมริกาเหนือ** – การเลี้ยงดูแบบหลงตัวเอง ความเป็นผู้นำที่ชอบบงการซึ่งปกปิดไว้เป็น "สิ่งปกปิดทางจิตวิญญาณ" คำทำนายที่เกิดจากความกลัว

เสียงของเวทมนตร์มักจะกระซิบว่า: *"ถ้าคุณไม่ทำเช่นนี้ คุณจะสูญเสียฉัน สูญเสียความโปรดปรานของพระเจ้า หรือต้องทนทุกข์ทรมาน"*
แต่ความรักที่แท้จริงไม่เคยควบคุมใคร เสียงของพระเจ้านำมาซึ่งความสงบสุข ความแจ่มชัด และอิสรภาพในการเลือกเสมอ

เรื่องจริง — การทำลายสายจูงที่มองไม่เห็น

เกรซจากแคนาดา มีส่วนร่วมอย่างลึกซึ้งในพันธกิจเผยพระวจนะ ซึ่งผู้นำเริ่มสั่งการว่าเธอควรออกเดทกับใคร อาศัยอยู่ที่ไหน และแม้กระทั่งกำหนดวิธีอธิษฐาน ตอนแรกเธอรู้สึกว่าเป็นเรื่องจิตวิญญาณ แต่เมื่อเวลาผ่านไป เธอรู้สึกเหมือนถูกคุมขังในความคิดเห็นของเขา เมื่อใดก็ตามที่เธอพยายามตัดสินใจด้วยตัวเอง เธอจะถูกบอกว่าเธอกำลัง "กบฏต่อพระเจ้า" หลังจากสติแตกและอ่าน *Greater Exploits เล่ม 14* เธอจึงตระหนักว่านี่คือเวทมนตร์คาริสม่า — การควบคุมที่แฝงตัวมาในรูปแบบของคำทำนาย เกรซสละความผูกพันทางจิตวิญญาณกับผู้นำทางจิตวิญญาณของเธอ สำนึกผิดในข้อตกลงกับการใช้อำนาจในทางมิชอบ และเข้าร่วมกับชุมชนท้องถิ่นเพื่อการเยียวยา ปัจจุบัน เธอมีสุขภาพแข็งแรงสมบูรณ์และช่วยเหลือผู้อื่นให้หลุดพ้นจากการละเมิดทางศาสนา

แผนปฏิบัติการ — การมองเห็นเวทมนตร์ในความสัมพันธ์

1. ถามตัวเองว่า: *ฉันรู้สึกเป็นอิสระเมื่ออยู่ใกล้คนๆ นี้หรือกลัวที่จะทำให้เขาผิดหวัง?*
2. แสดงรายการความสัมพันธ์ที่ใช้ความรู้สึกผิด การคุกคาม หรือการประจบสอพลอเป็นเครื่องมือในการควบคุม
3. ละทิ้งความผูกพันทางอารมณ์ จิตวิญญาณ หรือจิตวิญญาณทุกอย่างที่ทำให้คุณรู้สึกถูกครอบงำหรือไม่มีเสียง
4. อธิษฐานออกเสียงดังๆ เพื่อตัดสายจูงที่คอยบงการทุกอย่างในชีวิตของคุณ

เครื่องมือพระคัมภีร์

- **1 ซามูเอล 15:23** – การกบฏและการใช้เวทมนตร์

- กาลาเทีย 5:1 –
  "จงยืนหยัดมั่นคง...อย่าให้ภาระของการเป็นทาสมาครอบงำอีกเลย"
- 2 โครินธ์ 3:17 – "ที่ใดมีพระวิญญาณของพระเจ้า ที่นั่นก็มีเสรีภาพ"
- มีคาห์ 3:5–7 – ผู้เผยพระวจนะเท็จใช้การข่มขู่และการติดสินบน

การอภิปรายกลุ่มและการสมัคร
- แบ่งปัน (โดยไม่เปิดเผยตัวตนหากจำเป็น)
  เวลาที่คุณรู้สึกว่าถูกควบคุมทางจิตวิญญาณหรือทางอารมณ์
- เล่นบทบาทการอธิษฐานเพื่อบอกความจริง -
  ปล่อยการควบคุมของผู้อื่นและยึดเจตจำนงของคุณกลับคืนมา
- ให้สมาชิกเขียนจดหมาย (จริงหรือสัญลักษณ์)
  เพื่อทำลายความสัมพันธ์กับบุคคลที่มีอำนาจควบคุม
  และประกาศอิสรภาพในพระคริสต์

เครื่องมือของกระทรวง:
- คู่ช่วยปลดปล่อยคู่กัน
- ใช้น้ำมันเจิมเพื่อประกาศอิสรภาพเหนือจิตใจและความตั้งใจ
- ใช้การมีส่วนร่วมเพื่อฟื้นฟูพันธสัญญากับพระคริสต์ในฐานะ
  ผู้ปกป้องที่แท้จริงเพียงหนึ่ง เดียว

ข้อมูลเชิงลึกที่สำคัญ
ที่ใดมีการควบคุม เวทมนตร์ก็เจริญงอกงาม แต่ที่ใดมีพระวิญญาณของพระเจ้า
ที่นั่นย่อมมีอิสรภาพ

วารสารสะท้อนความคิด
- ฉันอนุญาตให้ใครหรือสิ่งใดควบคุมเสียง ความตั้งใจ หรือทิศทางของฉัน?
- ฉันเคยใช้ความกลัวหรือคำประจบสอพลอเพื่อให้ได้สิ่งที่ต้องการหรือไม่?
- วันนี้ฉันจะต้องทำอย่างไรเพื่อเดินตามเสรีภาพของพระคริสต์?

คำอธิษฐานเพื่อการปลดปล่อย
*พระบิดาบนสวรรค์ ข้าพระองค์ขอสละการชักจูงทางอารมณ์ จิตวิญญาณ
และจิตวิทยาทุกรูปแบบที่ดำเนินอยู่ภายในหรือรอบตัวข้าพระองค์*

ข้าพระองค์ขอตัดขาดพันธนาการทางวิญญาณทุกรูปแบบที่หยั่งรากลึกในความกลัว ความรู้สึกผิด และการควบคุม ข้าพระองค์ขอปลดปล่อยตนเองจากการกบฏ การครอบงำ และการข่มขู่
ข้าพระองค์ขอประกาศว่าข้าพระองค์ได้รับการทรงนำโดยพระวิญญาณของพระองค์เท่านั้น ข้าพระองค์ขอได้รับพระคุณที่จะดำเนินชีวิตในความรัก ความจริง และอิสรภาพ
ในพระนามพระเยซู อาเมน

วันที่ 18:
ทำลายพลังของการไม่ให้อภัยและความขมขื่น

"การไม่ให้อภัยก็เหมือนกับการดื่มยาพิษแล้วคาดหวังว่าอีกฝ่ายจะตาย"
"จงระวังอย่าให้มีรากขมขื่นงอกขึ้นมาก่อความเดือดร้อนและทำให้คนเป็นอันมากแปดเปื้อน"
— ฮีบรู 12:15

ความขมขื่นคือตัวทำลายอันเงียบงัน มันอาจจะเริ่มต้นด้วยความเจ็บปวด การทรยศ การโกหก การสูญเสีย แต่เมื่อปล่อยไว้โดยไม่ได้รับการควบคุม
มันจะฝังรากลึกจนกลายเป็นการไม่ให้อภัย
และสุดท้ายก็กลายเป็นรากเหง้าที่เป็นพิษต่อทุกสิ่ง
การไม่ให้อภัยเปิดประตูสู่วิญญาณที่ทรมาน (มัทธิว 18:34) มันบดบังการมองเห็น ขัดขวางการเยียวยา ปิดกั้นคำอธิษฐานของคุณ
และปิดกั้นการไหลเวียนของพลังอำนาจของพระเจ้า
การปลดปล่อยไม่ใช่แค่การขับไล่ปีศาจออกไปเท่านั้น
แต่เป็นการปลดปล่อยสิ่งที่คุณกักเก็บไว้ภายใน

การแสดงออกถึงความขมขื่นทั่วโลก
- **แอฟริกา** — สงครามชนเผ่า ความรุนแรงทางการเมือง และการทรยศหักหลังในครอบครัวที่สืบทอดกันมาหลายชั่วรุ่น
- **เอเชีย** — การเสื่อมเสียเกียรติระหว่างพ่อแม่และลูก บาดแผลทางวรรณะ การทรยศต่อศาสนา
- **ยุโรป** — ความเงียบงันจากรุ่นสู่รุ่นจากการถูกทำร้าย ความขมขื่นจากการหย่าร้างหรือการนอกใจ
- **ละตินอเมริกา** — บาดแผลจากสถาบันที่ทุจริต การปฏิเสธจากครอบครัว การจัดการทางจิตวิญญาณ
- **อเมริกาเหนือ** — ความเจ็บปวดจากคริสตจักร บาดแผลทางเชื้อชาติ พ่อที่ไม่อยู่ และความอยุติธรรมในที่ทำงาน

ความขมขื่นไม่ได้ส่งเสียงร้องออกมาเสมอไป บางครั้งมันกระซิบว่า
"ฉันจะไม่มีวันลืมสิ่งที่พวกเขาทำ"
แต่พระเจ้าตรัสว่า: *ปล่อยมันไป — ไม่ใช่เพราะพวกเขาสมควรได้รับ แต่เพราะ* **คุณ** *สมควรได้รับ*

เรื่องจริง — ผู้หญิงที่ไม่ยอมให้อภัย
มาเรียจากบราซิล อายุ 45 ปีเมื่อเธอมาขอความช่วยเหลือครั้งแรก
ทุกคืนเธอฝันว่าถูกบีบคอ เธอมีแผลในกระเพาะอาหาร ความดันโลหิตสูง
และภาวะซึมเศร้า ระหว่างการเข้ารับการบำบัด
มีผู้เปิดเผยว่าเธอมีความเกลียดชังต่อพ่อที่เคยทำร้ายเธอในวัยเด็ก
และต่อมาก็ละทิ้งครอบครัวไป
เธอได้เปลี่ยนมานับถือศาสนาคริสต์ แต่ไม่เคยให้อภัยเขาเลย
ขณะที่เธอร้องไห้และปล่อยเขาไปต่อหน้าพระเจ้า ร่างกายของเธอสั่นสะท้าน
มีบางอย่างแตกหัก คืนนั้น เธอได้นอนหลับอย่างสงบเป็นครั้งแรกในรอบ 20 ปี
สองเดือนต่อมา สุขภาพของเธอเริ่มดีขึ้นอย่างมาก
ตอนนี้เธอแบ่งปันเรื่องราวของเธอในฐานะโค้ชผู้เยียวยาสำหรับผู้หญิง

แผนปฏิบัติการ — การถอนรากแห่งความขมขื่น
1. **ตั้งชื่อมัน** – จดชื่อของคนที่ทำร้ายคุณ — แม้แต่ตัวคุณเองหรือพระเจ้า (ถ้าคุณโกรธพระองค์ในใจลึกๆ)
2. **ปล่อยมันไป** – พูดออกมาดังๆ ว่า "ฉันเลือกที่จะให้อภัย [ชื่อ] สำหรับ [การกระทำผิดบางอย่าง] ฉันปล่อยพวกเขาไปและเป็นอิสระ"
3. **เผามัน** – หากปลอดภัยที่จะทำเช่นนั้น ให้เผาหรือฉีกกระดาษเป็นชิ้นเล็กชิ้นน้อยเพื่อเป็นการทำนายการปลดปล่อย
4. **จงอธิษฐานขอพร** แก่ผู้ที่ทำผิดต่อคุณ แม้ว่าอารมณ์ของคุณจะต่อต้านก็ตาม นี่คือสงครามทางจิตวิญญาณ

เครื่องมือพระคัมภีร์
- *มัทธิว 18:21–35* – อุปมาเรื่องผู้รับใช้ที่ไม่ยอมให้อภัย
- *ฮีบรู 12:15* – รากที่ขมขื่นทำให้คนจำนวนมากเป็นมลทิน
- *มาระโก 11:25* – จงยกโทษให้ เพื่อคำอธิษฐานของท่านจะไม่ถูกขัดขวาง

- *โรม 12:19–21* – ปล่อยให้การแก้แค้นเป็นหน้าที่ของพระเจ้า

การสมัครและการปฏิบัติศาสนกิจแบบกลุ่ม
- ขอให้แต่ละคนบอกชื่อบุคคลที่พวกเขาพยายามให้อภัย
  (เป็นการส่วนตัวหรือเป็นลายลักษณ์อักษร)
- แบ่งเป็นทีมสวดมนต์เพื่อเดินตามกระบวนการให้อภัยโดยใช้คำอธิษฐานด้านล่าง
- เป็นผู้นำ "พิธีเผา" ตามคำทำนาย
  โดยที่ความผิดที่เป็นลายลักษณ์อักษรจะถูกทำลายและแทนที่ด้วยคำประกาศการรักษา

เครื่องมือของกระทรวง:
- บัตรประกาศการอภัยโทษ
- ดนตรีบรรเลงอันนุ่มนวลหรือการบูชาอันชุ่มฉ่ำ
- น้ำมันแห่งความยินดี (สำหรับเจิมหลังการปลดปล่อย)

ข้อมูลเชิงลึกที่สำคัญ
การไม่ให้อภัยคือประตูที่ศัตรูฉวยโอกาส การให้อภัยคือดาบที่ตัดเชือกแห่งพันธนาการ

วารสารสะท้อนความคิด
- วันนี้ฉันต้องให้อภัยใคร?
- ฉัน ให้อภัย ตัวเองแล้วหรือยัง —
  หรือฉันกำลังลงโทษตัวเองจากความผิดพลาดในอดีต?
- ฉันเชื่อไหมว่าพระเจ้าสามารถฟื้นฟูสิ่งที่ฉันสูญเสียไปจากการทรยศหรือความผิดได้?

คำอธิษฐานเพื่อการปลดปล่อย
พระเยซูเจ้า ข้าพระองค์มาอยู่เบื้องพระพักตร์พระองค์ด้วยความเจ็บปวด ความโกรธ
และความทรงจำ ข้าพระองค์ขอเลือกวันนี้ด้วยศรัทธา ที่จะให้อภัยทุกคนที่ทำร้าย ทำร้าย
ทรยศ หรือปฏิเสธข้าพระองค์ ข้าพระองค์ปล่อยพวกเขาไป
ข้าพระองค์ปลดปล่อยพวกเขาจากการพิพากษา
และข้าพระองค์ปลดปล่อยตนเองจากความขมขื่น

ข้าพระองค์ขอพระองค์เยียวยาบาดแผลทุกประการและเติมเต็มข้าพระองค์ด้วยสันติสุขของพระองค์ ในพระนามพระเยซู อาเมน

วันที่ 19: การรักษาจากความอับอายและการประณาม

ความอับอายบอกว่า 'ฉันเลว' การกล่าวโทษบอกว่า 'ฉันจะไม่มีวันเป็นอิสระ'
แต่พระเยซูตรัสว่า 'เจ้าเป็นของเรา และเราได้ทำให้เจ้า เป็นใหม่'
"ผู้ที่มองดูพระองค์ก็รุ่งโรจน์ ใบหน้าของพวกเขาไม่เคยถูกปกปิดด้วยความอับอาย"
— *สดุดี 34:5*

ความอับอายไม่ใช่แค่ความรู้สึก แต่เป็นกลยุทธ์ของศัตรู
มันคือเสื้อคลุมที่ศัตรูใช้ห่อหุ้มผู้ที่ล้มลง ล้มเหลว หรือถูกละเมิด มันบอกว่า
"เจ้าเข้าใกล้พระเจ้าไม่ได้ เจ้าสกปรกเกินไป บอบช้ำเกินไป และเจ้าผิดเกินไป"
แต่การประณามเป็น เรื่องโกหก เพราะว่าในพระคริสต์ ไม่มีการประณาม (โรม 8:1)

หลายคนที่แสวงหาอิสรภาพยังคงติดอยู่กับที่เพราะเชื่อว่าตนเอง ไม่คู่ควรกับอิสรภาพ
พวกเขาแบกความรู้สึกผิดไว้ราวกับเป็นตราสัญลักษณ์
และรำลึกถึงความผิดพลาดที่เลวร้ายที่สุดของตนราวกับแผ่นเสียงตกร่อง
พระเยซูไม่เพียงแต่จ่ายค่าบาปของคุณเท่านั้น แต่พระองค์ยังจ่ายค่าความอับอายของคุณด้วย

ใบหน้าแห่งความอับอายทั่วโลก

- **แอฟริกา** — ข้อห้ามทางวัฒนธรรมเกี่ยวกับการข่มขืน การเป็นหมัน การไม่มีบุตร หรือการไม่แต่งงาน
- **เอเชีย** — ความอับอายที่เกิดจากความคาดหวังของครอบครัวหรือการเบี่ยงเบนทางศาสนา
- **ละตินอเมริกา** — ความรู้สึกผิดจากการทำแท้ง การมีส่วนเกี่ยวข้องกับสิ่งลึกลับ หรือความเสื่อมเสียของครอบครัว
- **ยุโรป** — ความอับอายที่ซ่อนเร้นจากบาปที่ซ่อนเร้น การล่วงละเมิด หรือปัญหาสุขภาพจิต
- **อเมริกาเหนือ** — ความอับอายจากการติดยา การหย่าร้าง สื่อลามก หรือความสับสนในตัวตน

ความอับอายเติบโตในความเงียบ แต่จะตายไปในแสงสว่างแห่งความรักของพระเจ้า

เรื่องจริง — ชื่อใหม่หลังการทำแท้ง

จัสมินจากสหรัฐอเมริกา เคยทำแท้งมาแล้วสามครั้งก่อนที่จะมาเชื่อในพระคริสต์ แม้ว่าเธอจะได้รับความรอด แต่เธอก็ไม่สามารถให้อภัยตัวเองได้ วันแม่ทุกปีรู้สึกเหมือนถูกสาปแช่ง เมื่อผู้คนพูดถึงเรื่องลูกหรือการเลี้ยงดูบุตร เธอกลับรู้สึกว่าตัวเองไร้ค่า และที่แย่กว่านั้นคือ เธอไม่มีค่า ระหว่างการบำเพ็ญตบะของสตรี เธอได้ยินข่าวสารในอิสยาห์บทที่ 61 ว่า "แทนความอับอาย จะได้รับส่วนสองเท่า" เธอร้องไห้ คืนนั้น เธอเขียนจดหมายถึงลูกๆ ในครรภ์ สำนึกผิดอีกครั้งต่อพระพักตร์พระเจ้า และได้รับนิมิตเห็นพระเยซูประทานชื่อใหม่ให้เธอ ได้แก่ *"ที่รัก" "มารดา" "ได้รับการฟื้นฟู"*
ปัจจุบันเธอให้บริการแก่สตรีที่เคยแท้งบุตรและช่วยให้พวกเธอกลับมามีอัตลักษณ์ในพระคริสต์อีกครั้ง

แผนปฏิบัติการ — ก้าวออกจากเงามืด

1. **ตั้งชื่อความอับอาย** – จดบันทึกสิ่งที่คุณซ่อนไว้หรือรู้สึกผิดเกี่ยวกับมัน
2. **สารภาพความเท็จ** – เขียนข้อกล่าวหาที่คุณเชื่อ (เช่น "ฉันสกปรก" "ฉันไม่มีสิทธิ์")
3. **แทนที่ด้วยความจริง** – ประกาศพระวจนะของพระเจ้าออกเสียงดังๆ เหนือตัวคุณเอง (ดูข้อพระคัมภีร์ด้านล่าง)
4. **การกระทำเชิงพยากรณ์** – เขียนคำว่า "ความอับอาย" ลงบนกระดาษ แล้วฉีกหรือเผามัน ประกาศ: *"ข้าฯ ไม่ถูกผูกมัดด้วยสิ่งนี้อีกต่อไป!"*

เครื่องมือพระคัมภีร์

- *โรม 8:1–2* – ไม่มีการประณามในพระคริสต์
- *อิสยาห์ 61:7* – ส่วนสองเท่าสำหรับความอับอาย
- *สดุดี 34:5* – ความสว่างไสวในที่ประทับของพระองค์
- *ฮีบรู 4:16* – การเข้าถึงบัลลังก์ของพระเจ้าอย่างกล้าหาญ
- *ซฟันยาห์ 3:19–20* – พระเจ้าทรงขจัดความอับอายในหมู่ประชาชาติ

การสมัครและการปฏิบัติศาสนกิจแบบกลุ่ม
- เชิญชวนผู้เข้าร่วมให้เขียนข้อความแสดงความอับอายโดยไม่ระบุชื่อ (เช่น "ฉันทำแท้ง" "ฉันถูกทำร้าย" "ฉันกระทำการฉ้อโกง") และใส่ลงในกล่องที่ปิดผนึก
- อ่านอิสยาห์ 61 ออกเสียงดังๆ จากนั้นนำคำอธิษฐานเพื่อการแลกเปลี่ยน — การไว้ทุกข์เพื่อความสุข เถ้าถ่านเพื่อความงาม ความอับอายเพื่อเกียรติยศ
- เล่นเพลงนมัสการที่เน้นย้ำถึงอัตลักษณ์ในพระคริสต์
- พูดคำทำนายแก่บุคคลที่พร้อมจะปล่อยวาง

เครื่องมือของกระทรวง:
- บัตรประจำตัวประชาชน
- น้ำมันเจิม
- เพลย์ลิสต์เพลงนมัสการ เช่น "You Say" (Lauren Daigle), "No Longer Slaves" หรือ "Who You Say I Am"

ข้อมูลเชิงลึกที่สำคัญ
ความอับอายเป็นขโมย มันขโมยเสียงของคุณ ความยินดีของคุณ และอำนาจของคุณไป
พระเยซูไม่ได้แค่ให้อภัยบาปของคุณเท่านั้น
แต่พระองค์ยังทรงปลดเปลื้องอำนาจของความอับอายนั้นออกไปด้วย

วารสารสะท้อนความคิด
- ความทรงจำเกี่ยวกับความอับอายที่เก่าแก่ที่สุดที่ฉันจำได้คือเมื่อไหร่?
- ฉันเชื่อเรื่องโกหกอะไรเกี่ยวกับตัวเองมาตลอด?
- ฉันพร้อมที่จะมองตัวเองในแบบที่พระเจ้ามองฉันหรือยัง — สะอาด สดใส และได้รับเลือก?

คำอธิษฐานเพื่อการรักษา
พระเยซูเจ้า ข้าพระองค์นำความอับอาย ความเจ็บปวดที่ซ่อนเร้น และเสียงประณามทุกรูปแบบมาสู่พระองค์
ข้าพระองค์สำนึกผิดที่เห็นด้วยกับคำโกหกของศัตรูเกี่ยวกับตัวตนของข้าพระองค์

ข้าพระองค์เลือกที่จะเชื่อในสิ่งที่พระองค์ตรัสว่า ข้าพระองค์ได้รับการอภัย เป็นที่รักและได้รับการสร้างขึ้นใหม่
ข้าพระองค์รับเสื้อคลุมแห่งความชอบธรรมของพระองค์และก้าวเข้าสู่อิสรภาพ
ข้าพระองค์เดินออกจากความอับอายและเข้าสู่พระสิริของพระองค์ ในพระนามพระเยซู อาเมน

วันที่ 20: เวทมนตร์ประจำบ้าน — เมื่อความมืดมิดอาศัยอยู่ใต้หลังคาเดียวกัน

"ศัตรูไม่ได้อยู่ข้างนอกทุกคน บางคนก็มีใบหน้าที่คุ้นเคย"
"ศัตรูของคนหนึ่งก็คือสมาชิกในครัวเรือนของเขาเอง"
— มัทธิว 10:36

การต่อสู้ทางจิตวิญญาณที่ดุเดือดที่สุดบางครั้งไม่ได้เกิดขึ้นในป่าหรือศาลเจ้า แต่เป็นในห้องนอน ห้องครัว และแท่นบูชาของครอบครัว

เวทมนตร์ในครัวเรือน
หมายถึงการดำเนินการของปีศาจที่มีต้นตอมาจากภายในครอบครัวของบุคคลนั้นๆ ไม่ว่าจะเป็นพ่อแม่ คู่สมรส พี่น้อง คนรับใช้ในบ้าน หรือญาติพี่น้อง ซึ่งเกิดจากความอิจฉา การปฏิบัติลึกลับ แท่นบูชาบรรพบุรุษ หรือการจัดการทางจิตวิญญาณโดยตรง การปลดปล่อยกลายเป็นเรื่องซับซ้อนเมื่อคนที่มีส่วนเกี่ยวข้องคือ
คนที่เรารักหรืออยู่ร่วมด้วย

ตัวอย่างทั่วโลกของเวทมนตร์ในครัวเรือน

- **แอฟริกา** — แม่เลี้ยงที่อิจฉาส่งคำสาปผ่านอาหาร พี่น้องเรียกวิญญาณมาทำร้ายพี่ชายที่ประสบความสำเร็จมากกว่า
- **อินเดียและเนปาล** — แม่จะอุทิศลูกให้กับเทพเจ้าเมื่อแรกเกิด ส่วนแท่นบูชาที่บ้านจะใช้เพื่อกำหนดชะตากรรม
- **ละตินอเมริกา** – Brujeria หรือ Santeria เป็นที่ปฏิบัติกันอย่างลับๆ โดยญาติพี่น้องเพื่อหลอกใช้คู่สมรสหรือบุตรหลาน
- **ยุโรป** — ฟรีเมสันที่ซ่อนเร้นหรือคำสาบานลึกลับในสายเลือดครอบครัว; ประเพณีทางจิตหรือจิตวิญญาณที่สืบทอดกันมา
- **อเมริกาเหนือ** — พ่อแม่ชาว Wiccan หรือกลุ่ม New Age "อวยพร" ลูกหลานของตนด้วยคริสตัล การชำระล้างพลังงาน หรือไพ่ทาโรต์

พลังเหล่านี้อาจซ่อนอยู่ภายใต้ความรักใคร่ในครอบครัว
แต่เป้าหมายของพวกมันคือการควบคุม ความหยุดนิ่ง ความเจ็บป่วย
และการผูกมัดทางจิตวิญญาณ

เรื่องจริง — พ่อของฉัน ผู้เป็นศาสดาแห่งหมู่บ้าน

หญิงชาวแอฟริกาตะวันตกคนหนึ่งเติบโตในบ้านที่บิดาของเธอเป็นศาสดาประจำหมู่บ้านที่ไ
ด้รับความเคารพนับถืออย่างสูง สำหรับคนนอก เขาเปรียบเสมือนผู้นำทางจิตวิญญาณ
เขาฝังเครื่องรางไว้ในบ้านอย่างลับๆ
และเสียสละเพื่อครอบครัวที่แสวงหาความโปรดปรานหรือแก้แค้น
รูปแบบแปลกๆ ผุดขึ้นมาในชีวิตของเธอ ทั้งฝันร้ายซ้ำแล้วซ้ำเล่า ความสัมพันธ์ที่ล้มเหลว
และความเจ็บป่วยที่อธิบายไม่ได้ เมื่อเธออุทิศชีวิตให้กับพระคริสต์
พ่อของเธอกลับต่อต้านเธอ
โดยประกาศว่าเธอจะไม่มีวันประสบความสำเร็จได้หากปราศจากความช่วยเหลือจากท่าน
ชีวิตของเธอตกต่ำลงเป็นเวลาหลายปี
หลังจากสวดมนต์และอดอาหารเป็นเวลาหลายเดือน
พระวิญญาณบริสุทธิ์ทรงนำเธอให้ละทิ้งพันธะทางวิญญาณทุกประการกับเสื้อคลุมอาถรรพ์
ของบิดา เธอฝังคัมภีร์ไว้ในกำแพง เผาสัญลักษณ์เก่าๆ และเจิมธรณีประตูทุกวัน
ความก้าวหน้าค่อยๆ เกิดขึ้น สุขภาพของเธอกลับคืนมา ความฝันของเธอแจ่มใสขึ้น
และในที่สุดเธอก็ได้แต่งงาน ปัจจุบันเธอช่วยเหลือผู้หญิงคนอื่นๆ
ที่กำลังเผชิญหน้ากับแท่นบูชาในบ้าน

แผนปฏิบัติการ — เผชิญหน้ากับจิตวิญญาณที่คุ้นเคย

1. **มองเห็นอย่างปราศจากความเสื่อมเสีย** – ขอให้พระเจ้าเปิดเผยพลังที่ซ่อนอยู่โดยปราศจากความเกลียดชัง
2. **ทำลายข้อตกลงทางจิตวิญญาณ** – ละทิ้งความผูกพันทางจิตวิญญาณทุกอย่างที่ทำผ่านพิธีกรรม แท่นบูชา หรือคำสาบานที่พูดออกมา
3. **แยกทางจิตวิญญาณ** – แม้ว่าจะอาศัยอยู่ในบ้านเดียวกัน คุณก็สามารถ **แยกทางจิตวิญญาณได้** ด้วยการสวดมนต์
4. **ชำระล้างพื้นที่ของคุณ** – เจิมห้อง วัตถุ และธรณีประตูทุกห้องด้วยน้ำมันและพระคัมภีร์

เครื่องมือพระคัมภีร์
- มีคาห์ 7:5–7 – อย่าวางใจเพื่อนบ้าน
- สดุดี 27:10 – "แม้บิดามารดาของข้าพเจ้าจะละทิ้งข้าพเจ้า…"
- ลูกา 14:26 – รักพระคริสต์มากกว่าครอบครัว
- 2 พงศ์กษัตริย์ 11:1–3 – การปลดปล่อยที่ซ่อนเร้นจากราชินีผู้โหดร้าย
- อิสยาห์ 54:17 – อาวุธใดๆ ที่สร้างขึ้นจะไม่เจริญรุ่งเรือง

การสมัครเป็นกลุ่ม
- แบ่งปันประสบการณ์การต่อต้านที่เกิดขึ้นจากภายในครอบครัว
- ขออธิษฐานให้เกิดปัญญา ความกล้าหาญ และความรัก เมื่อเผชิญกับการต่อต้านจากคนในบ้าน
- นำสวดมนต์ขอพรให้หลุดพ้นจากพันธะทางวิญญาณหรือคำสาปแช่งที่มาจากญาติพี่น้อง

เครื่องมือของกระทรวง:
- น้ำมันเจิม
- คำประกาศการอภัยโทษ
- คำอธิษฐานปลดปล่อยพันธสัญญา
- บทสดุดี 91 ครอบคลุมคำอธิษฐาน

ข้อมูลเชิงลึกที่สำคัญ
สายเลือดอาจเป็นพรหรือสนามรบก็ได้ คุณถูกเรียกให้ไถ่ถอนมัน ไม่ใช่ถูกมันปกครอง

วารสารสะท้อนความคิด
- ฉันเคยมีแรงต้านทานทางจิตวิญญาณจากคนที่ใกล้ชิดบ้างไหม?
- มีใครสักคนไหมที่ฉันต้องให้อภัย แม้ว่าเขาจะยังใช้เวทมนตร์อยู่ก็ตาม?
- ฉันเต็มใจที่จะถูกแยกออกไป แม้ว่าจะต้องแลกมาด้วยความสัมพันธ์หรือไม่?

คำอธิษฐานเพื่อการแยกและการปกป้อง
พระบิดาเจ้าข้า
ข้าพระองค์ยอมรับว่าการต่อต้านที่ยิ่งใหญ่ที่สุดอาจมาจากคนที่ใกล้ชิดข้าพระองค์ที่สุด

*ข้าพระองค์ให้อภัยสมาชิกทุกคนในบ้าน ไม่ว่าโดยรู้ตัวหรือ ไม่รู้ตัวก็ตาม
ที่ขัดขวางโชคชะตาของข้าพระองค์ ข้าพระองค์ขอทำลายพันธะทางวิญญาณ คำสาปแช่ง
และพันธสัญญาทุกประการที่ทรงทำไว้ผ่านสายเลือดของข้าพระองค์
ซึ่งไม่สอดคล้องกับอาณาจักรของพระองค์
ข้าพระองค์ขอชำระบ้านของข้าพระองค์ให้บริสุทธิ์ด้วยพระโลหิตของพระเยซู
และประกาศว่า: ส่วนข้าพระองค์และครอบครัวของข้าพระองค์ เราจะปรนนิบัติพระเจ้า
อาเมน*

วันที่ 21: วิญญาณอิเซเบล — การล่อลวง การควบคุม และการหลอกลวงทางศาสนา

*"แต่เรามีเรื่องจะติเตียนเจ้าอยู่อย่างหนึ่ง คือ
เจ้ายอมทนกับหญิงชื่อเยเซเบลผู้ซึ่งเรียกตัวเองว่าผู้เผยพระวจนะ
เธอหลอกลวงผู้อื่นด้วยคำสอนของนาง..."* — วิวรณ์ 2:20
"จุดจบของนางจะมาถึงโดยฉับพลัน ไม่มีทางแก้ไขได้" — สุภาษิต 6:15

วิญญาณบางตนส่งเสียงร้องจากภายนอก
อีเซเบลกระซิบจากภายใน
เธอไม่ได้แค่ล่อลวง แต่เธอยัง **แย่งชิง ชักใย และบิดเบือน** ทำให้กระทรวงต่างๆ พังทลาย ชีวิตสมรสขาดอากาศหายใจ และประเทศชาติถูกล่อลวงด้วยการกบฏ

วิญญาณอิเซเบลคืออะไร?
วิญญาณอิเซเบล:
- เลียนแบบคำทำนายเพื่อหลอกลวง
- ใช้เสน่ห์และความเย้ายวนเพื่อควบคุม
- เกลียดอำนาจที่แท้จริงและปิดปากผู้เผยพระวจนะ
- หน้ากากแห่งความภาคภูมิใจที่อยู่เบื้องหลังความอ่อนน้อมถ่อมตนอันเป็นเท็จ
- มักยึดติดกับผู้นำหรือคนใกล้ชิด

จิตวิญญาณนี้สามารถดำเนินไปได้ผ่าน **ผู้ชายหรือผู้หญิง**
และจะเจริญเติบโตได้ในที่ที่อำนาจ ความทะเยอทะยาน
หรือการปฏิเสธที่ไม่ได้รับการบำบัด

การแสดงออกระดับโลก
- **แอฟริกา** —
  เหล่าผู้เผยพระวจนะเท็จที่ควบคุมแท่นบูชาและเรียกร้องความภักดีด้วยความหวาดกลัว

124

- **เอเชีย** –
  นักลึกลับทางศาสนาผสมผสานการล่อลวงกับนิมิตเพื่อครอบงำแวดวงจิตวิญญาณ
- **ยุโรป** –
  ลัทธิเทพีในสมัยโบราณฟื้นคืนชีพขึ้นมาอีกครั้งในแนวทางปฏิบัติยุคใหม่ภายใต้ชื่อของการเสริมพลัง
- **ละตินอเมริกา** – นักบวชหญิงแห่งซานเทเรียใช้อำนาจควบคุมครอบครัวผ่าน "คำแนะนำทางจิตวิญญาณ"
- **อเมริกาเหนือ** – ผู้มีอิทธิพลบนโซเชียลมีเดียส่งเสริม "ความเป็นผู้หญิงอันศักดิ์สิทธิ์" ขณะล้อเลียนการยอมจำนน อำนาจ หรือความบริสุทธิ์ตามพระคัมภีร์

เรื่องจริง: ***อิเซเบลผู้ประทับบนแท่นบูชา***

ในประเทศแถบแคริบเบียน คริสตจักรที่ลุกเป็นไฟเพื่อพระเจ้าเริ่มหรี่ลงอย่างช้าๆ และค่อยเป็นค่อยไป กลุ่มผู้อธิษฐานเผื่อที่เคยมารวมตัวกันเพื่อสวดมนต์ยามเที่ยงคืนก็เริ่มแตกกระจัดกระจาย พันธกิจเยาวชนตกอยู่ภายใต้เรื่องอื้อฉาว การแต่งงานในคริสตจักรเริ่มล้มเหลว และศิษยาภิบาลที่เคยร้อนแรงกลับกลายเป็นคนที่ไม่เด็ดขาดและเหนื่อยล้าทางจิตวิญญาณ ศูนย์กลางของเรื่องราวทั้งหมดคือผู้หญิงคนหนึ่ง — **ซิสเตอร์ อาร์.** เธองดงาม มีเสน่ห์ และมีน้ำใจ เธอได้รับความชื่นชมจากคนมากมาย เธอมี "พระวจนะจากพระเจ้า" อยู่เสมอ และใฝ่ฝันถึงโชคชะตาของคนอื่น เธอบริจาคอย่างใจกว้างให้กับโครงการต่างๆ ของคริสตจักรและได้รับตำแหน่งใกล้ชิดกับศิษยาภิบาล เบื้องหลัง เธอ **ใส่ร้ายป้ายสีผู้หญิงคนอื่น อย่างแยบยล** ล่อลวงบาทหลวงรุ่นน้อง และหว่านเมล็ดพันธุ์แห่งความแตกแยก เธอวางตัวเป็นผู้มีอำนาจทางจิตวิญญาณ ขณะเดียวกันก็บ่อนทำลายผู้นำที่แท้จริงอย่างเงียบๆ คืนหนึ่ง เด็กสาววัยรุ่นคนหนึ่งในโบสถ์ฝันอย่างแจ่มชัด เธอเห็นงูขดตัวอยู่ใต้แท่นเทศน์ กระซิบผ่านไมโครโฟน เธอตกใจกลัวและเล่าให้แม่ฟัง ซึ่งแม่ก็นำงูไปบอกบาทหลวง ผู้นำตัดสินใจถือ **ศีลอด 3 วัน** เพื่อแสวงหาการชี้นำจากพระเจ้า ในวันที่สาม ระหว่างการอธิษฐาน ซิสเตอร์อาร์เริ่มแสดงพฤติกรรมอย่างรุนแรง เธอขู่ฟ่อ กรีดร้อง และกล่าวหาผู้อื่นว่าเป็นแม่มด ต่อมาการปลดปล่อยอันทรงพลังก็เกิดขึ้น

และเธอสารภาพว่า เธอได้รับการรับศีลเข้านิกายทางจิตวิญญาณเมื่อช่วงปลายวัยรุ่น ได้รับมอบหมายให้ **แทรกซึมเข้าไปในคริสตจักรเพื่อ "ขโมยไฟของพวกเขา"** เธอเคยไป **โบสถ์มาแล้วห้าแห่ง** ก่อนหน้านี้ อาวุธของเธอไม่ได้เสียงดัง แต่เป็นการ **ประจบสอพลอ การยั่วยวน การควบคุมอารมณ์** และการหลอกลวงแบบทำนาย
วันนี้โบสถ์นั้นได้สร้างแท่นบูชาขึ้นใหม่ แท่นเทศน์ได้รับการอุทิศใหม่แล้ว
แล้วเด็กสาววัยรุ่นคนนั้นล่ะ?
ตอนนี้เธอเป็นนักเทศน์ผู้เปี่ยมด้วยพลังและเป็นผู้นำการอธิษฐานของสตรี

แผนปฏิบัติการ — วิธีเผชิญหน้ากับอิเซเบล

1. **จงกลับใจ** จากการกระทำใดๆ ที่คุณได้ร่วมมือในการจัดการ การควบคุมทางเพศ หรือความเย่อหยิ่งทางจิตวิญญาณ
2. **พิจารณา** ลักษณะนิสัยของอิเซเบล เช่น การประจบสอพลอ การกบฏ การล่อลวง การพยากรณ์เท็จ
3. **ทำลายความผูกพันทางจิตวิญญาณ** และพันธมิตรที่ไม่ศักดิ์สิทธิ์ด้วยการอธิษฐาน โดยเฉพาะอย่างยิ่งกับใครก็ตามที่ดึงคุณออกห่างจากเสียงของพระเจ้า
4. **จงประกาศอำนาจของคุณ** ในพระคริสต์ อิเซเบลกลัวผู้ที่รู้ว่าตนเป็นใคร

คลังอาวุธพระคัมภีร์:

- 1 พงศ์กษัตริย์ 18–21 – อิเซเบล ปะทะ เอลียาห์
- วิวรณ์ 2:18–29 – คำเตือนของพระคริสต์ถึงเมืองเธียทิรา
- สุภาษิต 6:16–19 – สิ่งที่พระเจ้าทรงเกลียด
- กาลาเทีย 5:19–21 – การงานของเนื้อหนัง

การสมัครเป็นกลุ่ม

- อภิปราย: คุณเคยเห็นการหลอกลวงทางจิตวิญญาณบ้างไหม? มันแฝงตัวมาได้อย่างไร?
- ให้ประกาศนโยบาย "ไม่ยอมรับ" ต่ออิเซเบลเป็นกลุ่ม ไม่ว่าจะในโบสถ์ บ้าน หรือผู้นำ
- หากจำเป็น ให้สวด **คำอธิษฐานขอการปลดปล่อย** หรืออดอาหารเพื่อทำลายอิทธิพลของเธอ
- อุทิศกระทรวงหรือแท่นบูชาใดๆ ที่ได้รับการประนีประนอมใหม่

เครื่องมือในการรับใช้:
ใช้น้ำมันเจิม สร้างพื้นที่สำหรับการสารภาพบาปและการให้อภัย
ร้องเพลงนมัสการที่ประกาศถึง **ความเป็นพระเจ้าของพระเยซู**

ข้อมูลเชิงลึกที่สำคัญ
อีซาเบลเจริญรุ่งเรืองในที่ที่ **วิจารณญาณต่ำ** และ **ความอดทนสูง**
รัชสมัยของนางสิ้นสุดลงเมื่ออำนาจทางวิญญาณตื่นขึ้น

วารสารสะท้อนความคิด
- ฉันยอมให้การชักจูงนำฉันมาหรือเปล่า?
- มีบุคคลหรืออิทธิพลใดที่ฉันยกย่องให้สูงกว่าเสียงของพระเจ้าหรือไม่?
- ฉันได้ทำให้เสียงทำนายของฉันเงียบลงเพราะความกลัวหรือการควบคุมหรือไม่?

คำอธิษฐานเพื่อการปลดปล่อย
*ข้าแต่พระเยซูเจ้า ข้าพระองค์ขอสละทุกความสัมพันธ์อันแนบแน่นกับวิญญาณเยเซเบล
ข้าพระองค์ปฏิเสธการล่อลวง การควบคุม คำพยากรณ์เท็จ และการหลอกลวง
โปรดชำระล้างจิตใจข้าพระองค์ให้ปราศจากความเย่อหยิ่ง ความกลัว
และการประนีประนอม ขอนำอำนาจของข้าพระองค์กลับคืนมา
ขอให้แท่นบูชาทุกแท่นที่เยเซเบลสร้างขึ้นในชีวิตข้าพระองค์ถูกทำลายลง
ข้าพระองค์ขอสถาปนาพระองค์ พระเยซู ให้เป็นพระเจ้าเหนือความสัมพันธ์ การทรงเรียก
และการรับใช้ของข้าพระองค์ ขอทรงเติมเต็มข้าพระองค์ด้วยความเข้าใจและความกล้าหาญ
ในพระนามของพระองค์ อาเมน*

วันที่ 22: งูเหลือมและคำอธิษฐาน — ทำลายจิตวิญญาณแห่งการจำกัด

"ครั้งหนึ่งเมื่อเรากำลังจะไปยังสถานที่อธิษฐาน ได้พบทาสหญิงคนหนึ่งซึ่งมีผีงูพิษสิงอยู่..." — กิจการ 16:16
"เจ้าจะเหยียบย่ำสิงโตและงูพิษ..." — สดุดี 91:13

มีจิตวิญญาณหนึ่งที่ไม่กัดกร่อน แต่ **กลับบีบรัด** คอย
ดับไฟในตัวคุณ คอยพันเกี่ยวพันกับชีวิตการอธิษฐาน ลมหายใจ การนมัสการ และวินัยของคุณ จนกระทั่งคุณเริ่มละทิ้งสิ่งที่เคยให้พลังแก่คุณ
นี่คือจิตวิญญาณของ **Python** พลังปีศาจที่ คอยจำกัดการเติบโตทางจิตวิญญาณ ชะลอโชคชะตา บีบคั้นคำอธิษฐาน และทำนายผิด ๆ

การแสดงออกระดับโลก

- **แอฟริกา —**
  วิญญาณงูเหลือมปรากฏเป็นพลังทำนายเท็จที่ปฏิบัติการอยู่ในศาลเจ้าทางทะเลและในป่า
- **เอเชีย —**
  วิญญาณงูได้รับการบูชาในฐานะเทพเจ้าที่ต้องได้รับการเลี้ยงดูหรือเอาใจ
- **ละตินอเมริกา —** แท่นบูชารูปงูซานเทเรียใช้เพื่อความมั่งคั่ง ความปรารถนา และอำนาจ
- **ยุโรป —** สัญลักษณ์งูในเวทมนตร์ การดูดวง และวงจรพลังจิต
- **อเมริกาเหนือ —** เสียง "ผู้ทำนาย" ปลอมที่มีรากฐานมาจากการกบฏและความสับสนทางจิตวิญญาณ

คำให้การ: *เด็กหญิงผู้ไม่สามารถหายใจได้*
มาริซอลจากโคลอมเบียเริ่มหายใจติดขัดทุกครั้งที่คุกเข่าสวดมนต์ อกของเธอจะแน่น ความฝันของเธอเต็มไปด้วยภาพงูพันรอบคอหรือนอนอยู่ใต้เตียง แพทย์ไม่พบความผิดปกติทางการแพทย์ใดๆ

วันหนึ่ง คุณยายของเธอยอมรับว่ามาริซอลถูก "อุทิศ"
ให้กับวิญญาณแห่งภูเขาที่รู้จักกันในนามงูตั้งแต่ยังเป็นเด็ก มันเป็น **"วิญญาณผู้พิทักษ์"**
แต่ก็ต้องแลกมาด้วยอะไรบางอย่าง
ระหว่างการประชุมปลดปล่อย
มาริซอลเริ่มกรีดร้องอย่างรุนแรงเมื่อมีคนวางมือลงบนตัวเธอ
เธอรู้สึกถึงบางอย่างเคลื่อนไหวในท้อง ขึ้นไปตามหน้าอก
แล้วออกมาจากปากราวกับอากาศที่ถูกพ่นออกมา
หลังจากการเผชิญหน้าครั้งนั้น อาการหายใจไม่ออกก็สิ้นสุดลง ความฝันของเธอเปลี่ยนไป
เธอเริ่มนำการประชุมอธิษฐาน ซึ่งเป็นสิ่งที่ศัตรูเคยพยายามบีบคอเธอ

สัญญาณที่บ่งบอกว่าคุณอาจได้รับอิทธิพลจากจิตวิญญาณงูหลาม
- ความเหนื่อยล้าและความหนักหน่วงทุกครั้งที่คุณพยายามสวดมนต์หรือบูชา
- ความสับสนทางคำทำนายหรือความฝันหลอกลวง
- ความรู้สึกถูกบีบคอ ปิดกั้น หรือผูกมัดอยู่ตลอดเวลา
- อาการซึมเศร้าหรือสิ้นหวังโดยไม่ทราบสาเหตุที่ชัดเจน
- การสูญเสียความปรารถนาหรือแรงจูงใจทางจิตวิญญาณ

แผนปฏิบัติการ — การทำลายข้อจำกัด
1. **สำนึกผิด** จากสิ่งที่เกี่ยวข้องกับความลึกลับ พลังจิต หรือบรรพบุรุษ
2. **ประกาศว่าร่างกายและจิตวิญญาณของคุณเป็นของพระเจ้าเท่านั้น**
3. **อดอาหารและทำสงคราม** โดยใช้อิสยาห์ 27:1 และสดุดี 91:13
4. **ชโลมคอ หน้าอก และเท้าของคุณ** — อ้างอิสรภาพในการพูด หายใจ และเดินในความจริง

พระคัมภีร์แห่งการปลดปล่อย:
- กิจการ 16:16–18 – เปาโลขับไล่วิญญาณงูเหลือมออกไป
- อิสยาห์ 27:1 – พระเจ้าทรงลงโทษเลวีอาธาน งูที่หลบหนี
- สดุดี 91 – การปกป้องและสิทธิอำนาจ
- ลูกา 10:19 – มีอำนาจเหยียบย่ำงูและแมงป่อง

การสมัครเป็นกลุ่ม

- ถาม: อะไรกำลังขัดขวางชีวิตการอธิษฐานของเรา —
  ทั้งในส่วนตัวและส่วนรวม?
- นำการอธิษฐานแบบหายใจเป็นกลุ่ม — ประกาศถึง **ลมหายใจของพระเจ้า**
  (Ruach) เหนือสมาชิกทุกคน
- ทำลายอิทธิพลการทำนายเท็จและแรงกดดันที่เหมือนงูในการบูชาและวิงวอน

อุปกรณ์ของกระทรวง: การบูชาด้วยขลุ่ยหรือเครื่องดนตรีประเภทเป่า
การตัดเชือกเชิงสัญลักษณ์ ผ้าคลุมสวดมนต์เพื่อการหายใจอย่างอิสระ

ข้อมูลเชิงลึกที่สำคัญ

จิตวิญญาณงูเหลือมกำลังบีบคั้นสิ่งที่พระเจ้าต้องการให้กำเนิด
เราต้องเผชิญหน้ากับมันเพื่อฟื้นคืนลมหายใจและความกล้าหาญ

วารสารสะท้อนความคิด

- ครั้งสุดท้ายที่ฉันรู้สึกเป็นอิสระอย่างเต็มที่ในการอธิษฐานคือเมื่อไร?
- มีสัญญาณของความเหนื่อยล้าทางจิตวิญญาณที่ฉันเพิกเฉยอยู่หรือไม่?
- ฉันยอมรับ "คำแนะนำทางจิตวิญญาณ"
  โดยไม่รู้ตัวซึ่งทำให้ฉันสับสนมากขึ้นหรือเปล่า?

คำอธิษฐานเพื่อการปลดปล่อย

พระบิดาเจ้าข้า ในพระนามพระเยซู
ข้าพระองค์ขอทรงทำลายวิญญาณที่คอยขัดขวางทุกดวงที่ถูกกำหนดไว้เพื่อขัดขวางจุดประส
งค์ของข้าพระองค์ ข้าพระองค์ขอสละวิญญาณงูเหลือมและเสียงพยากรณ์เท็จทั้งปวง
ข้าพระองค์ขอรับลมปราณจากพระวิญญาณของพระองค์และประกาศว่า
ข้าพระองค์จะหายใจอย่างอิสระ อธิษฐานอย่างกล้าหาญ และดำเนินชีวิตอย่างเที่ยงธรรม
งูทุกตัวที่พันรอบชีวิตของข้าพระองค์จะถูกตัดออกและขับไล่ออกไป
ข้าพระองค์ได้รับการปลดปล่อยแล้วในเวลานี้ อาเมน

วันที่ 23: บัลลังก์แห่งความอยุติธรรม — ทำลายป้อมปราการของดินแดน

"บัลลังก์แห่งความชั่วร้ายซึ่งวางแผนชั่วโดยธรรมบัญญัติ
จะร่วมสามัคคีธรรมกับพระองค์ได้หรือ?" — สดุดี 94:20
"เราไม่ได้ต่อสู้กับเนื้อหนังและโลหิต แต่ต่อสู้กับ... ผู้ปกครองแห่งความมืด..." —
เอเฟซัส 6:12

มี **บัลลังก์ ที่มองไม่เห็น** ตั้งอยู่ตามเมือง ประเทศ ครอบครัว และระบบต่างๆ
ซึ่งอำนาจปีศาจ **ปกครองอย่างถูกต้องตามกฎหมาย** ผ่านพันธสัญญา กฎหมาย
การบูชารูปเคารพ และการกบฏที่ยาวนาน
นี่ไม่ใช่การโจมตีแบบสุ่ม พวกเขาคือ **ผู้มีอำนาจที่มีอำนาจสูงสุด**
ฝังรากลึกในโครงสร้างที่สืบทอดความชั่วร้ายจากรุ่นสู่รุ่น
จนกว่าบัลลังก์เหล่านี้จะ **ถูกรื้อถอนทางจิตวิญญาณ** วัฏจักรแห่งความมืดจะยังคงอยู่
ไม่ว่าจะอธิษฐานบนพื้นผิวมากเพียงใดก็ตาม

ฐานที่มั่นและบัลลังก์ของโลก

- **แอฟริกา** – บัลลังก์แห่งเวทมนตร์ในสายเลือดราชวงศ์และสภาประเพณี
- **ยุโรป** – บัลลังก์แห่งลัทธิฆราวาส, ฟรีเมสัน และการกบฏที่ถูกกฎหมาย
- **เอเชีย** – บัลลังก์แห่งการบูชารูปเคารพในวัดบรรพบุรุษและราชวงศ์ทางการเมือง
- **ละตินอเมริกา** – บัลลังก์แห่งการก่อการร้ายค้ายา ลัทธิความตาย และการคอร์รัปชั่น
- **อเมริกาเหนือ** – บัลลังก์แห่งความวิปริต การทำแท้ง และการกดขี่ทางเชื้อชาติ

บัลลังก์เหล่านี้มีอิทธิพลต่อการตัดสินใจ ปิดกั้นความจริง และ **กลืนกินโชค** ชะตา

คำให้การ: ***การปลดปล่อยของสมาชิกสภาเมือง***

ในเมืองทางตอนใต้ของแอฟริกา
สมาชิกสภาคริสเตียนที่เพิ่งได้รับการเลือกตั้งได้ค้นพบว่าผู้ดำรงตำแหน่งก่อนหน้าเขาทุกคน
ล้วนเป็นบ้า หย่าร้าง หรือเสียชีวิตกะทันหัน
หลังจากอธิษฐานมาหลายวัน พระเจ้าทรงเปิดเผย **บัลลังก์แห่งโลหิต**
ที่ถูกฝังอยู่ใต้อาคารเทศบาล
หมอดูท้องถิ่นท่านหนึ่งได้ปลูกเครื่องรางไว้นานแล้วเพื่อเป็นส่วนหนึ่งของการอ้างสิทธิ์ในดินแดน
สมาชิกสภาได้รวบรวมผู้วิงวอน อดอาหาร
และประกอบพิธีบูชาในเวลาเที่ยงคืนภายในห้องประชุมสภา ตลอดสามคืนที่ผ่านมา
เจ้าหน้าที่รายงานว่าได้ยินเสียงกรีดร้องแปลกๆ ดังมาจากผนัง และไฟฟ้าก็ดับลง
ภายในหนึ่งสัปดาห์ คำสารภาพก็เริ่มต้นขึ้น สัญญาที่ทุจริตถูกเปิดโปง
และภายในไม่กี่เดือน บริการสาธารณะก็ดีขึ้น บัลลังก์ก็ล่มสลาย

แผนปฏิบัติการ – การปลดความมืดออกจากบัลลังก์

1. **ระบุบัลลังก์** — ขอให้พระเจ้าแสดงป้อมปราการในเขตเมือง สำนักงาน สายเลือด หรือภูมิภาคของคุณ
2. **จงกลับใจเพื่อแผ่นดิน** (คำวิงวอนแบบดาเนียล 9)
3. **นมัสการอย่างมีกลยุทธ์** — บัลลังก์จะพังทลายเมื่อพระสิริของพระเจ้าเข้ามาแทนที่ (ดู 2 พงศาวดาร 20)
4. **ประกาศพระนามของพระเยซู** ว่าเป็นกษัตริย์ที่แท้จริงเพียงหนึ่งเดียวที่ครองอาณาจักรนั้น

พระคัมภีร์หลัก:

- สดุดี 94:20 – บัลลังก์แห่งความชั่วร้าย
- เอเฟซัส 6:12 – ผู้ปกครองและผู้มีอำนาจ
- อิสยาห์ 28:6 – จิตวิญญาณแห่งความยุติธรรมสำหรับผู้ที่ออกรบ
- 2 พงศ์กษัตริย์ 23 – โยสิยาห์ทำลายแท่นบูชาและบัลลังก์ของรูปเคารพ

การมีส่วนร่วมของกลุ่ม

- ดำเนินการประชุม "แผนที่จิตวิญญาณ" ของละแวกบ้านหรือเมืองของคุณ

- ถามว่า: วงจรของบาป ความเจ็บปวด หรือการกดขี่ที่นี่คืออะไร?
- แต่งตั้ง "คนเฝ้า" คอยสวดมนต์ประจำสัปดาห์ตามจุดประตูสำคัญต่างๆ เช่น โรงเรียน ศาล ตลาด
- กลุ่มผู้นำออกคำสั่งต่อต้านผู้ปกครองฝ่ายวิญญาณโดยใช้สดุดี 149:5–9

เครื่องมือของกระทรวง: โชฟาร์ แผนที่เมือง น้ำมันมะกอกสำหรับการอุทิศพื้นที่ คู่มือการเดินอธิษฐาน

ข้อมูลเชิงลึกที่สำคัญ

หากคุณต้องการเห็นการเปลี่ยนแปลงในเมืองของคุณ
คุณต้องท้าทายบัลลังก์ที่อยู่เบื้องหลังระบบ ไม่ใช่แค่หน้าที่อยู่ตรงหน้าเท่านั้น

วารสารสะท้อนความคิด

- มีการต่อสู้ซ้ำๆ
  ในเมืองหรือในครอบครัวของฉันที่รู้สึกว่าใหญ่โตกว่าตัวฉันบ้างไหม?
- ฉันได้รับมรดกจากการต่อสู้กับบัลลังก์ที่ฉันไม่ได้สถาปนาไว้หรือเปล่า?
- "ผู้ปกครอง" ใดบ้างที่จำเป็นต้องถูกปลดออกจากตำแหน่งในการอธิษฐาน?

คำอธิษฐานแห่งสงคราม

ข้าแต่พระเจ้า
ขอทรงเปิดโปงบัลลังก์แห่งความอธรรมทั้งปวงที่ปกครองเหนือดินแดนของข้าพระองค์
ข้าพระองค์ประกาศพระนามพระเยซูในฐานะกษัตริย์องค์เดียว! ขอให้แท่นบูชา
ธรรมบัญญัติ พันธสัญญา หรืออำนาจที่ครอบงำความมืดทั้งหมดถูกเผาผลาญด้วยไฟ
ข้าพระองค์ขอยืนหยัดแทนพระองค์ในฐานะผู้วิงวอน
โดยพระโลหิตของพระเมษโปดกและคำพยานของข้าพระองค์
ข้าพระองค์ขอทำลายบัลลังก์และสถาปนาพระคริสต์ขึ้นครองบ้าน เมือง
และประเทศชาติของข้าพระองค์ ในพระนามพระเยซู อาเมน

วันที่ 24: เศษเสี้ยวของจิตวิญญาณ — เมื่อส่วนต่างๆ ของตัวคุณหายไป

"พระองค์ทรงฟื้นฟูจิตวิญญาณของข้าพเจ้า…" — สดุดี 23:3
"เราจะรักษาบาดแผลของเจ้า พระเจ้าตรัส เพราะเจ้าถูกเรียกว่าผู้ถูกขับไล่…" — เยเรมีย์ 30:17

บาดแผลทางใจมีวิธีทำลายจิตวิญญาณ ไม่ว่าจะเป็นการถูกทำร้าย การถูกปฏิเสธ การทรยศหักหลัง ความกลัวฉับพลัน ความโศกเศร้าที่ยืดเยื้อ
ประสบการณ์เหล่านี้ไม่ได้ทิ้งเพียงแค่ความทรงจำไว้ แต่มัน **ทำลายจิตวิญญาณภายในของคุณ**
หลายคนเดินไปมาอย่างดูสมบูรณ์ แต่กลับใช้ชีวิตโดยที่ **ชิ้นส่วนต่างๆ ของตัวเองหายไป** ความสุขของพวกเขาแตกสลาย ตัวตนของพวกเขากระจัดกระจาย
พวกเขาติดอยู่ในห้วงเวลาแห่งอารมณ์ ส่วนหนึ่งติดอยู่ในอดีตที่เจ็บปวด ขณะที่ร่างกายยังคงแก่ชราไปข้างหน้า
สิ่งเหล่านี้คือ **เศษเสี้ยวของจิตวิญญาณ** ซึ่งเป็นส่วนต่างๆ ของอารมณ์ จิตใจ และจิตวิญญาณของคุณที่แตกสลายไปเนื่องจากความเจ็บปวด การแทรกแซงของปีศาจ หรือการจัดการของเวทมนตร์
จนกว่าชิ้นส่วนเหล่านั้นจะถูกเก็บรวบรวม รักษา และบูรณาการใหม่โดยผ่านทางพระเยซู **อิสรภาพที่แท้จริงก็ยังคง** เลื่อนลอย

การปฏิบัติเกี่ยวกับการขโมยวิญญาณทั่วโลก

- **แอฟริกา** – หมอผีจับ "แก่นสาร" ของผู้คนในขวดโหลหรือกระจก
- **เอเชีย** – พิธีกรรมกักขังวิญญาณโดยครูบาอาจารย์หรือผู้ปฏิบัติธรรมแบบตันตระ
- **ละตินอเมริกา** – การแยกวิญญาณของหมอผีเพื่อการควบคุมหรือคำสาป
- **ยุโรป** – เวทมนตร์กระจกลึกลับที่ใช้ทำลายอัตลักษณ์หรือขโมยความโปรดปราน
- **อเมริกาเหนือ** – บาดแผลจากการลวนลาม การทำแท้ง หรือความสับสนในตัวตน มักสร้างบาดแผลทางจิตใจและความแตกแยกที่ลึกซึ้ง

เรื่องย่อ : *เด็กสาวผู้ไร้ความรู้สึก*

อันเดรีย วัย 25 ปีจากสเปน
ต้องทนทุกข์ทรมานจากการถูกล่วงละเมิดทางเพศจากสมาชิกในครอบครัวมาหลายปี
แม้ว่าเธอจะยอมรับพระเยซูแล้ว แต่เธอก็ยังคงรู้สึกชาทางอารมณ์ เธอไม่สามารถร้องไห้ รัก
หรือเห็นอกเห็นใจผู้อื่นได้
รัฐมนตรีที่มาเยี่ยมถามเธอด้วยคำถามแปลกๆ ว่า "คุณทิ้งความยินดีไว้ที่ไหน"
ขณะที่แอนเดรียหลับตาลง เธอจำได้ว่าตอนนั้นเธออายุ 9 ขวบ นั่งขดตัวอยู่ในตู้เสื้อผ้า
และบอกกับตัวเองว่า "ฉันจะไม่รู้สึกแบบนั้นอีกแล้ว"
พวกเขาอธิษฐานร่วมกัน อันเดรียให้อภัย ละทิ้งคำสาบานในใจ
และเชื้อเชิญพระเยซูเข้าสู่ความทรงจำอันลึกซึ้งนั้น
เธอร้องไห้อย่างควบคุมไม่ได้เป็นครั้งแรกในรอบหลายปี วันนั้น
จิตวิญญาณของเธอได้รับการ ฟื้นฟู

แผนปฏิบัติการ — การเรียกคืนจิตวิญญาณและการรักษา
1. ถามพระวิญญาณบริสุทธิ์: ฉันสูญเสียส่วนหนึ่งของตัวเองไปที่ไหน?
2. ให้อภัยทุกคนที่เกี่ยวข้องกับช่วงเวลานั้น และ **ละทิ้งคำสาบานภายในใจ** เช่น "ฉันจะไม่ไว้ใจใครอีกต่อไป"
3. เชิญพระเยซูเข้ามาในความทรงจำ และพูดถึงการรักษาในขณะนั้น
4. อธิษฐาน: *"พระเจ้า โปรดทรงฟื้นฟูจิตวิญญาณของข้าพระองค์ ข้าพระองค์เรียกทุกส่วนในร่างกายให้กลับมาและสมบูรณ์อีกครั้ง"*

ข้อพระคัมภีร์สำคัญ:
- สดุดี 23:3 — พระองค์ทรงฟื้นฟูจิตวิญญาณ
- ลูกา 4:18 — รักษาผู้ที่ใจสลาย
- 1 เธสะโลนิกา 5:23 — จิตวิญญาณ จิตใจ และร่างกายได้รับการเก็บรักษาไว้
- เยเรมีย์ 30:17 — การรักษาผู้ถูกขับไล่และบาดแผล

การสมัครเป็นกลุ่ม
- นำสมาชิกเข้าสู่ เซสชันการอธิษฐาน เพื่อ **การรักษาภายใน** ที่มีผู้แนะนำ
- ถาม: มีช่วงเวลาในชีวิตของคุณบ้างไหมที่คุณหยุดไว้วางใจ รู้สึก หรือฝัน?

- เล่นบทบาทสมมติ "กลับไปที่ห้องนั้น"
  กับพระเยซูและเฝ้าดูพระองค์รักษาบาดแผล
- ขอให้ผู้นำที่เชื่อถือได้วางมือเบาๆ บนศีรษะและประกาศการฟื้นฟูจิตวิญญาณ

เครื่องมือของกระทรวง: ดนตรีสรรเสริญพระเจ้า แสงไฟนุ่มนวล กระดาษทิชชู่
คำเตือนในการเขียนบันทึก

ข้อมูลเชิงลึกที่สำคัญ

การปลดปล่อยไม่ใช่แค่การขับไล่ปีศาจออกไป แต่เป็นการ
รวบรวมชิ้นส่วนที่แตกหักและฟื้นฟูอัต ลักษณ์

วารสารสะท้อนความคิด

- เหตุการณ์เลวร้ายใดบ้างที่ยังคงควบคุมความคิดหรือความรู้สึกของฉันจนถึงทุกวันนี้?
- ฉันเคยพูดบ้างไหมว่า "ฉันจะไม่มีวันรักใครอีกแล้ว" หรือ "ฉันไม่สามารถไว้ใจใครได้อีกต่อไป"
- "ความสมบูรณ์" ดูเป็นอย่างไรสำหรับฉัน และฉันพร้อมสำหรับมันหรือยัง?

คำอธิษฐานเพื่อการฟื้นฟู

พระเยซู พระองค์ ทรงเป็นผู้เลี้ยงจิตวิญญาณของข้าพระองค์
ข้าพระองค์นำพระองค์ไปทุกหนแห่งที่ข้าพระองค์เคยแหลกสลาย ไม่ว่าจะด้วยความกลัว
ความอับอาย ความเจ็บปวด หรือการทรยศหักหลัง
ข้าพระองค์ทำลายคำสาบานและคำสาปแช่งภายในที่พูดออกมาด้วยบาดแผลทางใจ
ข้าพระองค์ให้อภัยผู้ที่ทำร้ายข้าพระองค์
บัดนี้ข้าพระองค์ขอเรียกทุกส่วนของจิตวิญญาณให้กลับคืนมา
โปรดฟื้นฟูข้าพระองค์อย่างสมบูรณ์ ทั้งวิญญาณ จิตใจ และร่างกาย
ข้าพระองค์ไม่ได้แตกสลายตลอดไป ข้าพระองค์สมบูรณ์ในพระองค์ ในพระนามพระเยซู
อาเมน

วันที่ 25: คำสาปของเด็กแปลกหน้า —
เมื่อโชคชะตาถูกเปลี่ยนตั้งแต่แรกเกิด

"ลูกๆ ของพวกเขาเป็นลูกต่างด้าว
บัดนี้เดือนหนึ่งจะกลืนกินพวกเขาพร้อมกับส่วนของพวกเขา" — โฮเชยา 5:7
"ก่อนที่เราจะสร้างเจ้าใน ครรภ์ เราก็รู้จักเจ้า..." — เยเรมีย์ 1:5

ไม่ใช่ว่าเด็กทุกคนที่เกิดมาในบ้านจะเกิดมาเพื่ออยู่ในบ้านนั้น และ
ไม่ใช่ว่าเด็กทุกคนที่สืบเชื้อสายมาจากคุณ จะสืบทอดมรดกของคุณ
ศัตรูได้ใช้ **การเกิดเป็นสนามรบ มานานแล้ว** การแลกเปลี่ยนชะตากรรม
การปลูกฝังลูกหลานปลอม การเริ่มต้นทารกเข้าสู่พันธสัญญาอันมืดมิด
และการยุ่งเกี่ยวกับมดลูกก่อนที่การปฏิสนธิจะเริ่มต้นขึ้นด้วยซ้ำ
นี่ไม่ใช่แค่ปัญหาทางกายภาพเท่านั้น แต่มันคือ **ธุรกรรมทางจิตวิญญาณ**
เกี่ยวข้องกับแท่นบูชา การบูชายัญ และกฎหมายของปีศาจ

เด็กแปลกคืออะไร?
"เด็กแปลก" คือ:
- เด็กที่เกิดมาจากการอุทิศตนทางไสยศาสตร์ พิธีกรรม หรือพันธสัญญาทางเพศ
- ลูกหลานจะสลับกันตั้งแต่แรกเกิด (ไม่ว่าจะทางจิตวิญญาณหรือทางกายภาพ)
- เด็กๆ แบกรับภารกิจอันมืดมนไว้ในครอบครัวหรือสายตระกูล
- วิญญาณที่ถูกจับไว้ในครรภ์ผ่านเวทมนตร์ การปลุกผี หรือแท่นบูชาจากรุ่นสู่รุ่น

เด็กจำนวนมากเติบโตมากับการกบฏ การติดยา ความเกลียดชังพ่อแม่หรือตัวเอง
ไม่ใช่เพียงเพราะการเลี้ยงดูที่ไม่ดีเท่านั้น แต่เป็นเพราะ
ใครบางคนที่มอบจิตวิญญาณของพวกเขาให้กับพวกเขาตั้งแต่ เกิด

นิพจน์ทั่วโลก
- **แอฟริกา** – การแลกเปลี่ยนทางจิตวิญญาณในโรงพยาบาล
  มลพิษทางครรภ์จากวิญญาณทางทะเล หรือการมีเพศสัมพันธ์ตามพิธีกรรม

- **อินเดีย** – เด็กๆ ได้รับการเข้าสู่วัดหรือชะตากรรมตามกรรมก่อนเกิด
- **เฮติและละตินอเมริกา** – การอุทิศตนของซานเทเรีย เด็กๆ ที่เกิดบนแท่นบูชาหรือหลังจากร่ายมนตร์
- **ประเทศตะวันตก** – การทำเด็กหลอดแก้วและการอุ้มบุญบางครั้งเกี่ยวข้องกับสัญญาลึกลับหรือสายเลือดผู้บริจาค การทำแท้งที่เปิดประตูทางจิตวิญญาณ
- **วัฒนธรรมพื้นเมืองทั่วโลก** – พิธีตั้งชื่อวิญญาณหรือการถ่ายโอนเอกลักษณ์แบบโทเท็ม

เรื่อง : *เด็กที่มีจิตใจผิด*

คลารา พยาบาลจากยูกันดา
เล่าให้ฟังว่าผู้หญิงคนหนึ่งพาลูกแรกเกิดของเธอไปร่วมการอธิษฐาน
ลูกน้อยกรีดร้องไม่หยุด ไม่ยอมกินนม และมีปฏิกิริยารุนแรงต่อการอธิษฐาน
คำทำนายเผยว่าทารกน้อยถูก "แลกเปลี่ยน" ทางวิญญาณตั้งแต่แรกเกิด
แม่ของเด็กสารภาพว่าหมอผีได้สวดภาวนาให้ท้องของเธอ
ขณะที่เธอกำลังปรารถนาอย่างยิ่งที่จะมีลูก
ด้วยการสำนึกผิดและอธิษฐานขอการปลดปล่อยอย่างเข้มข้น ทารกน้อยจึงอ่อนแรงลง
ก่อนจะสงบลง ต่อมาทารกก็เจริญเติบโต
แสดงให้เห็นถึงสัญญาณของความสงบสุขและพัฒนาการที่กลับคืนมา
ความทุกข์ทรมานในเด็กไม่ได้เกิดขึ้นตามธรรมชาติเสมอไป บางอย่าง **เกิดขึ้นตั้งแต่ปฏิสนธิ**

แผนปฏิบัติการ – ทวงคืนโชคชะตาแห่งครรภ์

1. หากคุณเป็นพ่อแม่ **จงอุทิศลูกของคุณให้กับพระเยซูคริสต์อีก** ครั้ง
2. สละคำสาป คำอุทิศ หรือพันธสัญญาใดๆ ก่อนคลอด แม้กระทั่งสิ่งที่บรรพบุรุษทำไว้โดยไม่รู้ตัวก็ตาม
3. พูดกับวิญญาณของลูกโดยตรงในการอธิษฐานว่า *"คุณเป็นของพระเจ้า โชคชะตาของคุณได้รับการฟื้นฟูแล้ว"*
4. หากไม่มีบุตร ให้สวดภาวนาขอพรเหนือครรภ์ของคุณ โดยปฏิเสธการแทรกแซงหรือการจัดการทางจิตวิญญาณทุกรูปแบบ

ข้อพระคัมภีร์สำคัญ:

- โฮเชยา 9:11–16 – การพิพากษาพงศ์พันธุ์แปลก
- อิสยาห์ 49:25 – ต่อสู้เพื่อลูกๆ ของคุณ
- ลูกา 1:41 – บุตรที่เต็มไปด้วยพระวิญญาณตั้งแต่อยู่ในครรภ์
- สดุดี 139:13–16 – พระเจ้าทรงวางแผนไว้ในครรภ์โดยเจตนา

การมีส่วนร่วมของกลุ่ม

- ขอให้ผู้ปกครองนำชื่อหรือรูปถ่ายของบุตรหลานมาด้วย
- จงประกาศชื่อแต่ละชื่อ: "ตัวตนของลูกคุณได้กลับคืนมาแล้ว มือที่แปลกประหลาดทุกมือถูกตัดขาด"
- ขออธิษฐานให้มีการชำระล้างครรภ์ฝ่ายจิตวิญญาณสำหรับผู้หญิงทุกคน (และผู้ชายในฐานะผู้พาเมล็ดพันธุ์ฝ่ายจิตวิญญาณ)
- ใช้การสื่อสารเป็นสัญลักษณ์เพื่อทวงคืนโชคชะตาแห่งสายเลือด

อุปกรณ์ของกระทรวง: พิธีศีลมหาสนิท น้ำมันเจิม ชื่อที่พิมพ์ออกมาหรือของใช้สำหรับเด็ก (ทางเลือก)

ข้อมูลเชิงลึกที่สำคัญ

ซาตานเล็งเป้าไปที่ครรภ์ เพราะ **นั่นคือที่ที่ผู้เผยพระวจนะ นักรบ และโชคชะตาถูกสร้างขึ้น** แต่เด็กทุกคนสามารถถูกทวงคืนได้โดยผ่านทางพระคริสต์

วารสารสะท้อนความคิด

- ฉันเคยมีความฝันแปลก ๆ ในระหว่างตั้งครรภ์หรือหลังคลอดหรือไม่?
- ลูกๆ ของฉันกำลังดิ้นรนในลักษณะที่ดูไม่เป็นธรรมชาติหรือเปล่า?
- ฉันพร้อมที่จะเผชิญหน้ากับต้นตอทางจิตวิญญาณของการกบฏหรือความล่าช้าของรุ่นต่อรุ่นหรือยัง?

คำอธิษฐานเพื่อการเรียกร้องคืน

พระบิดาเจ้าข้า ข้าพระองค์นำครรภ์ เชื้อสาย
และบุตรของข้าพระองค์มายังแท่นบูชาของพระองค์ ข้าพระองค์กลับใจจากประตูทุกบาน
ไม่ว่าที่รู้หรือไม่รู้ก็ตาม ที่เปิดโอกาสให้ศัตรูเข้ามา ข้าพระองค์ทำลายคำสาปแช่ง
การอุทิศตน และภารกิจของปีศาจที่ผูกมัดลูกๆ ของข้าพระองค์
ข้าพระองค์กล่าวเหนือสิ่งเหล่านั้นว่า พระองค์ทรงบริสุทธิ์ ทรงเลือกสรร

และทรงประทับตราไว้เพื่อพระสิริของพระเจ้า โชคชะตาของพระองค์ได้รับการไถ่แล้ว
ในพระนามพระเยซู อาเมน

วันที่ 26: แท่นบูชาแห่งพลังที่ซ่อนอยู่ — หลุดพ้นจากพันธสัญญาลึกลับของชนชั้นสูง

"อีกครั้งหนึ่ง มารนำพระองค์ไปยังภูเขาสูงมาก และแสดงอาณาจักรทั้งหมดของโลกและความรุ่งเรืองของอาณาจักรเหล่านั้นให้พระองค์ทอดพระเนตร พระองค์ตรัสว่า 'เราจะให้ทั้งหมดนี้แก่ท่าน ถ้าท่านยอมกราบลงนมัสการเรา'"
— มัทธิว 4:8-9

หลายคนคิดว่าพลังของซาตานมีอยู่แค่ในพิธีกรรมลับๆ หรือในหมู่บ้านมืดๆ เท่านั้น แต่พันธสัญญาที่อันตรายที่สุดบางข้อกลับถูกซ่อนไว้เบื้องหลังชุดสูทหรูหรา สโมสรชั้นสูง และอิทธิพลจากหลายยุคสมัย

เหล่านี้คือ **แท่นบูชาแห่งพลังอำนาจ** — สร้างขึ้นจากคำสาบานด้วยเลือด พิธีรับศีล สัญลักษณ์ลับ และคำมั่นสัญญาที่เอ่ยออกมา ซึ่งผูกมัดบุคคล ครอบครัว และแม้แต่ชาติทั้งชาติให้ผูกพันกับอาณาจักรของลูซิเฟอร์ ตั้งแต่ฟรีเมสันรี ไปจนถึงพิธีกรรมคับบาลาห์ ตั้งแต่พิธีรับศีลดวงดาวทางตะวันออก ไปจนถึงโรงเรียนสอนความลึกลับของอียิปต์โบราณและบาบิโลน — แท่นบูชาเหล่านี้สัญญาว่าจะให้ความรู้แจ้ง แต่กลับให้การผูกมัดด้วยพันธนาการ

การเชื่อมต่อทั่วโลก

- **ยุโรปและอเมริกาเหนือ** – Freemasonry, Rosicrucianism, Order of the Golden Dawn, Skull & Bones, Bohemian Grove, การเริ่มต้น Kabbalah
- **แอฟริกา** – พันธสัญญาเลือดทางการเมือง การต่อรองทางวิญญาณบรรพบุรุษเพื่อครองอำนาจ พันธมิตรเวทมนตร์ระดับสูง
- **เอเชีย** – สังคมแห่งการตรัสรู้ พันธสัญญาแห่งวิญญาณมังกร ราชวงศ์สายเลือดที่ผูกพันกับเวทมนตร์โบราณ
- **ละตินอเมริกา** – การเมืองแบบซานทีเรีย พิธีกรรมการปกป้องที่เชื่อมโยงกับกลุ่มค้ายา ข้อตกลงที่ทำขึ้นเพื่อความสำเร็จและการคุ้มครอง

- ตะวันออกกลาง —
พิธีกรรมโบราณของชาวบาบิลอนและอัสซีเรียที่สืบทอดกันมาภายใต้หน้ากากทางศาสนาหรือราชวงศ์

คำให้การ – หลานชายของฟรีเมสันพบอิสรภาพ

คาร์ลอสเติบโตในครอบครัวผู้ทรงอิทธิพลในอาร์เจนตินา
ไม่เคยรู้มาก่อนเลยว่าปู่ของเขาได้บรรลุถึงขั้นที่ 33 แห่งฟรีเมสันแล้ว เรื่องราวประหลาดๆ
ได้กัดกินชีวิตของเขาไปอย่างยากลำบาก ไม่ว่าจะเป็นอาการอัมพาตขณะหลับ
การทำลายความสัมพันธ์ และการขาดความก้าวหน้าอย่างต่อเนื่อง
ไม่ว่าจะพยายามมากเพียงใดก็ตาม
หลังจากเข้าร่วมคำสอนเรื่องการปลดปล่อยที่เปิดเผยความเชื่อมโยงลึกลับของชนชั้นสูง
เขาได้เผชิญหน้ากับประวัติศาสตร์ครอบครัวและค้นพบเครื่องราชอิสริยาภรณ์ของฟรีเมสัน
และบันทึกลับ ระหว่างการอดอาหารเที่ยงคืน
เขาละทิ้งพันธสัญญาเลือดทุกประการและประกาศอิสรภาพในพระคริสต์ ในสัปดาห์นั้นเอง
เขาได้รับความก้าวหน้าในหน้าที่การงานที่เขารอคอยมานานหลายปี

แท่นบูชาระดับสูงสร้างการต่อต้านระดับสูง แต่ **พระโลหิตของพระเยซู**
ทรงดังกว่าคำสาบานหรือพิธีกรรมใดๆ

แผนปฏิบัติการ – เปิดเผยกระท่อมที่ซ่อนอยู่
1. **สืบสวน** : มีกลุ่มที่เป็นสมาชิกฟรีเมสัน ลึกลับ
   หรือเป็นความลับอยู่ในสายเลือดของคุณหรือไม่?
2. **ละทิ้ง**
   พันธสัญญาทุกประการที่รู้จักและไม่รู้จักโดยใช้คำประกาศที่อ้างอิงจากมัทธิว
   10:26–28
3. **เผาหรือลบ** สัญลักษณ์ลึกลับใดๆ: พีระมิด ดวงตาที่มองเห็นทุกสิ่ง เข็มทิศ
   เสาโอเบลิสก์ แหวน หรือเสื้อคลุม
4. **อธิษฐานออกเสียงดังๆ :**
"ข้าจะทำลายข้อตกลงลับกับสมาคมลับ ลัทธิแห่งแสงสว่าง และภราดรภาพจอมปลอม
ข้ารับใช้แต่องค์พระเยซูคริสต์เจ้าเท่านั้น"

การสมัครเป็นกลุ่ม
- ขอให้สมาชิกเขียนถึงความเชื่อมโยงลึกลับของกลุ่มคนชั้นสูงที่ทราบหรือสงสัย
- เป็นผู้นำ **การกระทำเชิงสัญลักษณ์ในการตัดสัมพันธ์** เช่น ฉีกกระดาษ เผารูป หรือเจิมหน้าผากเพื่อเป็นสัญลักษณ์ของการแยกจากกัน
- ใช้ สดุดี 2
  เพื่อประกาศการทำลายแผนการสมคบคิดของชาติและครอบครัวต่อผู้ที่พระเจ้าทรงเจิม

ข้อมูลเชิงลึกที่สำคัญ
อิทธิพลอันยิ่งใหญ่ที่สุดของซาตานมักถูกปกปิดไว้ด้วยความลับและเกียรติยศ
อิสรภาพที่แท้จริงเริ่มต้นเมื่อคุณเปิดเผย สละ
และแทนที่แท่นบูชาเหล่านั้นด้วยการนมัสการและความจริง

วารสารสะท้อนความคิด
- ฉันได้รับมรดกความมั่งคั่ง อำนาจ หรือโอกาสต่างๆ ที่รู้สึกว่า "ไม่ลงตัว" ทางจิตวิญญาณมาหรือไม่?
- มีการเชื่อมโยงลับๆ ในบรรพบุรุษของฉันที่ฉันละเลยไปหรือเปล่า?
- การตัดสิทธิ์การเข้าถึงอำนาจที่มิชอบด้วยศาสนาจะต้องเสียค่าใช้จ่ายเท่าใด และฉันเต็มใจหรือไม่?

คำอธิษฐานเพื่อการปลดปล่อย
พระบิดาเจ้าข้า ข้าพระองค์ออกมาจากทุกที่พัก แท่นบูชา และพันธสัญญาอันซ่อนเร้น
ในนามของข้าพระองค์ หรือในนามของสายเลือดของข้าพระองค์
ข้าพระองค์ตัดทุกพันธะแห่งวิญญาณ ทุกพันธะแห่งเลือด และทุกคำสาบานที่ให้ไว้
ไม่ว่าจะรู้ตัวหรือไม่รู้ตัวก็ตาม พระเยซู พระองค์คือแสงสว่างเพียงหนึ่งเดียวของข้าพระองค์
ความจริงเพียงหนึ่งเดียวของข้าพระองค์ และที่กำบังเพียงหนึ่งเดียวของข้าพระองค์
ขอไฟของพระองค์ เผาผลาญ ทุกการเชื่อมโยงอันชั่วร้ายกับอำนาจ อิทธิพล
หรือการหลอกลวง ข้าพระองค์ได้รับอิสรภาพอย่างสมบูรณ์ ในพระนามของพระเยซู
อาเมน

วันที่ 27: พันธมิตรที่ไม่ศักดิ์สิทธิ์ — ฟรีเมสัน อิลลูมินาติ และการแทรกซึมทางจิตวิญญาณ

"อย่ายุ่งเกี่ยวกับกิจการอันไร้ผลของความมืด แต่จงเปิดเผยกิจการเหล่านั้น" — เอเฟซัส 5:11
"ท่านทั้งหลายดื่มถ้วยของพระเจ้าและถ้วยของพวกปิศาจไม่ได้ด้วย" — 1 โครินธ์ 10:21

มีสมาคมลับและเครือข่ายทั่วโลกที่เสนอตัวเป็นองค์กรภราดรภาพที่ไม่เป็นอันตราย
เสนอการกุศล การเชื่อมต่อ หรือการให้ความรู้
แต่เบื้องหลังม่านนั้นซ่อนคำสาบานที่ลึกซึ้งกว่า พิธีกรรมแห่งเลือด
สายสัมพันธ์ทางวิญญาณ และหลักคำสอนของลูซิเฟอร์ที่แฝงไว้ด้วย "แสงสว่าง"
ฟรีเมสัน, อิลลูมินาติ, อีสเทิร์นสตาร์, สกัลล์แอนด์โบนส์
และเครือข่ายในเครือของพวกเขา ไม่ได้เป็นเพียงแค่ชมรมสังคม
พวกเขาคือแท่นบูชาแห่งความจงรักภักดี ซึ่งบางแห่งมีอายุย้อนกลับไปหลายศตวรรษ
ออกแบบมาเพื่อแทรกซึมทางจิตวิญญาณเข้าไปในครอบครัว รัฐบาล และแม้แต่คริสตจักร

รอยเท้าทั่วโลก

- **อเมริกาเหนือและยุโรป** – วัด Freemasonry, ลอดจ์ Scottish Rite, Yale's Skull & Bones
- **แอฟริกา** – การเริ่มต้นทางการเมืองและราชวงศ์ด้วยพิธีกรรมฟรีเมสัน ข้อตกลงทางเลือดเพื่อการปกป้องหรืออำนาจ
- **เอเชีย** – โรงเรียนคับบาลาห์ปลอมตัวมาเป็นการตรัสรู้ทางลึกลับ พิธีกรรมทางสงฆ์ลับ
- **ละตินอเมริกา** – คำสั่งของชนชั้นนำที่ซ่อนเร้น ซานเทเรียรวมเข้ากับอิทธิพลของชนชั้นนำและสนธิสัญญาทางเลือด
- **ตะวันออกกลาง** – สังคมลับของชาวบาบิลอนโบราณที่ผูกติดกับโครงสร้างอำนาจและการบูชาแสงอันเป็นเท็จ

เครือข่ายเหล่านี้มักจะ:

- ต้องใช้เลือดหรือคำสาบานด้วยวาจา
- ใช้สัญลักษณ์ลึกลับ (เข็มทิศ, พีระมิด, ตา)
- ประกอบพิธีกรรมเพื่ออัญเชิญหรืออุทิศวิญญาณให้กับคำสั่ง
- มอบอิทธิพลหรือความมั่งคั่งเพื่อแลกกับการควบคุมทางจิตวิญญาณ

คำพยาน – คำสารภาพของบิชอป

บาทหลวงท่านหนึ่งในแอฟริกาตะวันออกสารภาพต่อหน้าคริสตจักรว่าครั้งหนึ่งเขาเคยเข้าร่วมฟรีเมสันใน ระดับต่ำสมัย เรียนมหาวิทยาลัย เพียงเพื่อ "สร้างเครือข่าย" แต่เมื่อท่านไต่เต้าขึ้นสู่ตำแหน่งที่สูงขึ้น ท่านก็เริ่มเห็นข้อกำหนดแปลกๆ เช่น คำสาบานแห่งความเงียบ พิธีกรรมที่มีผ้าปิดตาและสัญลักษณ์ และ "แสงสว่าง" ที่ทำให้ชีวิตการอธิษฐานของท่านเย็นชา ท่านหยุดฝัน และอ่านพระคัมภีร์ไม่ได้ หลังจากกลับใจและประณามทุกยศฐาบรรดาศักดิ์และคำปฏิญาณอย่างเปิดเผย หมอกแห่งจิตวิญญาณก็จางหายไป ทุกวันนี้ เขาประกาศพระคริสต์อย่างกล้าหาญ เปิดเผยสิ่งที่เขาเคยมีส่วนร่วม โซ่ตรวนนั้นมองไม่เห็น จนกระทั่งขาดสะบั้น

แผนปฏิบัติการ – การทำลายอิทธิพลของกลุ่ม Freemasonry และสมาคมลับ

1. **ระบุ** การมีส่วนร่วมส่วนตัวหรือครอบครัวกับ Freemasonry, Rosicrucianism, Kabbalah, Skull and Bones หรือกลุ่มลับที่คล้ายคลึงกัน
2. **สละสิทธิ์ทุกระดับหรือขั้นของการเริ่มต้น** ตั้งแต่ระดับ 1 ถึง 33 หรือสูงกว่า รวมถึงพิธีกรรม เครื่องหมาย และคำสาบานทั้งหมด (ท่านสามารถค้นหาการสละสิทธิ์เพื่อการปลดปล่อยแบบมีคำแนะนำได้ทางออนไลน์)
3. **อธิษฐานด้วยอำนาจ :**

"ข้าขอทำลายพันธะวิญญาณ พันธสัญญาโลหิต และคำสาบานทุกประการที่ได้ทำไว้กับสมาคมลับ ไม่ว่าจะโดยตัวข้าเองหรือในนามของข้า ข้าขอทวงวิญญาณของข้าคืนมาเพื่อพระเยซูคริสต์!"

4. **ทำลายสิ่งของที่มีสัญลักษณ์** เช่น เครื่องราชอิสริยาภรณ์ หนังสือ ใบรับรอง แหวน หรือรูปภาพใส่กรอบ
5. **ประกาศ** อิสรภาพโดยใช้:
    - *กาลาเทีย 5:1*
    - *สดุดี 2:1–6*
    - *อิสยาห์ 28:15–18*

การสมัครเป็นกลุ่ม

- ให้กลุ่มหลับตาและขอให้พระวิญญาณบริสุทธิ์เปิดเผยความเกี่ยวข้องหรือความสัมพันธ์ในครอบครัวที่เป็นความลับ
- การสละองค์กร:
  อธิษฐานเพื่อยุติความผูกพันกับกลุ่มคนระดับสูงทุกรูปแบบทั้งที่รู้จักและไม่รู้จัก
- ใช้ศีลมหาสนิทเพื่อปิดผนึกการแตกหักและปรับพันธสัญญาใหม่กับพระคริสต์
- เจิมศีรษะและมือ — ฟื้นฟูความแจ่มใสของจิตใจและงานศักดิ์สิทธิ์

ข้อมูลเชิงลึกที่สำคัญ

สิ่งที่โลกเรียกว่า "ชนชั้นสูง" พระเจ้าอาจทรงเรียกว่าสิ่งน่ารังเกียจ
อิทธิพลไม่ได้ศักดิ์สิทธิ์เสมอไป และแสงสว่างก็ไม่ได้เป็นแสงสว่างเสมอไป
ไม่มีความลับใดที่ไม่มีพิษภัยเมื่อเกี่ยวข้องกับคำสาบานทางจิตวิญญาณ

วารสารสะท้อนความคิด

- ฉันเคยเป็นส่วนหนึ่งของหรือสนใจในกลุ่มคำสั่งลับหรือกลุ่มการตรัสรู้ลึกลับหรือไม่?
- มีหลักฐานของความมืดบอดทางจิตวิญญาณ ความหยุดนิ่ง หรือความเย็นชาในศรัทธาของฉันหรือไม่?
- ฉันจำเป็นต้องเผชิญหน้ากับการมีส่วนร่วมของครอบครัวด้วยความกล้าหาญและความสง่างามหรือไม่?

คำอธิษฐานเพื่ออิสรภาพ

พระเยซูเจ้า
ข้าพระองค์มาอยู่เบื้องพระพักตร์พระองค์ในฐานะแสงสว่างที่แท้จริงเพียงหนึ่งเดียว

ข้าพระองค์สละทุกพันธะ ทุกคำสาบาน ทุกแสงสว่างจอมปลอม
และทุกคำสั่งลับที่อ้างสิทธิ์ข้าพระองค์ ข้าพระองค์ตัดขาดจากฟรีเมสัน สมาคมลับ
ภราดรภาพโบราณ และทุกพันธะทางจิตวิญญาณที่เชื่อมโยงกับความมืด
ข้าพระองค์ประกาศว่าข้าพระองค์อยู่ภายใต้พระโลหิตของพระเยซูเท่านั้น ทรงผนึก
ปลดปล่อย และเป็นอิสระ
ขอพระวิญญาณของพระองค์เผาผลาญสิ่งตกค้างทั้งหมดจากพันธสัญญาเหล่านี้
ในพระนามพระเยซู อาเมน

วันที่ 28: คับบาลาห์ โครงข่ายพลังงาน และความเย้ายวนของ "แสง" อันลึกลับ

"เพราะซาตานเองก็ปลอมตัวเป็นทูตสวรรค์แห่งความสว่าง" — 2 โครินธ์ 11:14
"ความสว่างที่อยู่ในตัวท่านคือความมืด ความมืดนั้นลึกล้ำเพียงใด!" — ลูกา 11:35

ในยุคที่หมกมุ่นอยู่กับการรู้แจ้งทางจิตวิญญาณ
หลายคนกำลังดำดิ่งสู่การปฏิบัติแบบคาบาลาห์โบราณ การบำบัดด้วยพลังงาน
และคำสอนเกี่ยวกับแสงลึกลับที่หยั่งรากลึกอยู่ในหลักคำสอนลึกลับโดยไม่รู้ตัว
คำสอนเหล่านี้มักถูกปลอมแปลงเป็น "ลัทธิลึกลับของคริสต์" "ปัญญาของชาวยิว" หรือ "จิตวิญญาณที่อิงวิทยาศาสตร์" แต่แท้จริงแล้วคำสอนเหล่านี้มีต้นกำเนิดมาจากบาบิโลน ไม่ใช่ไซอัน
คับบาลาห์ไม่ใช่แค่ระบบปรัชญาของชาวยิวเท่านั้น
แต่ยังเป็นระบบทางจิตวิญญาณที่สร้างขึ้นบนรหัสลับ การแผ่รังสีจากสวรรค์ (เซฟิรอต) และเส้นทางลี้ลับ มันคือกลลวงล่อลวงแบบเดียวกับที่อยู่เบื้องหลังไพ่ทาโรต์
ศาสตร์แห่งตัวเลข พอร์ทัลจักรราศี และกริดยุคใหม่
คนดัง ผู้มีอิทธิพล และเจ้าพ่อธุรกิจจำนวนมากสวมสายสีแดง ทำสมาธิด้วยพลังงานคริสตัล หรือปฏิบัติตาม Zohar
โดยไม่รู้ตัวว่าพวกเขากำลังเข้าร่วมในระบบกับดักทางจิตวิญญาณที่มองไม่เห็น

ความพันกันทั่วโลก

- **อเมริกาเหนือ** – ศูนย์คับบาลาห์ที่ปลอมตัวเป็นพื้นที่เพื่อสุขภาพ การทำสมาธิพลังงานแบบมีคำแนะนำ
- **ยุโรป** – คับบาลาห์แบบดรูอิดและศาสนาคริสต์แบบลึกลับที่สอนโดยคำสั่งลับ
- **แอฟริกา** – ลัทธิแห่งความเจริญรุ่งเรืองผสมผสานคัมภีร์กับศาสตร์แห่งตัวเลขและพอร์ทัลพลังงาน
- **เอเชีย** – การบำบัดจักระได้รับการเปลี่ยนชื่อใหม่เป็น "การเปิดใช้งานแสง" ซึ่งสอดคล้องกับรหัสสากล

- **ละตินอเมริกา** —
นักบุญผสมกับเทวทูตคับบาลาห์ในนิกายโรมันคาธอลิกแบบลึกลับ
นี่คือการล่อลวงด้วยแสงอันเป็นเท็จ ——
ที่ซึ่งความรู้กลายเป็นพระเจ้าและการส่องสว่างกลายเป็นคุก

ประจักษ์พยานที่แท้จริง — หลุดพ้นจาก "กับดักแห่งแสง"

มาริซอล โค้ชธุรกิจชาวอเมริกาใต้
คิดว่าเธอได้ค้นพบปัญญาที่แท้จริงผ่านศาสตร์แห่งตัวเลขและ
"การไหลเวียนของพลังศักดิ์สิทธิ์" จากอาจารย์คับบาลาห์ ความฝันของเธอกลายเป็นจริง
วิสัยทัศน์ของเธอคมชัด แต่ความสงบสุขของเธอ? หายไป ความสัมพันธ์ของเธอ?
กำลังพังทลาย
เธอพบว่าตัวเองถูกทรมานจากสิ่งลึกลับในยามหลับ แม้เธอจะ "อธิษฐานภาวนาเบาๆ"
ทุกวัน เพื่อนคนหนึ่งส่งวิดีโอประจักษ์พยานของอดีตนักพรตผู้หนึ่งที่ได้พบกับพระเยซู
คืนนั้น มาริซอลร้องเรียกพระเยซู เธอเห็นแสงสีขาวที่แยงตา — ไม่ใช่แสงลึกลับ
แต่บริสุทธิ์ ความสงบสุขกลับคืนมา
เธอทำลายสิ่งของของเธอและเริ่มต้นการเดินทางสู่การปลดปล่อย ปัจจุบัน
เธอดำเนินแพลตฟอร์มการให้คำปรึกษาที่เน้นพระคริสต์เป็นศูนย์กลางสำหรับผู้หญิงที่ติดอยู่
ในความหลอกลวงทางจิตวิญญาณ

แผนปฏิบัติการ — ละทิ้งการหลอกลวง

1. **ตรวจสอบ** การรับแสงของคุณ: คุณได้อ่านหนังสือลึกลับ
ฝึกการบำบัดด้วยพลังงาน ทำตามดวงชะตา หรือสวมด้ายสีแดงหรือไม่?
2. **กลับใจเสียใหม่** เพราะแสวงหาแสงสว่างนอกเหนือจากพระคริสต์
3. **ทำลายความสัมพันธ์** กับ:
    - คำสอนคับบาลาห์/โซฮาร์
    - ยาพลังงานหรือการกระตุ้นแสง
    - การอัญเชิญเทวดาหรือการถอดรหัสชื่อ
    - เรขาคณิตศักดิ์สิทธิ์ ตัวเลขศาสตร์ หรือ "รหัส"
4. **อธิษฐานออกเสียงดังๆ** :

"พระเยซู พระองค์ ทรงเป็นแสงสว่างของโลก ข้าพระองค์ละทิ้งแสงสว่างเท็จทุกประการ คำสอนลี้ลับทุกประการ และกับดักลี้ลับทุกประการ
ข้าพระองค์กลับมาหาพระองค์ในฐานะแหล่งแห่งความจริงเพียงหนึ่งเดียวของข้าพระองค์!"

5. พระคัมภีร์ที่จะประกาศ :
    - ยอห์น 8:12
    - เฉลยธรรมบัญญัติ 18:10–12
    - อิสยาห์ 2:6
    - 2 โครินธ์ 11:13–15

การสมัครเป็นกลุ่ม

- ถาม: คุณ (หรือครอบครัว) เคยมีส่วนร่วมหรือได้รับการสัมผัสกับลัทธิ New Age, ศาสตร์แห่งตัวเลข, คับบาลาห์ หรือคำสอน "แสง" อันลึกลับหรือไม่?
- การละทิ้งแสงสว่างอันเป็นเท็จของกลุ่มและอุทิศตนใหม่ต่อพระเยซูในฐานะแสงสว่างเพียงหนึ่งเดียว
- ใช้เกลือและภาพแห่งแสงสว่าง
  โดยแจกเกลือและเทียนให้ผู้เข้าร่วมแต่ละคนเพื่อประกาศว่า
  "ฉันเป็นเกลือและแสงสว่างในพระคริสต์เท่านั้น"

ข้อมูลเชิงลึกที่สำคัญ
แสงสว่างไม่ได้ศักดิ์สิทธิ์เสมอไป สิ่งที่ส่องสว่างภายนอกพระคริสต์จะมอดไหม้ไปในที่สุด

วารสารสะท้อนความคิด

- ฉันได้แสวงหาความรู้ พลัง
  หรือการรักษาจากภายนอกพระวจนะของพระเจ้าหรือไม่?
- ฉันต้องกำจัดเครื่องมือหรือคำสอนทางจิตวิญญาณใดบ้าง?
- มีใครบ้างที่ฉันเคยแนะนำให้รู้จักกับแนวทางยุคใหม่หรือแนวทางปฏิบัติแบบ "แสงสว่าง" ที่ตอนนี้ฉันต้องแนะนำพวกเขากลับไปบ้าง?

คำอธิษฐานเพื่อการปลดปล่อย
พระบิดาเจ้าข้า ข้าพระองค์ออกมาจากการตกลงกับวิญญาณแห่งแสงเท็จ ลัทธิลี้ลับ และความรู้ลับทั้งปวง ข้าพระองค์สละคับบาลาห์ ศาสตร์แห่งตัวเลข เรขาคณิตศักดิ์สิทธิ์

และรหัสลับอันมืดมิดทุกประการที่แอบอ้างว่าเป็นแสงสว่าง
ข้าพระองค์ประกาศว่าพระเยซูคือแสงสว่างแห่งชีวิตข้าพระองค์
ข้าพระองค์เดินออกจากเส้นทางแห่งการหลอกลวงและก้าวเข้าสู่ความจริง
ขอทรงชำระข้าพระองค์ด้วยไฟของพระองค์
และทรงเติมเต็มข้าพระองค์ด้วยพระวิญญาณบริสุทธิ์ ในพระนามพระเยซู อาเมน

วันที่ 29: ม่านแห่งอิลลูมินาติ — เปิดโปงเครือข่ายลึกลับระดับสูง

"บรรดากษัตริย์แห่งแผ่นดินโลกตั้งมั่น
และบรรดาผู้ปกครองก็ประชุมกันต่อต้านพระเจ้าและต่อต้านผู้ที่พระองค์ทรงเจิมไว้" —
สดุดี 2:2
"ไม่มีสิ่งใดที่ซ่อนเร้นจะไม่ได้เปิดเผย และไม่มีสิ่งใดที่ปิดบังไว้จะไม่ได้เปิดเผย" — ลูกา 8:17

มีโลกหนึ่งซ่อนอยู่ในโลกของเรา ซ่อนเร้นอยู่ในที่ที่ทุกคนมองเห็น
ตั้งแต่ฮอลลีวูดไปจนถึงการเงินชั้นสูง จากเส้นทางการเมืองไปจนถึงอาณาจักรดนตรี
เครือข่ายพันธมิตรด้านมืดและสัญญาทางจิตวิญญาณควบคุมระบบต่างๆ
ที่หล่อหลอมวัฒนธรรม ความคิด และอำนาจ มันคือมากกว่าการสมคบคิด แต่ มันคือ
กบฏโบราณที่ถูกนำมาบรรจุใหม่เพื่อเวทีสมัยใหม่
แก่นแท้ของ Illuminati ไม่ใช่แค่สมาคมลับ แต่เป็นวาระของลูซิเฟอร์
เปรียบเสมือนพีระมิดทางจิตวิญญาณที่ผู้มีอำนาจสูงสุดให้คำมั่นสัญญาผ่านเลือด พิธีกรรม
และการแลกเปลี่ยนวิญญาณ มักถูกห่อหุ้มด้วยสัญลักษณ์ แฟชั่น
และวัฒนธรรมป๊อปเพื่อกำหนดเงื่อนไขให้กับมวลชน
นี่ไม่ใช่เรื่องความหวาดระแวง แต่มันเป็นเรื่องของความตระหนักรู้

เรื่องจริง – การเดินทางจากชื่อเสียงสู่ศรัทธา
มาร์คัสเป็นโปรดิวเซอร์เพลงดาวรุ่งในสหรัฐอเมริกา
เมื่อเพลงฮิตอันดับสามของเขาขึ้นชาร์ต เขาได้รู้จักกับคลับสุดพิเศษ
ซึ่งประกอบด้วยเหล่าบุรุษและสตรีผู้ทรงอิทธิพล "ที่ปรึกษาทางจิตวิญญาณ"
สัญญาที่ปกปิดเป็นความลับ ในตอนแรก
ดูเหมือนว่ามันจะเป็นการให้คำปรึกษาระดับแนวหน้า จากนั้นก็มาถึงช่วง
"การเรียกวิญญาณ" ซึ่งประกอบด้วยห้องมืด ไฟแดง บทสวด และพิธีกรรมกระจก
เขาเริ่มสัมผัสประสบการณ์การเดินทางนอกร่าง เสียงกระซิบเพลงให้เขาฟังในยามค่ำคืน

คืนหนึ่ง ภายใต้อิทธิพลและการทรมาน เขาพยายามฆ่าตัวตาย แต่พระเยซูทรงเข้าแทรกแซง คำวิงวอนของคุณยายผู้กำลังอธิษฐานอยู่ก็สำเร็จ เขาจึงหลบหนี ละทิ้งระบบ และเริ่มต้นการเดินทางอันยาวนานเพื่อปลดปล่อย วันนี้
เขาเปิดเผยความมืดมนของวงการดนตรีผ่านดนตรีที่เป็นพยานถึงแสงสว่าง

ระบบควบคุมที่ซ่อนอยู่

- **การสังเวยเลือดและพิธีกรรมทางเพศ** —
การเริ่มต้นสู่พลังอำนาจต้องอาศัยการแลกเปลี่ยน: ร่างกาย เลือด หรือความบริสุทธิ์
- **การเขียนโปรแกรมจิตใจ (รูปแบบ MK Ultra)** — ใช้ในสื่อ ดนตรี การเมือง เพื่อสร้างตัวตนและตัวจัดการที่แตกแยก
- **สัญลักษณ์** — ดวงตาทรงพีระมิด ฟีนิกซ์ พื้นกระดานหมากรุก นกฮูก และดวงดาวกลับหัว — ประตูแห่งความภักดี
- **หลักคำสอนของลูซิเฟอร์** — "ทำในสิ่งที่เจ้าปรารถนา"
"จงเป็นพระเจ้าของตนเอง" " ผู้ให้แสงสว่าง แห่งการตรัสรู้"

แผนปฏิบัติการ — หลุดพ้นจากเว็บระดับสูง

1. **จงกลับใจ** จากการเข้าร่วมในระบบใดๆ ที่เกี่ยวข้องกับการเสริมพลังลึกลับ แม้จะไม่รู้ตัวก็ตาม (ดนตรี สื่อ สัญญา)
2. **สละ** ชื่อเสียง พันธสัญญาที่ซ่อนเร้น
หรือความหลงใหลในวิถีชีวิตชั้นสูงไม่ว่าจะด้วยวิธีใดก็ตาม
3. **อธิษฐานเผื่อ** สัญญา แบรนด์ หรือเครือข่ายทุกแห่งที่ คุณเป็น ส่วนหนึ่ง ขอให้พระวิญญาณบริสุทธิ์เปิดเผยความผูกพันที่ซ่อนเร้น
4. **ประกาศออกมาดังๆ :**

"ข้าปฏิเสธทุกระบบ คำสาบาน และสัญลักษณ์แห่งความมืด
ข้าเป็นส่วนหนึ่งของอาณาจักรแห่งแสงสว่าง วิญญาณของข้าไม่มีไว้ขาย!"

5. **พระคัมภีร์หลัก :**
    - อิสยาห์ 28:15–18 – พันธสัญญากับความตายจะไม่คงอยู่
    - สดุดี 2 – พระเจ้าทรงหัวเราะเยาะแผนการชั่วร้าย

- 1 โครินธ์ 2:6-8 –
  ผู้ปกครองของโลกนี้ไม่เข้าใจพระปัญญาของพระเจ้า

การสมัครเป็นกลุ่ม

- นำกลุ่มใน การชำระ **ล้างสัญลักษณ์** —
  นำรูปภาพหรือโลโก้ที่ผู้เข้าร่วมมีคำถามมา
- กระตุ้นให้ผู้คนแบ่งปันว่าพวกเขาเห็นป้าย Illuminati ในวัฒนธรรมป็อปที่ไหน และป้ายดังกล่าวส่งผลต่อมุมมองของพวกเขาอย่างไร
- เชิญชวนผู้เข้าร่วมให้ **มุ่งมั่น** ต่อจุดประสงค์ของพระคริสต์อีกครั้ง (ดนตรี แฟชั่น สื่อ)

ข้อมูลเชิงลึกที่สำคัญ

การหลอกลวงที่ทรงพลังที่สุดคือการหลอกลวงที่ซ่อนเร้นอยู่ในเสน่ห์
แต่เมื่อหน้ากากถูกถอดออก โซ่ตรวนก็ขาดสะบั้นลง

วารสารสะท้อนความคิด

- ฉันถูกดึงดูดด้วยสัญลักษณ์หรือการเคลื่อนไหวที่ฉันไม่เข้าใจอย่างถ่องแท้หรือไม่?
- ฉันได้ทำคำมั่นสัญญาหรือข้อตกลงเพื่อแสวงหาอิทธิพลหรือชื่อเสียงหรือไม่?
- ฉันต้องมอบของประทานหรือแพลตฟอร์มส่วนใดให้กับพระเจ้าอีกครั้ง?

คำอธิษฐานเพื่ออิสรภาพ

พระบิดาเจ้าข้า ข้าพระองค์ปฏิเสธทุกโครงสร้างที่ซ่อนเร้น คำสาบาน
และอิทธิพลของเหล่าอิลลูมินาติและลัทธิอาถรรพ์ชั้นสูง
ข้าพระองค์สละชื่อเสียงโดยปราศจากพระองค์ อำนาจที่ไร้จุดหมาย
และความรู้โดยปราศจากพระวิญญาณบริสุทธิ์
ข้าพระองค์ยกเลิกพันธสัญญาแห่งโลหิตและวาจาทุกประการที่เคยกระทำกับข้าพระองค์
ไม่ว่าจะโดยรู้ตัวหรือไม่ก็ตาม พระเยซูเจ้า
ข้าพระองค์สถาปนาพระองค์เป็นพระเจ้าเหนือจิตใจ พรสวรรค์

และโชคชะตาของข้าพระองค์ ขอทรงเปิดเผยและทำลายโซ่ตรวนที่มองไม่เห็นทุกเส้น ในพระนามของพระองค์ ข้าพระองค์ลุกขึ้น และเดินในความสว่าง อาเมน

วันที่ 30: โรงเรียนลึกลับ — ความลับโบราณพันธนาการสมัยใหม่

"ลำคอของพวกเขาเหมือนหลุมฝังศพที่เปิดอยู่ ลิ้นของพวกเขาใช้เล่ห์เหลี่ยมหลอกลวง พิษงูพิษอยู่ที่ริมฝีปากของพวกเขา" — โรม 3:13
"อย่าเรียกการสมรู้ร่วมคิดทุกอย่างที่ชนชาตินี้เรียกว่าการสมรู้ร่วมคิด
อย่ากลัวสิ่งที่พวกเขากลัว...
พระเจ้าผู้ทรงมหิทธิฤทธิ์คือผู้ที่เจ้าทั้งหลายจะต้องนับถือว่าบริสุทธิ์..." — อิสยาห์ 8:12–13

นานก่อนยุคอิลลูมินาติ มีโรงเรียนลึกลับโบราณหลายแห่ง เช่น อียิปต์ บาบิโลน กรีซ และเปอร์เซีย ซึ่งออกแบบมาไม่เพียงเพื่อถ่ายทอด "ความรู้" เท่านั้น
แต่ยังเพื่อปลุกพลังเหนือธรรมชาติผ่านพิธีกรรมอันมืดมิด ปัจจุบัน
โรงเรียนเหล่านี้ได้รับการฟื้นฟูขึ้นใหม่ในมหาวิทยาลัยชั้นนำ สถานปฏิบัติธรรม ค่าย "ตระหนักรู้" หรือแม้แต่ ใน
หลักสูตรฝึกอบรมออนไลน์ที่แฝงไว้ด้วยภาพลักษณ์ของการพัฒนาตนเองหรือการปลุกจิตสำนึกขั้นสูง
ตั้งแต่วงคาบาลาห์ไปจนถึงเทววิทยา ลัทธิเฮอร์เมติก และลัทธิโรสิครูเซียน —
เป้าหมายก็เหมือนกัน นั่นคือ "การเป็นเหมือนเทพเจ้า"
ปลุกพลังแฝงโดยไม่ต้องยอมจำนนต่อพระเจ้า บทสวดที่ซ่อนเร้น เรขาคณิตศักดิ์สิทธิ์
การฉายภาพนิมิต การปลดล็อกต่อมไพเนียล และพิธีกรรมต่างๆ
ล้วนนำพาผู้คนมากมายให้ตกอยู่ภายใต้พันธนาการทางจิตวิญญาณภายใต้หน้ากากของ "แสงสว่าง"
แต่ "แสงสว่าง" ทุกดวงที่ไม่ได้หยั่งรากในพระเยซู ล้วนเป็นแสงสว่างจอมปลอม
และคำสาบานที่ซ่อนเร้นทุกคำจะต้องถูกเพิกถอน

เรื่องจริง – จากผู้เชี่ยวชาญสู่ผู้ถูกทอดทิ้ง

แซนดรา* โค้ชสุขภาพชาวแอฟริกาใต้
ได้รับการเริ่มต้นเข้าสู่กลุ่มลึกลับของอียิปต์ผ่านโครงการให้คำปรึกษา
การฝึกอบรมประกอบด้วยการจัดเรียงจักระ การทำสมาธิพระอาทิตย์ พิธีกรรมพระจันทร์

และคัมภีร์ภูมิปัญญาโบราณ เธอเริ่มประสบกับ "การดาวโหลด" และ "การขึ้นสวรรค์" แต่ไม่นานสิ่งเหล่านี้ก็กลายเป็นอาการตื่นตระหนก อัมพาตขณะหลับ และภาวะคิดฆ่าตัวตาย

เมื่อศิษยาภิบาลเผยต้นตอของเรื่องดังกล่าว ซานดราก็ตระหนักว่าจิตวิญญาณของเธอถูกผูกมัดด้วยคำปฏิญาณและสัญญาทางวิญญาณ การละทิ้งคำสั่งหมายถึงการสูญเสียรายได้และความสัมพันธ์ แต่เธอกลับได้รับอิสรภาพ

ปัจจุบัน เธอบริหารศูนย์บำบัดที่มีศูนย์กลางอยู่ที่พระคริสต์ เพื่อเตือนผู้อื่นถึงการหลอกลวงแบบยุคใหม่

หัวข้อทั่วไปของโรงเรียนลึกลับในปัจจุบัน

- **วงกลมคับบาลาห์** – ลัทธิลึกลับของชาวยิว ผสมผสานกับศาสตร์แห่งตัวเลข การบูชาทูตสวรรค์ และภพภพ
- **ลัทธิเฮอร์เมติก** – หลักคำสอนที่ว่า "ข้างบนเป็นอย่างไร ข้างล่างก็เป็นอย่างนั้น" การให้พลังแก่จิตวิญญาณเพื่อจัดการกับความเป็นจริง
- **Rosicrucians** – คำสั่งลับที่เกี่ยวข้องกับการเปลี่ยนแปลงทางเคมีและการยกระดับวิญญาณ
- **ฟรีเมสันและภราดรภาพลึกลับ** – ความก้าวหน้าแบบหลายชั้นสู่แสงที่ซ่อนอยู่ แต่ละระดับผูกพันด้วยคำสาบานและพิธีกรรม
- **การปฏิบัติธรรมทางจิตวิญญาณ** – พิธีกรรม "การตรัสรู้" แบบหลอนประสาทกับหมอผีหรือ "ผู้ชี้นำ"

แผนปฏิบัติการ – การทำลายแอกโบราณ

1. **สละ** พันธสัญญาทั้งหมดที่ทำผ่านการเริ่มต้น หลักสูตร หรือสัญญาทางจิตวิญญาณนอกเหนือจากพระคริสต์
2. **ยกเลิก** พลังของแหล่ง "แสง" หรือ "พลังงาน" ทุกอย่างที่ไม่ได้มีรากฐานมาจากพระวิญญาณบริสุทธิ์
3. **ทำความสะอาด** บ้านของคุณจากสัญลักษณ์ต่างๆ เช่น อังค์ ดวงตาของฮอรัส เรขาคณิตศักดิ์สิทธิ์ แท่นบูชา ธูป รูปปั้น หรือหนังสือพิธีกรรม
4. **ประกาศออกเสียงดังๆ :**

“ข้าปฏิเสธทุกเส้นทางทั้งโบราณและสมัยใหม่ที่มุ่งสู่แสงสว่างอันเท็จ ข้ายอมจำนนต่อพระเยซูคริสต์ แสงสว่างที่แท้จริง คำสาบานลับๆ ทุกคำถูกทำลายด้วยพระโลหิตของพระองค์”

พระคัมภีร์หลัก

- โคโลสี 2:8 – ไม่มีปรัชญาที่ไร้สาระและหลอกลวง
- ยอห์น 1:4–5 – ความสว่างที่แท้จริงส่องอยู่ในความมืด
- 1 โครินธ์ 1:19–20 – พระเจ้าทรงทำลายปัญญาของผู้มีปัญญา

การสมัครเป็นกลุ่ม

- จัดงาน "เผาหนังสือม้วน" เชิงสัญลักษณ์ (กิจการ 19:19) โดยสมาชิกในกลุ่มจะนำและทำลายหนังสือลึกลับ เครื่องประดับ และสิ่งของต่างๆ
- อธิษฐานให้กับคนที่ "ดาวน์โหลด" ความรู้แปลกๆ หรือเปิดจักระตาที่สามผ่านการทำสมาธิ
- พาผู้เข้าร่วมเดินผ่าน คำอธิษฐาน **"การถ่ายโอนแสง"** — ขอให้พระวิญญาณบริสุทธิ์เข้ามาครอบครองทุกพื้นที่ที่เคยยอมมอบให้แก่แสงลึกลับ

ข้อมูลเชิงลึกที่สำคัญ

พระเจ้าไม่ได้ซ่อนความจริงไว้ในปริศนาและพิธีกรรม แต่พระองค์ทรงเปิดเผยความจริงผ่านทางพระบุตรของพระองค์ จงระวัง “แสงสว่าง” ที่จะดึงคุณเข้าสู่ความมืด

วารสารสะท้อนความคิด

- ฉันได้เข้าร่วมโรงเรียนออนไลน์หรือโรงเรียนปกติแห่งใดที่ให้คำมั่นสัญญาว่าจะให้ความรู้โบราณ การกระตุ้น หรือพลังลึกลับหรือไม่

- มีหนังสือ สัญลักษณ์ หรือพิธีกรรมใดบ้างที่ฉันเคยคิดว่าไม่เป็นอันตรายแต่ตอนนี้กลับรู้สึกผิด?
- ฉันแสวงหาประสบการณ์ทางจิตวิญญาณมากกว่าความสัมพันธ์กับพระเจ้าที่ไหน?

คำอธิษฐานเพื่อการปลดปล่อย

พระเยซูเจ้า พระองค์ คือหนทาง ความจริง และแสงสว่าง
ข้าพระองค์ขอกลับใจสำหรับทุกเส้นทางที่ข้าพระองค์เลือกเดิน
ซึ่งละเมิดพระวจนะของพระองค์ ข้าพระองค์สละทิ้งทุกสำนัก สำนักลึกลับ สำนักลับ
คำสาบาน และพิธีรับศีลมหาสนิท ข้าพระองค์ขอตัดสัมพันธ์ทางวิญญาณกับ ผู้นำทาง
ครูบาอาจารย์ วิญญาณ และระบบต่างๆ ที่หยั่งรากลึกในเล่ห์เหลี่ยมโบราณ
ขอทรงส่องแสงสว่างของพระองค์ในทุกที่ซ่อนเร้นในดวงใจข้าพระองค์
และทรงเติมเต็มข้าพระองค์ด้วยความจริงแห่งพระวิญญาณของพระองค์
ในพระนามพระเยซู ข้าพระองค์เดินอย่างอิสระ อาเมน

วันที่ 31: คับบาลาห์ เรขาคณิตศักดิ์สิทธิ์ และการหลอกลวงแสงชั้นสูง

"เพราะซาตานเองก็แปลงกายเป็นทูตสวรรค์แห่งความสว่าง" — 2 โครินธ์ 11:14
"สิ่งลี้ลับเป็นของพระเจ้าของเรา แต่สิ่งที่เปิดเผยเป็นของเรา..." — เฉลยธรรมบัญญัติ 29:29

ในการแสวงหาความรู้ทางจิตวิญญาณของเรา มีอันตรายแฝงอยู่ นั่นคือ "ปัญญาอันซ่อนเร้น" ที่สัญญาว่าจะมอบพลัง แสงสว่าง และความเป็นพระเจ้าให้โดยปราศจากพระคริสต์ จากวงสังคมคนดังสู่กระท่อมลับ จากงานศิลปะสู่สถาปัตยกรรม รูปแบบการหลอกลวงที่ถักทอไปทั่วโลก ดึงดูดผู้แสวงหาเข้าสู่เครือข่ายลึกลับของ **คับบาลา ห์ เรขาคณิตศักดิ์สิทธิ์** และ **คำสอนแห่งความ** ลี้ลับ
สิ่งเหล่านี้ไม่ใช่การสำรวจทางปัญญาที่ไม่มีพิษภัย แต่มันคือทางเข้าสู่พันธสัญญาทางจิตวิญญาณกับเหล่าทูตสวรรค์ที่ตกสวรรค์ซึ่งปลอมตัวเป็นแสงสว่าง

การแสดงออกระดับโลก

- **ฮอลลีวูดและอุตสาหกรรมเพลง** – คนดังหลายคนสวมสร้อยข้อมือ Kabbalah อย่างเปิดเผยหรือสักสัญลักษณ์ศักดิ์สิทธิ์ (เช่น ต้นไม้แห่งชีวิต) ซึ่งสืบย้อนไปถึงลัทธิลึกลับของชาวยิว
- **แฟชั่นและสถาปัตยกรรม** – การออกแบบของกลุ่มฟรีเมสันและรูปแบบทางเรขาคณิตอันศักดิ์สิทธิ์ (ดอกไม้แห่งชีวิต, เฮ็กซะแกรม, ดวงตาแห่งฮอรัส) ถูกฝังไว้ในเสื้อผ้า อาคาร และศิลปะดิจิทัล
- **ตะวันออกกลางและยุโรป** – ศูนย์ศึกษาคับบาลาห์เจริญรุ่งเรืองในหมู่ชนชั้นสูง โดยมักผสมผสานลัทธิลึกลับเข้ากับศาสตร์แห่งตัวเลข โหราศาสตร์ และการอัญเชิญเทวดา

- **แวดวงออนไลน์และยุคใหม่ทั่วโลก** – YouTube, TikTok และพอดแคสต์ทำให้ คำสอนเรื่อง "รหัสแสง" "พอร์ทัลพลังงาน" "การสั่นสะเทือน 3–6–9" และ "เมทริกซ์ศักดิ์สิทธิ์" กลายเป็นเรื่องปกติ โดยอิงตามเรขาคณิตศักดิ์สิทธิ์และกรอบแนวคิด Kabbalistic

เรื่องจริง — เมื่อแสงสว่างกลายเป็นเรื่องโกหก

จานา สาววัย 27 ปีจากสวีเดน
เริ่มสำรวจคับบาลาห์หลังจากติดตามนักร้องคนโปรดของเธอ ซึ่งให้เครดิตคับบาลาห์ว่าเป็น "พลังแห่งการตื่นรู้ทางความคิดสร้างสรรค์" ของเธอ เธอซื้อสร้อยข้อมือเชือกแดง เริ่มทำสมาธิด้วยมณฑลเรขาคณิต และศึกษาชื่อเทวดาจากคัมภีร์ฮีบรูโบราณ สิ่งต่างๆ เริ่มเปลี่ยนแปลง ความฝันของเธอกลับกลายเป็นเรื่องแปลกประหลาด เธอรู้สึกถึงสิ่งมีชีวิตที่อยู่เคียงข้างเธอในยามหลับใหล กระซิบคำตรัสแห่งปัญญา แล้วจึงเรียกร้องเลือด เงามืดติดตามเธอไป แต่เธอกลับโหยหาแสงสว่างมากขึ้น ในที่สุด เธอก็บังเอิญไปเจอวิดีโอการปลดปล่อยทางออนไลน์ และตระหนักว่าการทรมานของเธอไม่ใช่การยกระดับจิตวิญญาณ แต่เป็นการหลอกลวงทางจิตวิญญาณ หลังจากผ่านการฝึกปลดปล่อย การอดอาหาร และการเผาวัตถุคาบาลาห์ทุกชิ้นในบ้านเป็นเวลาหกเดือน ความสงบสุขก็เริ่มกลับคืนมา ตอนนี้เธอเตือนคนอื่นๆ ผ่านบล็อกของเธอว่า "แสงแห่งการปลดปล่อยเกือบจะทำลายฉัน"

การมองเห็นเส้นทาง
แม้บางครั้งคับบาลาห์จะสวมชุดคลุมทางศาสนา
แต่กลับปฏิเสธพระเยซูคริสต์ในฐานะหนทางเดียวที่จะเข้าถึงพระเจ้า คับบาลาห์มักยกระดับ **"ตัวตนอันศักดิ์สิทธิ์"** ส่งเสริม **การเชื่อมต่อกับโลก ภายนอก** และ **การขึ้นสู่สวรรค์แบบต้นไม้แห่งชีวิต** และใช้ **หลักลึกลับทางคณิตศาสตร์** เพื่อเรียกพลัง
การปฏิบัติเหล่านี้เปิด **ประตูทางจิตวิญญาณ** ไม่ใช่สู่สวรรค์
แต่สู่สิ่งที่ปลอมตัวเป็นผู้ถือแสงสว่าง
หลักคำสอนของคับบาลาห์หลายประการมีความสอดคล้องกับ:

- ฟรีเมสัน
- ลัทธิโรสิครูเซียน

- ลัทธิโนสติก
- ลัทธิแห่งการตรัสรู้ของลูซิเฟอร์

ตัวหารร่วมคืออะไร? การแสวงหาความเป็นพระเจ้าโดยปราศจากพระคริสต์

แผนปฏิบัติการ – การเปิดเผยและขับไล่แสงเท็จ

1. **สำนึกผิด** จากการมีส่วนร่วมกับคับบาลาห์ ตัวเลขศาสตร์ เรขาคณิตศักดิ์สิทธิ์ หรือคำสอนของ "โรงเรียนลึกลับ"
2. **ทำลายวัตถุต่างๆ** ในบ้านของคุณที่เชื่อมโยงกับการปฏิบัติเหล่านี้ เช่น มณฑล แท่นบูชา ข้อความคับบาลาห์ ตารางคริสตัล เครื่องประดับสัญลักษณ์ศักดิ์สิทธิ์
3. **สละวิญญาณแห่งแสงอันเป็นเท็จ** (เช่น เมทาทรอน ราเซียล เชคินาห์ในรูปแบบลึกลับ) และสั่งให้เหล่าทูตสวรรค์ปลอมทุกตนออกไป
4. **ดื่มด่ำ** กับความเรียบง่ายและความเพียงพอของพระคริสต์ (2 โครินธ์ 11:3)
5. **จงถือศีลอดและเจิม** ตนเองทั้งตา หน้าผาก และมือ ละทิ้งภูมิปัญญาที่ผิดๆ ทั้งหมด และประกาศความจงรักภักดีต่อพระเจ้าเพียงผู้เดียว

การสมัครเป็นกลุ่ม

- แบ่งปันการพบปะกับ "คำสอนแห่งแสงสว่าง" ตัวเลขศาสตร์ สื่อคับบาลาห์ หรือสัญลักษณ์ศักดิ์สิทธิ์
- ให้คุณแบ่งกลุ่มรายชื่อวลีหรือความเชื่อที่ฟังดู "ทางจิตวิญญาณ" แต่ขัดแย้งกับพระคริสต์ (เช่น "ฉันเป็นผู้ศักดิ์สิทธิ์" "จักรวาลจัดเตรียมให้" "จิตสำนึกของพระคริสต์")
- เจิมน้ำมันให้แต่ละคนพร้อมกับประกาศ ยอห์น 8:12 — *"พระเยซูทรงเป็นความสว่างของโลก"*
- เผาหรือทิ้งวัสดุหรือวัตถุใดๆ ที่อ้างอิงถึงเรขาคณิตศักดิ์สิทธิ์ ลัทธิลึกลับ หรือ "รหัสศักดิ์สิทธิ์"

ข้อมูลเชิงลึกที่สำคัญ

ซาตานไม่ได้มาในฐานะผู้ทำลายล้างก่อน เขามักจะมาในฐานะผู้ให้ความสว่าง —
มอบความรู้ลับและแสงสว่างจอมปลอม
แต่แสงสว่างนั้นกลับนำพาไปสู่ความมืดมิดที่ลึกล้ำยิ่งกว่า

วารสารสะท้อนความคิด

- ฉันได้เปิดจิตวิญญาณของฉันให้กับ "แสงสว่างทางวิญญาณ" ใดๆ ที่ผ่านพระคริสต์ไปหรือไม่?
- มีสัญลักษณ์ วลี หรือวัตถุที่ฉันคิดว่าไม่เป็นอันตรายแต่ตอนนี้รับรู้ได้ว่าเป็นพอร์ทัลหรือไม่
- ฉันได้ยกย่องภูมิปัญญาส่วนตัวให้เหนือกว่าความจริงในพระคัมภีร์หรือไม่?

คำอธิษฐานเพื่อการปลดปล่อย

พระบิดาเจ้าข้า ข้าพระองค์ขอสละแสงเท็จ คำสอนลี้ลับ
และความรู้ลับที่พันเกี่ยวจิตวิญญาณของข้าพระองค์
ข้าพระองค์ขอสารภาพว่ามีเพียงพระเยซูคริสต์เท่านั้นที่เป็นแสงสว่างที่แท้จริงของโลก
ข้าพระองค์ขอปฏิเสธคับบาลาห์ เรขาคณิตศักดิ์สิทธิ์ ศาสตร์แห่งตัวเลข
และหลักคำสอนของปีศาจทั้งปวง ขอให้วิญญาณปลอมๆ
ทุกตนถูกถอนรากถอนโคนออกไปจากชีวิตข้าพระองค์เสียที โปรดชำระล้างดวงตา
ความคิด จินตนาการ และจิตวิญญาณของข้าพระองค์ ข้าพระองค์เป็นของพระองค์แต่ผู้เดียว
ทั้งวิญญาณ จิตวิญญาณ และร่างกาย ในพระนามพระเยซู อาเมน

วันที่ 3 2: วิญญาณงูภายใน —
เมื่อการปลดปล่อยมาสายเกินไป

"พวกเขามีนัยน์ตาที่เต็มไปด้วยการล่วงประเวณี...
พวกเขาล่อลวงจิตวิญญาณที่ไม่มั่นคง... พวกเขาดำเนินตามทางของบาลาอัม...
ซึ่งทรงสงวนความมืดมิดไว้สำหรับเขาตลอดไป" — 2 เปโตร 2:14–17
"อย่าหลงเลย พระเจ้าจะเยาะเย้ยไม่ได้ มนุษย์ย่อมเก็บเกี่ยวสิ่งที่เขาหว่าน" — กาลาเทีย 6:7

มีปีศาจปลอมตัวอยู่ตัวหนึ่งที่อวดโฉมราวกับเป็นแสงสว่างแห่งการตรัสรู้ มันเยียวยา
เติมพลัง และเสริมพลัง — แต่เพียงชั่วระยะเวลาหนึ่งเท่านั้น
มันกระซิบถึงความลึกลับศักดิ์สิทธิ์ เปิด "ดวงตาที่สาม" ของคุณ
ปลดปล่อยพลังในกระดูกสันหลัง — แล้วจึง **กักขังคุณไว้ด้วยความ** ทรมาน
มันคือ **กุณฑลินี** วิญญาณ
งู **วิญญาณ** ศักดิ์สิทธิ์จอมปลอมแห่งยุค ใหม่

เมื่อถูกกระตุ้น — ผ่านโยคะ สมาธิ ยาเสพติดหลอนประสาท บาดแผลทางใจ
หรือพิธีกรรมลึกลับ —
พลังนี้จะขดตัวอยู่ที่ฐานกระดูกสันหลังและพุ่งขึ้นราวกับไฟผ่านจักระ
หลายคนเชื่อว่านี่คือการตื่นรู้ทางจิตวิญญาณ แท้จริงแล้วมันคือ **วิญญาณร้าย**
ที่แฝงตัวอยู่ในรูปของพลังงานศักดิ์สิทธิ์
แต่จะเกิดอะไรขึ้นถ้ามัน **ไม่หายไป** ?

เรื่องจริง – "ฉันปิดมันไม่ได้"
มาริสซา หญิงสาวคริสเตียนชาวแคนาดา เคยลองฝึก "โยคะคริสเตียน"
ก่อนที่จะอุทิศชีวิตให้กับพระคริสต์ เธอรักความรู้สึกสงบ แรงสั่นสะเทือน
และภาพนิมิตอันสว่างไสว แต่หลังจากการฝึกโยคะอย่างหนักครั้งหนึ่ง
ซึ่งเธอรู้สึกว่ากระดูกสันหลังของเธอ "ถูกกระตุ้น" เธอก็หมดสติ
และตื่นขึ้นมาหายใจไม่ออก คืนนั้น มีบางสิ่งมา **รบกวนการนอนหลับของเธอ** บิดตัวเธอ
ปรากฏกายเป็น "พระเยซู" ในความฝัน แต่กลับเยาะเย้ยเธอ

เธอได้รับ **การปลดปล่อย** ห้าครั้ง วิญญาณจะจากไป — แต่กลับมา
กระดูกสันหลังของเธอยังคงสั่นไหว
ดวงตาของเธอมองเห็นอาณาจักรวิญญาณอยู่ตลอดเวลา
ร่างกายของเธอจะเคลื่อนไหวโดยไม่รู้ตัว แม้จะได้รับความรอด
แต่บัดนี้เธอกำลังเดินอยู่ในนรกที่คริสเตียนน้อยคนนักจะเข้าใจ
วิญญาณของเธอได้รับการช่วยเหลือ — แต่จิตวิญญาณของเธอถูก **ละเมิด แตกร้าว**
และแตก สลาย

ผลที่ตามมาที่ไม่มีใครพูดถึง

- **ดวงตาที่สามยังคงเปิดอยู่** : นิมิตที่เกิดขึ้นอย่างต่อเนื่อง ภาพหลอน เสียงทางจิตวิญญาณ "เทวดา" ที่พูดโกหก
- **ร่างกายไม่หยุดสั่น** : พลังงานที่ควบคุมไม่ได้ ความดันในกะโหลกศีรษะ หัวใจเต้นแรง
- **ความทรมานที่ไม่หยุดหย่อน** : แม้หลังจากการปลดปล่อยมากกว่า 10 ครั้ง
- **ความโดดเดี่ยว** : ศิษยาภิบาลไม่เข้าใจ คริสตจักรเพิกเฉยต่อปัญหา บุคคลนี้ถูกตราหน้าว่า "ไม่มั่นคง"
- **ความกลัวนรก** : ไม่ใช่เพราะบาป แต่เพราะการทรมานที่ไม่ยอมสิ้นสุด

คริสเตียนจะไปถึงจุดที่ไม่มีทางกลับได้ไหม?
ใช่ — ในชีวิตนี้ คุณอาจได้ **รับความรอด แต่ จิตวิญญาณของคุณแตกสลายจนทรมานจน**
ตาย
นี่ไม่ใช่การปลุกปั่นความกลัว แต่นี่คือ **คำเตือนเชิง พยากรณ์**

ตัวอย่างทั่วโลก

- **แอฟริกา** – ผู้เผยพระวจนะเท็จปล่อยไฟกุณฑลินีออกมาในระหว่างพิธี – ผู้คนมีอาการชัก ชักเป็นฟอง หัวเราะ หรือคำราม
- **เอเชีย** – ปรมาจารย์โยคะที่ก้าวขึ้นสู่ "สิทธิ" (การสิงสู่ของปีศาจ) และเรียกมันว่า จิตสำนึก แห่งพระเจ้า
- **ยุโรป/อเมริกาเหนือ** – การเคลื่อนไหวแบบนีโอคาริสม่าที่เข้าถึง "อาณาจักรแห่งความรุ่งโรจน์" เห่า หัวเราะ ล้มลงอย่างควบคุมไม่ได้ — ไม่ใช่ของพระเจ้า

- **อเมริกาละติน** – การปลุกพลังของหมอผีโดยใช้ยาอายาฮัวสกา (พืชสมุนไพร) เพื่อเปิดประตูแห่งจิตวิญญาณที่ปิดไม่ได้

แผนปฏิบัติการ — หากคุณก้าวไปไกลเกินไป

1. **สารภาพถึงประตูที่แน่นอน** : โยคะ Kundalini, การทำสมาธิตาที่สาม, โบสถ์ยุคใหม่, ยาหลอนประสาท ฯลฯ
2. **หยุดไล่ตามการปลดปล่อยทั้งหมด** :
   วิญญาณบางดวงจะทรมานนานขึ้นเมื่อคุณเสริมพลังให้มันด้วยความกลัว
3. **ยึดพระคัมภีร์ไว้** เป็นประจำทุกวัน โดยเฉพาะสดุดี 119 อิสยาห์ 61 และยอห์น 1 สิ่งเหล่านี้จะช่วยฟื้นฟูจิตวิญญาณ
4. **ส่งไปยังชุมชน** :
   หาผู้เชื่อที่เปี่ยมด้วยพระวิญญาณบริสุทธิ์อย่างน้อยหนึ่งคนเพื่อร่วมเดินไปด้วยกัน การแยกตัวทำให้ปีศาจมีพลัง
5. **สละ "การมองเห็น" ไฟ ความรู้ พลังงานทางจิตวิญญาณทั้งหมด** แม้ว่าจะรู้สึกศักดิ์สิทธิ์ก็ตาม
6. **ขอความเมตตาจากพระเจ้า** — ไม่ใช่ครั้งเดียว ทุกวัน ทุกชั่วโมง หมั่นเพียรพยายาม พระเจ้าอาจไม่ทรงนำความเมตตานั้นออกไปในทันที แต่พระองค์จะทรงอุ้มชูคุณไว้

การสมัครเป็นกลุ่ม

- ถือโอกาสใคร่ครวญเงียบ ๆ สักครู่หนึ่ง ถามว่า:
  ฉันได้แสวงหาพลังทางจิตวิญญาณมากกว่าความบริสุทธิ์ทางจิตวิญญาณหรือไม่
- จงอธิษฐานเผื่อผู้ที่ต้องทนทุกข์ทรมานอย่างไม่ลดละ
  อย่าสัญญาว่าจะให้อิสรภาพในทันที แต่จงสัญญาว่า **จะเป็นสาวกของ** พระองค์
- สอนถึงความแตกต่างระหว่าง **ผลของพระวิญญาณ** (กาลาเทีย 5:22–23) และ **การแสดงออกของจิตวิญญาณ** (การสั่นสะเทือน ความร้อน นิมิต)
- เผาหรือทำลายวัตถุยุคใหม่ทุกชนิด: สัญลักษณ์จักระ คริสตัล เสื่อโยคะ หนังสือ น้ำมัน "ไพ่พระเยซู"

ข้อมูลเชิงลึกที่สำคัญ
มี เส้นแบ่ง ที่สามารถข้ามได้ —
เมื่อวิญญาณกลายเป็นประตูที่เปิดอยู่และปฏิเสธที่จะปิดลง
วิญญาณของคุณอาจได้รับการช่วยเหลือ...
แต่วิญญาณและร่างกายของคุณอาจยังคงต้องทนทุกข์ทรมานอยู่
หากคุณถูกแสงลึกลับทำให้แปดเปื้อน

วารสารสะท้อนความคิด

- ฉันเคยแสวงหาอำนาจ ไฟ หรือการมองเห็นคำทำนายมากกว่าความศักดิ์สิทธิ์และความจริงหรือไม่?
- ฉันได้เปิดประตูผ่านแนวทางปฏิบัติยุคใหม่ที่ "เป็นคริสเตียน" หรือไม่?
- ฉันเต็มใจที่จะ เดิน ร่วมกับพระเจ้าทุกวันหรือไม่ แม้ว่าการปลดปล่อยอย่างสมบูรณ์จะต้องใช้เวลาหลายปีก็ตาม?

คำอธิษฐานเพื่อการอยู่รอด

พระบิดาเจ้าข้า ลูกขอวิงวอนขอความเมตตา ลูกขอสละวิญญาณงู พลังกุณฑลินี การเปิดตาที่สาม ไฟปลอม หรือสิ่งปลอมแปลงยุคใหม่ทุกประการที่ลูกเคยสัมผัส ลูกขอมอบวิญญาณของลูก แม้ในยามที่แตกสลาย กลับคืนสู่พระองค์ พระเยซูเจ้า โปรดช่วยลูกให้พ้นจากบาปเท่านั้น แต่จากความทุกข์ทรมานด้วยเถิด โปรดปิดประตูของลูก โปรดรักษาจิตใจของลูก โปรดปิดตาของลูก โปรดบดขยี้งูที่กระดูกสันหลังของลูก ลูกรอคอยพระองค์ แม้ในยามเจ็บปวด และลูกจะไม่ยอมแพ้ ในพระนามพระเยซูเจ้า อาเมน

วันที่ 33: วิญญาณงูภายใน — เมื่อการปลดปล่อยมาสายเกินไป

"พวกเขามีนัยน์ตาที่เต็มไปด้วยการล่วงประเวณี...
พวกเขาล่อลวงจิตวิญญาณที่ไม่มั่นคง... พวกเขาดำเนินตามทางของบาลาอัม...
ซึ่งทรงสงวนความมืดมิดไว้สำหรับเขาตลอดไป" — 2 เปโตร 2:14–17
"อย่าหลงเลย พระเจ้าจะเยาะเย้ยไม่ได้ มนุษย์ย่อมเก็บเกี่ยวสิ่งที่เขาหว่าน" — กาลาเทีย 6:7

มีปีศาจปลอมตัวอยู่ตัวหนึ่งที่อวดโฉมราวกับเป็นแสงสว่างแห่งการตรัสรู้ มันเยียวยา
เติมพลัง และเสริมพลัง — แต่เพียงชั่วระยะเวลาหนึ่งเท่านั้น
มันกระซิบถึงความลึกลับศักดิ์สิทธิ์ เปิด "ดวงตาที่สาม" ของคุณ
ปลดปล่อยพลังในกระดูกสันหลัง — แล้วจึง **กักขังคุณไว้ด้วยความ** ทรมาน
มันคือ **กุณฑลินี** วิญญาณ
งู **วิญญาณ** ศักดิ์สิทธิ์จอมปลอมแห่งยุค ใหม่

เมื่อถูกกระตุ้น — ผ่านโยคะ สมาธิ ยาเสพติดหลอนประสาท บาดแผลทางใจ
หรือพิธีกรรมลึกลับ —
พลังนี้จะขดตัวอยู่ที่ฐานกระดูกสันหลังและพุ่งขึ้นราวกับไฟผ่านจักระ
หลายคนเชื่อว่านี่คือการตื่นรู้ทางจิตวิญญาณ แท้จริงแล้วมันคือ **วิญญาณร้าย**
ที่แฝงตัวอยู่ในรูปของพลังงานศักดิ์สิทธิ์
แต่จะเกิดอะไรขึ้นถ้ามัน ไม่หายไป ?

เรื่องจริง — "ฉันปิดมันไม่ได้"
มาริสซา หญิงสาวคริสเตียนชาวแคนาดา เคยลองฝึก "โยคะคริสเตียน"
ก่อนที่จะอุทิศชีวิตให้กับพระคริสต์ เธอรักความรู้สึกสงบ แรงสั่นสะเทือน
และภาพนิมิตอันสว่างไสว แต่หลังจากการฝึกโยคะอย่างหนักครั้งหนึ่ง
ซึ่งเธอรู้สึกว่ากระดูกสันหลังของเธอ "ถูกกระตุ้น" เธอก็หมดสติ
และตื่นขึ้นมาหายใจไม่ออก คืนนั้น มีบางสิ่งมา **รบกวนการนอนหลับของเธอ** บิดตัวเธอ
ปรากฏกายเป็น "พระเยซู" ในความฝัน แต่กลับเยาะเย้ยเธอ

เธอได้รับ **การปลดปล่อย** ห้าครั้ง วิญญาณจะจากไป — แต่กลับมา
กระดูกสันหลังของเธอยังคงสั่นไหว
ดวงตาของเธอมองเห็นอาณาจักรวิญญาณอยู่ตลอดเวลา
ร่างกายของเธอจะเคลื่อนไหวโดยไม่รู้ตัว แม้จะได้รับความรอด
แต่บัดนี้เธอกำลังเดินอยู่ในนรกที่คริสเตียนน้อยคนนักจะเข้าใจ
วิญญาณของเธอได้รับการช่วยเหลือ — แต่จิตวิญญาณของเธอถูก **ละเมิด แตกร้าว และแตก** สลาย

ผลที่ตามมาที่ไม่มีใครพูดถึง

- **ดวงตาที่สามยังคงเปิดอยู่ :** นิมิตที่เกิดขึ้นอย่างต่อเนื่อง ภาพหลอน เสียงทางจิตวิญญาณ "เทวดา" ที่พูดโกหก
- **ร่างกายไม่หยุดสั่น :** พลังงานที่ควบคุมไม่ได้ ความดันในกะโหลกศีรษะ หัวใจเต้นแรง
- **ความทรมานที่ไม่หยุดหย่อน :** แม้หลังจากการปลดปล่อยมากกว่า 10 ครั้ง
- **ความโดดเดี่ยว :** ศิษยาภิบาลไม่เข้าใจ คริสตจักรเพิกเฉยต่อปัญหา บุคคลนี้ถูกตราหน้าว่า "ไม่มั่นคง"
- **ความกลัวนรก :** ไม่ใช่เพราะบาป แต่เพราะการทรมานที่ไม่ยอมสิ้นสุด

คริสเตียนจะไปถึงจุดที่ไม่มีทางกลับได้ไหม?

ใช่ — ในชีวิตนี้ คุณอาจได้ **รับความรอด** แต่ **จิตวิญญาณของคุณแตกสลายจนทรมานจน** ตาย
นี่ไม่ใช่การปลุกปั่นความกลัว แต่นี่คือ **คำเตือนเชิง** พยากรณ์

ตัวอย่างทั่วโลก

- **แอฟริกา** – ผู้เผยพระวจนะเท็จปล่อยไฟกุณฑลินีออกมาในระหว่างพิธี – ผู้คนมีอาการชัก ชักเป็นฟอง หัวเราะ หรือคำราม
- **เอเชีย** – ปรมาจารย์โยคะที่ก้าวขึ้นสู่ "สิทธิ" (การสิงสู่ของปีศาจ) และเรียกมันว่า จิตสำนึก แห่งพระเจ้า
- **ยุโรป/อเมริกาเหนือ** – การเคลื่อนไหวแบบนีโอคาริสม่าที่เข้าถึง "อาณาจักรแห่งความรุ่งโรจน์" เห่า หัวเราะ ล้มลงอย่างควบคุมไม่ได้ — ไม่ใช่ของพระเจ้า

- **อเมริกาละติน** – การปลุกพลังของหมอผีโดยใช้ยาอายาฮัวสกา (พืชสมุนไพร) เพื่อเปิดประตูแห่งจิตวิญญาณที่ปิดไม่ได้

แผนปฏิบัติการ — หากคุณก้าวไปไกลเกินไป

1. **สารภาพถึงประตูที่แน่นอน** : โยคะ Kundalini, การทำสมาธิตาที่สาม, โบสถ์ยุคใหม่, ยาหลอนประสาท ฯลฯ
2. **หยุดไล่ตามการปลดปล่อยทั้งหมด** : วิญญาณบางดวงจะทรมานนานขึ้นเมื่อคุณเสริมพลังให้มันด้วยความกลัว
3. **ยึดพระคัมภีร์ไว้** เป็นประจำทุกวัน โดยเฉพาะสดุดี 119 อิสยาห์ 61 และยอห์น 1 สิ่งเหล่านี้จะช่วยฟื้นฟูจิตวิญญาณ
4. **ส่งไปยังชุมชน** : หาผู้เชื่อที่เปี่ยมด้วยพระวิญญาณบริสุทธิ์อย่างน้อยหนึ่งคนเพื่อร่วมเดินไปด้วยกั น การแยกตัวทำให้ปีศาจมีพลัง
5. **สละ "การมองเห็น" ไฟ ความรู้ พลังงานทางจิตวิญญาณทั้งหมด** แม้ว่าจะรู้สึกศักดิ์สิทธิ์ก็ตาม
6. **ขอความเมตตาจากพระเจ้า** — ไม่ใช่ครั้งเดียว ทุกวัน ทุกชั่วโมง หมั่นเพียรพยายาม พระเจ้าอาจไม่ทรงนำความเมตตานั้นออกไปในทันที แต่พระองค์จะทรงอุ้มชูคุณไว้

การสมัครเป็นกลุ่ม

- ถือโอกาสใคร่ครวญเงียบ ๆ สักครู่หนึ่ง ถามว่า: ฉันได้แสวงหาพลังทางจิตวิญญาณมากกว่าความบริสุทธิ์ทางจิตวิญญาณหรือไม่
- จงอธิษฐานเผื่อผู้ที่ต้องทนทุกข์ทรมานอย่างไม่ลดละ อย่าสัญญาว่าจะให้อิสรภาพในทันที แต่จงสัญญาว่า **จะเป็นสาวกของ** พระองค์
- สอนถึงความแตกต่างระหว่าง **ผลของพระวิญญาณ** (กาลาเทีย 5:22–23) และ **การแสดงออกของจิตวิญญาณ** (การสั่นสะเทือน ความร้อน นิมิต)
- เผาหรือทำลายวัตถุยุคใหม่ทุกชนิด: สัญลักษณ์จักระ คริสตัล เสื่อโยคะ หนังสือ น้ำมัน "ไพ่พระเยซู"

ข้อมูลเชิงลึกที่สำคัญ
มี เส้นแบ่ง ที่สามารถข้ามได้ —
เมื่อวิญญาณกลายเป็นประตูที่เปิดอยู่และปฏิเสธที่จะปิดลง
วิญญาณของคุณอาจได้รับการช่วยเหลือ...
แต่วิญญาณและร่างกายของคุณอาจยังคงต้องทนทุกข์ทรมานอยู่
หากคุณถูกแสงลึกลับทำให้แปดเปื้อน

วารสารสะท้อนความคิด
- ฉันเคยแสวงหาอำนาจ ไฟ
  หรือการมองเห็นคำทำนายมากกว่าความศักดิ์สิทธิ์และความจริงหรือไม่?
- ฉันได้เปิดประตูผ่านแนวทางปฏิบัติยุคใหม่ที่ "เป็นคริสเตียน" หรือไม่?
- ฉันเต็มใจที่จะ เดิน ร่วมกับพระเจ้าทุกวันหรือไม่
  แม้ว่าการปลดปล่อยอย่างสมบูรณ์จะต้องใช้เวลาหลายปีก็ตาม?

คำอธิษฐานเพื่อการอยู่รอด
พระบิดาเจ้าข้า ลูกขอวิงวอนขอความเมตตา ลูกขอสละวิญญาณงู พลังกุณฑลินี
การเปิดตาที่สาม ไฟปลอม หรือสิ่งปลอมแปลงยุคใหม่ทุกประการที่ลูกเคยสัมผัส
ลูกขอมอบวิญญาณของลูก แม้ในยามที่แตกสลาย กลับคืนสู่พระองค์ พระเยซูเจ้า
โปรดช่วยลูกให้พ้นจากบาปเท่านั้น แต่จากความทุกข์ทรมานด้วยเถิด โปรดปิดประตูของลูก
โปรดรักษาจิตใจของลูก โปรดปิดตาของลูก โปรดบดขยี้งูที่กระดูกสันหลังของลูก
ลูกรอคอยพระองค์ แม้ในยามเจ็บปวด และลูกจะไม่ยอมแพ้ ในพระนามพระเยซูเจ้า อาเมน

วันที่ 34: ช่างก่ออิฐ รหัส และคำสาป — เมื่อความเป็นพี่น้องกลายเป็นความเป็นทาส

"อย่าร่วมประเวณีกับกิจการของความมืดที่ไร้ผล แต่จงเปิดเผยกิจการเหล่านั้น" — เอเฟซัส 5:11

"อย่าทำพันธสัญญากับเขาหรือกับพระเจ้าของเขา" — อพยพ 23:32

สมาคมลับสัญญาว่าจะมอบความสำเร็จ ความเชื่อมโยง และภูมิปัญญาโบราณ พวกเขามอบ **คำสาบาน ปริญญา และความลับ** ที่สืบทอดกันมา "เพื่อคนดี"
แต่สิ่งที่คนส่วนใหญ่ไม่รู้ก็คือ สมาคมเหล่านี้คือ **แท่นบูชาแห่งพันธสัญญา**
ซึ่งมักสร้างขึ้นบนเลือด การหลอกลวง และความจงรักภักดีต่อปีศาจ
ตั้งแต่ฟรีเมสันรีไปจนถึงคับบาลาห์ โรสิครูเชียน ไปจนถึงสกัลแอนด์โบนส์ —
องค์กรเหล่านี้ไม่ได้เป็นแค่สโมสร พวกเขาคือ **สัญญาทางจิตวิญญาณ**
ที่ถูกสร้างขึ้นในความมืดมิดและผนึกไว้ด้วยพิธีกรรมที่ **สาปแช่งคนรุ่นแล้วรุ่น** เล่า
บางคนก็เข้าร่วมด้วยความเต็มใจ บางคนก็มีบรรพบุรุษที่เข้าร่วม
ไม่ว่าจะด้วยวิธีใด คำสาปก็ยังคงอยู่ — จนกว่ามันจะถูกทำลาย

มรดกที่ซ่อนเร้น — เรื่องราวของเจสัน

เจสัน นายธนาคารผู้ประสบความสำเร็จในสหรัฐอเมริกา มีทุกสิ่งทุกอย่างที่เขามี
ไม่ว่าจะเป็นครอบครัวที่สวยงาม ความมั่งคั่ง และอิทธิพล แต่ในยามค่ำคืน
เขาจะตื่นขึ้นมาด้วยอาการหายใจไม่ออก เห็นร่างที่สวมฮู้ด
และได้ยินเสียงสวดมนต์ในความฝัน ปู่ของเขาเป็นช่างก่ออิฐขั้นที่ 33
และเจสันยังคงสวมแหวนวงนั้นอยู่
ครั้งหนึ่งเขาเคยกล่าวคำปฏิญาณของเมสันแบบติดตลกในงานสโมสรแห่งหนึ่ง
แต่ทันทีที่เขากล่าวคำปฏิญาณนั้น **ก็มีบางอย่างเข้ามาในตัวเขา** จิตใจของเขาเริ่มสลาย
เขาได้ยินเสียงต่างๆ ภรรยาของเขาทิ้งเขาไป เขาพยายามจะจบชีวิตตัวเองทั้งหมด
ระหว่างการถอยทัพ มีคนสังเกตเห็นความเชื่อมโยงของเมสัน เจสันร้องไห้ขณะที่เขา
ละทิ้งคำสาบานทุกคำ ทำลายแหวน และได้รับ การปลดปล่อยเป็นเวลาสามชั่วโมง คืนนั้น
เป็นครั้งแรกในรอบหลายปีที่เขานอนหลับอย่างสงบสุข

คำให้การของเขา?
*"อย่าล้อเล่นกับแท่นบูชาลับ พวกเขาพูดได้ —
จนกว่าคุณจะทำให้พวกเขาเงียบในพระนามพระเยซู"*

เว็บไซต์โลกของภราดรภาพ

- **ยุโรป** – Freemasonry ฝังรากลึกในธุรกิจ การเมือง และนิกายต่างๆ ของคริสตจักร
- **แอฟริกา** – อิลลูมินาติและกลุ่มลับที่เสนอความมั่งคั่งเพื่อแลกกับวิญญาณ ลัทธิในมหาวิทยาลัย
- **ละตินอเมริกา** – การแทรกซึมของคณะเยซูอิตและพิธีกรรมฟรีเมสันผสมกับลัทธิลึกลับของนิกายโรมันคาธอลิก
- **เอเชีย** – โรงเรียนลึกลับโบราณ คณะนักบวชในวัดที่ผูกพันกับคำสาบานของรุ่นต่อรุ่น
- **อเมริกาเหนือ** – Eastern Star, Scottish Rite, สมาคมภราดรภาพ เช่น Skull & Bones, Bohemian Grove elites

ลัทธิเหล่านี้มักอ้างถึง "พระเจ้า" แต่ไม่ใช่ **พระเจ้าในพระคัมภีร์** - พวกเขาอ้างถึง **สถาปนิกผู้ยิ่งใหญ่** ซึ่งเป็นพลังที่ไม่มีตัวตนซึ่งเชื่อมโยงกับ **แสงของลูซิเฟอร์**

สัญญาณบ่งบอกว่าคุณได้รับผลกระทบ

- โรคเรื้อรังที่แพทย์ไม่สามารถอธิบายได้
- ความกลัวในการก้าวหน้าหรือความกลัวในการตัดขาดจากระบบครอบครัว
- ความฝันเกี่ยวกับจีวร พิธีกรรม ประตูลับ กระท่อม หรือพิธีกรรมแปลกๆ
- โรคซึมเศร้าหรือวิกลจริตในฝ่ายชาย
- ผู้หญิงที่ต่อสู้กับความเป็นหมัน การถูกทารุณกรรม หรือความกลัว

แผนปฏิบัติการปลดปล่อย

1. **สละคำสาบานที่ทราบทั้งหมด** – โดยเฉพาะอย่างยิ่งหากคุณหรือครอบครัวของคุณเป็นส่วนหนึ่งของ

Freemasonry, Rosicrucians, Eastern Star, Kabala หรือ "ภราดรภาพ" ใดๆ
2. **ทำลายทุกระดับ** – จากระดับผู้ฝึกหัดจนถึงระดับที่ 33 โดยระบุชื่อ
3. **ทำลายสัญลักษณ์ทั้งหมด** – แหวน, ผ้ากันเปื้อน, หนังสือ, จี้, ใบรับรอง ฯลฯ
4. **ปิดประตู** – ในทางจิตวิญญาณและทางกฎหมายผ่านการอธิษฐานและการประกาศ

ใช้พระคัมภีร์เหล่านี้:
- อิสยาห์ 28:18 — "พันธสัญญาของคุณกับความตายจะถูกยกเลิก"
- กาลาเทีย 3:13 — "พระคริสต์ทรงไถ่เราให้พ้นจากคำสาปของธรรมบัญญัติ"
- เอเสเคียล 13:20–23 — "เราจะฉีกผ้าคลุมของเจ้า และจะปลดปล่อยประชากรของเรา"

การสมัครเป็นกลุ่ม
- ถามว่าสมาชิกคนใดมีพ่อแม่หรือปู่ย่าตายายอยู่ในสมาคมลับหรือไม่
- นำ **การสละออกอย่างมีคำแนะนำ** ผ่านทุกระดับของ Freemasonry (คุณสามารถสร้างสคริปต์ที่พิมพ์ออกมาสำหรับสิ่งนี้ได้)
- ใช้การกระทำเชิงสัญลักษณ์ เช่น เผาแหวนเก่าหรือวาดไม้กางเขนไว้เหนือหน้าผากเพื่อลบล้าง "ดวงตาที่สาม" ที่เปิดขึ้นในพิธีกรรม
- อธิษฐานเหนือจิตใจ คอ และหลัง — สิ่งเหล่านี้คือจุดที่ถูกผูกมัดโดยทั่วไป

ข้อมูลเชิงลึกที่สำคัญ
ความเป็นพี่น้องที่ปราศจากพระโลหิตของพระคริสต์คือความเป็นพี่น้องแห่งพันธนาการ
คุณต้องเลือก: พันธสัญญากับมนุษย์ หรือพันธสัญญากับพระเจ้า

วารสารสะท้อนความคิด
- มีใครในครอบครัวของฉันเคยมีส่วนร่วมใน Freemasonry, ลัทธิลึกลับ หรือคำสาบานลับบ้างไหม?

- ฉันได้ท่องหรือเลียนแบบคำปฏิญาณ ความเชื่อ
  หรือสัญลักษณ์ที่เกี่ยวข้องกับสมาคมลับโดยไม่รู้ตัวหรือไม่?
- ฉันเต็มใจที่จะทำลายประเพณีของครอบครัวเพื่อเดินตามพันธสัญญาของพระเจ้า
  อย่างเต็มที่หรือไม่?

คำอธิษฐานเพื่อการสละออก

พระบิดาเจ้าข้า ในพระนามพระเยซู ข้าพระองค์ขอสละพันธสัญญา คำสาบาน
หรือพิธีกรรมใดๆ ที่ผูกมัดกับฟรีเมสัน คับบาลาห์ หรือสมาคมลับใดๆ
ทั้งในชีวิตและสายเลือดของข้าพระองค์ ข้าพระองค์ขอทำลายทุกระดับ ทุกคำโกหก
และทุกสิทธิของปีศาจที่ได้รับผ่านพิธีกรรมหรือสัญลักษณ์
ข้าพระองค์ขอประกาศว่าพระเยซูคริสต์ทรงเป็นแสงสว่างเพียงหนึ่งเดียวของข้าพระองค์
ผู้ทรงเป็นสถาปนิกเพียงหนึ่งเดียวของข้าพระองค์
และพระเจ้าเพียงหนึ่งเดียวของข้าพระองค์ ข้าพระองค์ขอรับอิสรภาพ ณ บัดนี้
ในพระนามพระเยซู อาเมน

วันที่ 35: แม่มดในโบสถ์ —
เมื่อความชั่วร้ายเข้ามาทางประตูโบสถ์

"โพราะคนเหล่านี้เป็นอัครสาวกเท็จ เป็นคนงานที่หลอกลวง
ปลอมตัวเป็นอัครสาวกของพระคริสต์ และไม่น่าแปลกใจเลย
แม้แต่ซาตานก็ยังปลอมตัวเป็นทูตสวรรค์แห่งความสว่าง" — 2 โครินธ์ 11:13–14
"เรารู้ถึงการกระทำของเจ้า ความรักของเจ้า และความเชื่อของเจ้า...
แต่เรามีเรื่องที่จะติเตียนเจ้า คือเจ้ายอมทนกับหญิงชื่อเยเซเบล
ผู้ซึ่งเรียกตัวเองว่าผู้เผยพระวจนะ..." — วิวรณ์ 2:19–20

แม่มดที่อันตรายที่สุดไม่ใช่แม่มดที่บินตอนกลางคืน
แต่แม่มด **ที่นั่งข้างๆ คุณในโบสถ์** ต่างหาก
พวกเขาไม่ได้สวมเสื้อคลุมสีดำหรือขี่ไม้กวาด
พวกเขานำการประชุมอธิษฐาน ร้องเพลงในทีมนมัสการ พยากรณ์เป็นภาษาแปลกๆ
เป็นศิษยาภิบาลในคริสตจักร แต่กระนั้น... พวกเขากลับเป็น **ผู้แบกรับความ** มืด
บางคนรู้ดีว่ากำลังทำอะไรอยู่ — ถูกส่งไปในฐานะนักฆ่าทางวิญญาณ
คนอื่น ๆ เป็นเหยื่อของเวทมนตร์หรือการกบฏของบรรพบุรุษ ปฏิบัติการด้วยของขวัญที่ไม่ **บริสุทธิ์**

คริสตจักร เป็น ที่กำบัง — เรื่องราวของ "มิเรียม"

มิเรียมเป็นศิษยาภิบาลผู้มีชื่อเสียงในคริสตจักรขนาดใหญ่แห่งหนึ่งในแอฟริกาตะวันตก
เสียงของเธอสั่งปีศาจให้หนีไป ผู้คนเดินทางข้ามชาติเพื่อมารับการเจิมจากเธอ
แต่มิเรียมมีความลับอย่างหนึ่ง นั่นคือ ในเวลากลางคืน เธอจะเดินทางออกจากร่างกาย
เธอจะเห็นบ้านของสมาชิกคริสตจักร จุดอ่อนของพวกเขา และสายเลือดของพวกเขา
เธอคิดว่านั่นคือ "คำทำนาย"
พลังของเธอเพิ่มขึ้น แต่ความทรมานก็เพิ่มขึ้นเช่นกัน
เธอเริ่มได้ยินเสียง นอนไม่หลับ ลูกๆ ของเธอถูกทำร้าย สามีของเธอทิ้งเธอไป
ในที่สุดเธอก็สารภาพว่าเธอ "ถูกกระตุ้น" ตั้งแต่ยังเป็นเด็กโดยยายของเธอ
ซึ่งเป็นแม่มดผู้ทรงพลังที่ทำให้เธอต้องนอนใต้ผ้าห่มคำสาป

"ฉันคิดว่าฉันเปี่ยมล้นด้วยพระวิญญาณบริสุทธิ์ มันคือวิญญาณ...แต่ไม่ใช่สิ่งศักดิ์สิทธิ์"
เธอได้ผ่านพ้นการปลดปล่อย แต่สงครามไม่เคยหยุด เธอกล่าวว่า:
"ถ้าฉันไม่สารภาพ ฉันคงตายอยู่บนแท่นบูชาในกองไฟ...ในโบสถ์"

สถานการณ์โลกของเวทมนตร์ที่ซ่อนเร้นในคริสตจักร

- **แอฟริกา** — ความอิจฉาทางจิตวิญญาณ ศาสดาพยากรณ์ใช้การทำนายดวง พิธีกรรม และวิญญาณแห่งน้ำ แท่นบูชาหลายแห่งเป็นเสมือนประตูสู่สวรรค์
- **ยุโรป** — ร่างทรงปลอมตัวเป็น "โค้ชทางจิตวิญญาณ" เวทมนตร์ที่แฝงอยู่ในศาสนาคริสต์ยุคใหม่
- **เอเชีย** — นักบวชหญิงในวิหารเข้าไปในโบสถ์เพื่อปลูกฝังคำสาปและผู้เปลี่ยนใจเลื่อมใสที่เป็นผู้เฝ้าดูดวง
- **ละตินอเมริกา** — ซานเทอเรีย — "ศิษยาภิบาล" ที่ปฏิบัติศาสนกิจ สอนเรื่องการปลดปล่อย แต่ถวายไก่เป็นเครื่องบูชาในเวลากลางคืน
- **อเมริกาเหนือ** — แม่มดคริสเตียนอ้างว่ามี "พระเยซูและไพ่ทาโรต์" ผู้รักษาด้วยพลังงานบนเวทีคริสตจักร และศิษยาภิบาลที่เข้าร่วมพิธีกรรมของกลุ่มฟรีเมสัน

สัญญาณของเวทมนตร์ที่ดำเนินการในคริสตจักร

- บรรยากาศคับขันหรือเกิดความสับสนในระหว่างการบูชา
- ฝันเห็นงู เรื่องเพศ หรือ สัตว์ต่างๆ หลังงานพิธีต่างๆ
- ภาวะผู้นำที่ตกอยู่ในความบาปหรือเรื่องอื้อฉาวอย่างกะทันหัน
- "คำทำนาย" ที่หลอกลวง ล่อลวง หรือทำให้ขายหน้า
- ใครก็ตามที่พูดว่า "พระเจ้าบอกฉันว่าคุณเป็นสามี/ภรรยาของฉัน"
- พบวัตถุประหลาดใกล้แท่นเทศน์หรือแท่นบูชา

แผนปฏิบัติการปลดปล่อย

1. **อธิษฐานขอการมองเห็น** —
   ขอให้พระวิญญาณบริสุทธิ์เปิดเผยว่ามีแม่มดที่ซ่อนเร้นอยู่ในกลุ่มเพื่อนของคุณหรือไม่

2. **ทดสอบวิญญาณทุกดวง** แม้ว่าจะฟังดูเป็นวิญญาณก็ตาม (1 ยอห์น 4:1)
3. **ทำลายความผูกพันทางจิตวิญญาณ** — หากคุณได้รับการอธิษฐาน ทำนาย หรือสัมผัสจากบุคคลที่ไม่สะอาด **จงละทิ้งสิ่ง** นั้น
4. **อธิษฐานเผื่อคริสตจักรของคุณ** —
   ประกาศถึงไฟของพระเจ้าที่จะเปิดเผยแท่นบูชาที่ซ่อนอยู่ บาปที่ซ่อนเร้น และปลิงทางวิญญาณ
5. **หากคุณตกเป็นเหยื่อ** — ขอความช่วยเหลือ อย่าอยู่เงียบๆ หรืออยู่คนเดียว

การสมัครเป็นกลุ่ม

- ถามสมาชิกในกลุ่ม:
  คุณเคยรู้สึกไม่สบายใจหรือถูกละเมิดทางจิตวิญญาณในพิธีทางศาสนาหรือไม่?
- นำ **การอธิษฐานชำระล้างองค์กร** เพื่อการสามัคคีธรรม
- เจิมคนทุกคนและประกาศ **กำแพงไฟทางจิตวิญญาณ** รอบ ๆ จิตใจ แท่นบูชา และของขวัญ
- สอนผู้นำถึงวิธี **การคัดกรองของขวัญ** และ **ทดสอบวิญญาณ** ก่อนที่จะอนุญาตให้บุคคลอื่นเข้ามารับบทบาทที่มองเห็นได้

ข้อมูลเชิงลึกที่สำคัญ

ไม่ใช่ทุกคนที่พูดว่า "พระเจ้า พระเจ้า" จะมาจากพระเจ้า
คริสตจักรคือ **สนามรบชั้นยอด** สำหรับการปนเปื้อนทางจิตวิญญาณ —
แต่ยังเป็นสถานที่แห่งการเยียวยาเมื่อความจริงได้รับการยึดถือ

วารสารสะท้อนความคิด

- ฉันได้รับคำอธิษฐาน คำสอน หรือคำแนะนำจากคนที่ชีวิตของเขาประสบผลอันไม่ศักดิ์สิทธิ์หรือไม่?
- มีบางครั้งที่ฉันรู้สึก "ไม่สบาย" หลังจากไปโบสถ์ แต่กลับไม่สนใจมันหรือเปล่า?
- ฉันเต็มใจที่จะเผชิญหน้ากับเวทมนตร์หรือไม่ แม้ว่ามันจะสวมชุดหรือร้องเพลงบนเวทีก็ตาม?

คำอธิษฐานเพื่อการเผยตัวและอิสรภาพ

พระเยซูเจ้า ข้าพระองค์ขอบพระคุณพระองค์ที่ทรงเป็นแสงสว่างที่แท้จริง
ข้าพระองค์ขอพระองค์โปรดเปิดเผยตัวแทนแห่งความมืดที่ซ่อนเร้นทุกตัวที่ปฏิบัติการอยู่ใน หรือรอบๆ ชีวิตและมิตรภาพของข้าพระองค์
ข้าพระองค์ขอสละการประทานที่ไม่ศักดิ์สิทธิ์ คำพยากรณ์เท็จ
หรือสายสัมพันธ์ทางวิญญาณที่ข้าพระองค์ได้รับจากผู้หลอกลวงทางวิญญาณ
ขอทรงชำระข้าพระองค์ด้วยพระโลหิตของพระองค์
ขอทรงชำระของประทานของข้าพระองค์ ขอทรงเฝ้าประตูข้าพระองค์
ขอทรงเผาผลาญวิญญาณปลอมทุกดวงด้วยไฟศักดิ์สิทธิ์ของพระองค์ ในพระนามพระเยซู
อาเมน

วันที่ 36: เวทมนตร์รหัส — เมื่อเพลง แฟชั่น และภาพยนตร์กลายเป็นพอร์ทัล

"อย่าเข้าไปยุ่งเกี่ยวกับกิจการของความมืดที่ไร้ผล แต่จงเปิดเผยกิจการเหล่านั้น" — เอเฟซัส 5:11

"อย่ายุ่งเกี่ยวกับตำนานที่ไร้พระเจ้าและนิทานปรัมปรา แต่จงฝึกฝนตนเองให้เป็นคนของพระเจ้า" — 1 ทิโมธี 4:7

ไม่ใช่ทุกการต่อสู้จะเริ่มต้นด้วยการเสียสละเลือด
เสมอไป บางครั้งเริ่มต้นด้วย **จังหวะ ทำนอง**
เนื้อเพลงติดหูที่ติดตรึงอยู่ในใจคุณ หรือ **สัญลักษณ์** บนเสื้อผ้าที่คุณคิดว่า "เท่"
หรือรายการ "ไม่เป็นอันตราย" ที่คุณดูรวดเดียวจบ ขณะที่เหล่าปีศาจยิ้มอยู่ในเงามืด
ในโลกที่เชื่อมต่อถึงกันอย่างมากมายในปัจจุบัน การใช้เวทมนตร์ถูก **เข้ารหัสไว้**
โดยซ่อนอยู่ใน **ที่ที่ทุกคนมองเห็นได้ชัดเจน** ผ่านสื่อ ดนตรี ภาพยนตร์ และแฟชั่น

เสียงที่มืดมิด — เรื่องจริง: "หูฟัง"
เอไลจาห์ เด็กชายวัย 17 ปี ในสหรัฐอเมริกา เริ่มมีอาการตื่นตระหนก นอนไม่หลับ
และฝันร้าย พ่อแม่ของเขาที่เป็นคริสเตียนคิดว่าเป็นเพราะความเครียด
แต่ระหว่างช่วงการปลดปล่อย พระวิญญาณบริสุทธิ์ทรงสั่งให้ทีมถามเกี่ยวกับ **ดนตรี** ของ
เขา
เขาสารภาพว่า "ผมฟังเพลงแทร็ปเมทัล ผมรู้ว่ามันมืดมน...
แต่มันช่วยให้ผมรู้สึกทรงพลัง"
เมื่อทีมเล่นเพลงโปรดเพลงหนึ่งของเขาขณะสวดมนต์ ก็มี **ปรากฏการณ์** หนึ่ง เกิดขึ้น
จังหวะดนตรีถูกเข้ารหัสด้วย **แทร็กบทสวด** จากพิธีกรรมลึกลับ
การปกปิดแบบย้อนกลับเผยให้เห็นวลีเช่น "ยอมจำนนวิญญาณของคุณ" และ
"ลูซิเฟอร์ตรัส"
เมื่อเอลียาห์ลบเพลง สำนึกผิด และละทิ้งการเชื่อมต่อ ความสงบสุขก็กลับคืนมา
สงครามได้เข้ามาทาง ประตู **หู** ของเขา

รูปแบบการเขียนโปรแกรมทั่วโลก

- **แอฟริกา** – เพลงแอฟโฟรบีตที่เชื่อมโยงกับพิธีกรรมทางการเงิน อ้างอิงถึง “จูจู” ซ่อนอยู่ในเนื้อเพลง แบรนด์แฟชั่นที่มีสัญลักษณ์อาณาจักรทางทะเล
- **เอเชีย** – เคป๊อปที่มีเนื้อหาทางเพศแฝงและการถ่ายทอดจิตวิญญาณ ตัวละครอนิเมะที่แฝงไปด้วยตำนานปีศาจชินโต
- **ละตินอเมริกา** – เร้กเก้ตอนผลักดัน บทสวด ซานเตอเรีย และคาถาที่เข้ารหัสแบบย้อนหลัง
- **ยุโรป** – แบรนด์แฟชั่น (Gucci, Balenciaga) ฝังภาพลักษณ์และพิธีกรรมเกี่ยวกับซาตานไว้ในวัฒนธรรมรันเวย์
- **อเมริกาเหนือ** – ภาพยนตร์ฮอลลีวูดที่มีเนื้อหาเกี่ยวกับเวทมนตร์ (Marvel, สยองขวัญ, ภาพยนตร์แนว “แสงปะทะความมืด”) การ์ตูนที่ใช้การร่ายมนตร์เพื่อความบันเทิง

Common Entry Portals (and Their Spirit Assignments)

Media Type	Portal	Demonic Assignment
Music	Beats/samples from rituals	Torment, violence, rebellion
TV Series	Magic, lust, murder glorification	Desensitization, soul dulling
Fashion	Symbols (serpent, eye, goat, triangles)	Identity confusion, spiritual binding
Video Games	Sorcery, blood rites, avatars	Astral transfer, addiction, occult alignment
Social Media	Trends on “manifestation,” crystals, spells	Sorcery normalization

แผนปฏิบัติการ – แยกแยะ ดีท็อกซ์ ปกป้อง

1. **ตรวจสอบเพลย์ลิสต์ ตู้เสื้อผ้า และประวัติการรับชมของคุณ**
   มองหาเนื้อหาที่ลึกลับ ตัณหา กบฏ หรือรุนแรง
2. **ขอให้พระวิญญาณบริสุทธิ์เปิดเผย** อิทธิพลที่ไม่ศักดิ์สิทธิ์ทุกอย่าง
3. **ลบและทำลาย** อย่าขายหรือบริจาค เผาหรือทำลายทุกสิ่งที่เป็นปีศาจ
   ทั้งทางกายภาพและดิจิทัล
4. **จงเจิมอุปกรณ์** ห้อง และหูของท่าน
   จงประกาศว่าสิ่งเหล่านี้ได้รับการชำระให้บริสุทธิ์เพื่อถวายเกียรติแด่พระเจ้า
5. **แทนที่ด้วยความจริง** : ฟังเพลงนมัสการ ดูภาพยนตร์ หนังสือ
   และอ่านพระคัมภีร์ที่ช่วยต่ออายุจิตใจของคุณ

การสมัครเป็นกลุ่ม

- เป็นผู้นำสมาชิกในการจัดทำ "รายการสื่อ" ให้แต่ละคนเขียนรายการ เพลง หรือรายการที่พวกเขาสงสัยว่าอาจเป็นพอร์ทัล
- อธิษฐานผ่านโทรศัพท์และหูฟัง เจิมพวกเขา
- งดการ "ดีท็อกซ์" แบบกลุ่ม 3-7 วัน โดยไม่ยุ่งเกี่ยวกับสื่อทางโลก หล่อเลี้ยงด้วยพระวจนะของพระเจ้า การนมัสการ และมิตรภาพเท่านั้น
- นำผลมายืนยันในการประชุมครั้งต่อไป

ข้อมูลเชิงลึกที่สำคัญ
ปีศาจไม่จำเป็นต้องมีศาลเจ้าเพื่อเข้ามาในบ้านของคุณอีกต่อไป
พวกมันต้องการแค่การยินยอมจากคุณเพื่อกดเล่น

วารสารสะท้อนความคิด

- ฉันได้ดู ได้ยิน หรือสวมใส่สิ่งใดที่อาจเป็นประตูสู่การกดขี่?
- ฉันเต็มใจที่จะยอมสละสิ่งที่สร้างความบันเทิงให้ฉันหรือไม่ หากมันทำให้ฉันเป็นทาสของมันด้วย?
- ฉันทำให้การกบฏ ความใคร่ ความรุนแรง หรือการล้อเลียนกลายเป็นเรื่องปกติในนามของ "ศิลปะ" หรือไม่?

คำอธิษฐานเพื่อการชำระล้าง
พระเยซูเจ้า ข้าพระองค์มาอยู่เบื้องพระพักตร์พระองค์
ขอทรงชำระล้างจิตวิญญาณให้บริสุทธิ์
โปรดเปิดเผยมนตร์สะกดที่ข้าพระองค์ได้ปล่อยผ่านเข้ามาในชีวิต ผ่านดนตรี แฟชั่น เกม
หรือสื่อต่างๆ ข้าพระองค์สำนึกผิดที่เฝ้าดู สวมใส่ และฟังสิ่งที่ดูหมิ่นพระองค์
วันนี้ข้าพระองค์ตัดขาดสายใยแห่งจิตวิญญาณ ข้าพระองค์ขับไล่วิญญาณแห่งความกบฏ
เวทมนตร์ ตัณหา ความสับสน หรือการทรมานทั้งปวง โปรดชำระล้างดวงตา หู
และหัวใจของข้าพระองค์ บัดนี้ข้าพระองค์ขออุทิศร่างกาย สื่อ
และทางเลือกของข้าพระองค์แด่พระองค์ผู้เดียว ในพระนามพระเยซู อาเมน

วันที่ 37: แท่นบูชาแห่งพลังที่มองไม่เห็น — ฟรีเมสัน คับบาลาห์ และชนชั้นสูงลึกลับ

"อีกครั้งหนึ่ง มารนำพระองค์ไปยังภูเขาสูงมาก และแสดงอาณาจักรทั้งสิ้นในโลกและเกียรติยศของอาณาจักรเหล่านั้นให้พระองค์ทอดพระเนตร "เราจะให้ทั้งหมดนี้แก่ท่าน ถ้าท่านยอมกราบลงนมัสการเรา" — มัทธิว 4:8-9
"ท่านดื่มจากถ้วยของพระเจ้าและจากถ้วยของพวกปิศาจไม่ได้ด้วย และท่านมีส่วนร่วมทั้งบนโต๊ะของพระเจ้าและบนโต๊ะของพวกปิศาจไม่ได้ด้วย" — 1 โครินธ์ 10:21

มีแท่นบูชาที่ซ่อนอยู่ไม่ใช่ในถ้ำแต่ในห้องประชุม วิญญาณไม่ได้อยู่แค่ในป่าเท่านั้น แต่ยังอยู่ในห้องโถงของรัฐบาล อาคารการเงิน ห้องสมุดของกลุ่มไอวีลีก และสถานที่ศักดิ์สิทธิ์ที่ปลอมตัวมาเป็น "โบสถ์" อีกด้วย

ยินดีต้อนรับสู่อาณาจักรแห่ง **ศาสตร์ลี้ลับชั้นสูง :** ฟรีเมสัน, โร สิ ครูเซียน , คับบาลลิสต์, คณะเยซูอิต, ดวงดาวตะวันออก และนักบวชลูซิเฟเรียนที่ซ่อนเร้น ผู้ซึ่ง **ปกปิดความจงรักภักดีต่อซาตานไว้ในพิธีกรรม ความลับ และสัญลักษณ์** เทพเจ้าของพวกเขาคือเหตุผล พลัง และความรู้โบราณ แต่ **วิญญาณของพวกเขากลับถูกผูกมัดไว้กับความมืด** มิด

ซ่อนอยู่ในที่ที่มองเห็นชัดเจน

- **ฟรีเม** สันปลอมตัวเป็นกลุ่มภราดรภาพผู้สร้าง แต่ระดับที่สูงกว่านั้นกลับอัญเชิญวิญญาณชั่วร้าย สาบานด้วยความตาย และยกย่องลูซิเฟอร์ให้เป็น "ผู้ถือแสง"
- **คับบาลาห์** สัญญาว่าจะเข้าถึงพระเจ้าได้อย่างลึกลับ แต่กลับแทนที่ยาห์เวห์ด้วยแผนที่พลังงานจักรวาลและตัวเลขอย่างแยบยล
- **ลัทธิเยซูอิต** ในรูปแบบที่เสื่อมทราม มักผสมผสานภาพลักษณ์ของนิกายคาธอลิกเข้ากับการจัดการทางจิตวิญญาณและการควบคุมระบบโลก

- **ฮอลลีวูด แฟชั่น การเงิน และการเมือง** ล้วนมีข้อความรหัส สัญลักษณ์ และ**พิธีกรรมสาธารณะที่เป็นพิธีบูชาลูซิเฟอร์** ทั้งสิ้น

คุณไม่จำเป็นต้องเป็นคนดังก็ได้รับผลกระทบ ระบบเหล่านี้ **สร้างมลพิษให้กับประเทศชาติ**ผ่าน:
- การจัดโปรแกรมสื่อ
- ระบบการศึกษา
- การประนีประนอมทางศาสนา
- การพึ่งพาทางการเงิน
- พิธีกรรมที่ปลอมตัวเป็น "การเริ่มต้น" "คำมั่นสัญญา" หรือ "ข้อตกลงแบรนด์"

เรื่องจริง — "ลอดจ์ทำลายสายเลือดของฉัน"

โซโลมอน (นามสมมติ) นักธุรกิจผู้ประสบความสำเร็จจากสหราชอาณาจักร
ได้เข้าร่วมสมาคมเมสันิกเพื่อสร้างเครือข่าย เขาเติบโตอย่างรวดเร็ว ร่ำรวยและมีชื่อเสียง
แต่เขาก็เริ่มฝันร้ายอันน่าสะพรึงกลัวเช่นกัน — ชายสวมผ้าคลุมเรียกตัวเขา
คำสาบานด้วยเลือด สัตว์ร้ายไล่ล่าเขา ลูกสาวของเขาเริ่มทำร้ายตัวเอง โดยอ้างว่า
"การปรากฏตัว" ทำให้เธอทำเช่นนั้น

คืนหนึ่ง เขาเห็นชายคนหนึ่งอยู่ในห้องของเขา เป็นครึ่งมนุษย์ครึ่งหมาจิ้งจอก เขาบอกเขาว่า
'*เจ้าเป็นของข้า ราคาของข้าได้จ่ายไปแล้ว*' เขาจึงติดต่อไปยังพันธกิจปลดปล่อย
เขาใช้เวลา **เจ็ดเดือนในการสละ อดอาหาร อาเจียนพิธีกรรม**
และเปลี่ยนพันธนาการทางไสยศาสตร์ทั้งหมด ก่อนที่สันติภาพจะมาถึง
ต่อมาเขาค้นพบว่า: **ปู่ของเขาเป็นช่างก่ออิฐระดับ 33**
เขาเพียงแต่สืบสานมรดกนี้ไปโดยไม่รู้ตัว

การเข้าถึงทั่วโลก
- **แอฟริกา** — สมาคมลับระหว่างผู้ปกครองเผ่า ผู้พิพากษา และศิษยาภิบาล — ที่ให้คำสาบานด้วยเลือดเพื่อแลกกับอำนาจ
- **ยุโรป** — อัศวินแห่งมอลตา ลอดจ์อิลลูมินิสต์ และมหาวิทยาลัยลึกลับชั้นสูง
- **อเมริกาเหนือ** — มูลนิธิฟรีเมสันภายใต้เอกสารการก่อตั้งส่วนใหญ่ โครงสร้างของศาล และแม้แต่โบสถ์

- **เอเชีย** – ลัทธิบูชามังกรที่ซ่อนเร้น คำสั่งบรรพบุรุษ และกลุ่มการเมืองที่มีรากฐานมาจากศาสนาพุทธและลัทธิหมอผี
- **ละตินอเมริกา** – ลัทธิผสมผสานที่ผสมผสานนักบุญคาธอลิกกับวิญญาณลูซิเฟอร์ เช่น ซานตา มูเออร์เต้ หรือบาโฟเมต

แผนปฏิบัติการ — การหลบหนีจากแท่นบูชาชั้นสูง

1. **สละ** การเข้าไปเกี่ยวข้องใดๆ กับ Freemasonry, Eastern Star, คำสาบานของคณะเยซูอิต, หนังสือของพวก Gnostic หรือระบบลึกลับ — แม้กระทั่งการศึกษาด้าน "วิชาการ" เกี่ยวกับเรื่องดังกล่าว
2. **ทำลาย** เครื่องราชอิสริยาภรณ์ แหวน เข็มกลัด หนังสือ ผ้ากันเปื้อน รูปถ่าย และสัญลักษณ์
3. **เลิกใช้คำสาปแช่ง** โดยเฉพาะคำสาบานความตายและคำปฏิญาณการเข้ารับบัพติศมา ใช้อิสยาห์ 28:18 ("พันธสัญญาของเจ้ากับความตายจะเป็นโมฆะ...")
4. **อดอาหาร 3 วัน** โดยอ่านเอเสเคียล 8, อิสยาห์ 47 และวิวรณ์ 17
5. **เปลี่ยนแท่นบูชา** : อุทิศตนแด่แท่นบูชาของพระคริสต์เท่านั้น (โรม 12:1-2) พิธีศีลระลึก การนมัสการ การเจิม

คุณไม่สามารถอยู่ในสวรรค์และในสวรรค์พร้อมๆ กันได้ เลือกแท่นบูชาของคุณ

การสมัครเป็นกลุ่ม

- จัดทำแผนที่องค์กรชั้นนำทั่วไปในภูมิภาคของคุณ และอธิษฐานต่อต้านอิทธิพลทางจิตวิญญาณของพวกเขาโดยตรง
- จัดเซสชั่นที่สมาชิกสามารถสารภาพอย่างเป็นความลับว่าครอบครัวของพวกเขาเกี่ยวข้องกับ Freemasonry หรือลัทธิที่คล้ายกันหรือไม่
- นำน้ำมันและพิธีศีลมหาสนิทมาด้วย — นำการสละคำสาบาน พิธีกรรม และตราประทับที่ทำไว้เป็นความลับเป็นจำนวนมาก
- ทำลายความภาคภูมิใจ — เตือนใจกลุ่ม: **ไม่มีการเข้าถึงใดที่คุ้มค่ากับจิตวิญญาณของคุณ**

ข้อมูลเชิงลึกที่สำคัญ

สมาคมลับสัญญาว่าจะให้แสงสว่าง แต่มีเพียงพระเยซูเท่านั้นที่เป็นแสงสว่างของโลก แท่นบูชาอื่น ๆ ล้วนเรียกร้องเลือด แต่ไม่สามารถช่วยให้รอดได้

วารสารสะท้อนความคิด
- มีใครในสายเลือดของฉันที่เกี่ยวข้องกับสมาคมลับหรือ "คำสั่ง" บ้างไหม?
- ฉันเคยอ่านหรือเป็นเจ้าของหนังสืออาถรรพ์ที่แอบอ้างว่าเป็นตำราวิชาการหรือไม่?
- สัญลักษณ์ใดบ้าง (ดาวห้าแฉก ดวงตาที่มองเห็นทุกสิ่ง ดวงอาทิตย์ งู พีระมิด) ที่ซ่อนอยู่ในเสื้อผ้า งานศิลปะ หรือเครื่องประดับของฉัน?

คำอธิษฐานเพื่อการสละออก
ข้าแต่พระบิดา ข้าพระองค์ขอสละสมาคมลับ ลอดจ์ คำสาบาน พิธีกรรม
หรือแท่นบูชาทุกแห่งที่ไม่ได้ก่อตั้งขึ้นบนรากฐานของพระเยซูคริสต์
ข้าพระองค์ขอทำลายพันธสัญญาของบรรพบุรุษ สายเลือด และปากของข้าพระองค์เอง
ข้าพระองค์ขอปฏิเสธฟรีเมสัน คับบาลาห์ ลัทธิลึกลับ
และพันธสัญญาลับทุกประการที่ก่อขึ้นเพื่ออำนาจ
ข้าพระองค์ขอทำลายสัญลักษณ์ทุกประการ ตราประทับทุกดวง
และคำโกหกทุกประการที่สัญญาว่าจะให้แสงสว่าง แต่กลับปลดปล่อยพันธนาการ พระเยซู
ข้าพระองค์ขอสถาปนาพระองค์ขึ้นครองราชย์อีกครั้งในฐานะพระอาจารย์เพียงหนึ่งเดียวของข้าพระองค์ ขอทรงส่องแสงสว่างของพระองค์ไปยังทุกแห่งที่ลี้ลับ
ในพระนามของพระองค์ ข้าพระองค์จะดำเนินชีวิตอย่างอิสระ อาเมน

วันที่ 38: พันธสัญญาแห่งครรภ์และอาณาจักรแห่งน้ำ — เมื่อโชคชะตาถูกแปดเปื้อนก่อนการเกิด

"คนชั่วหลงทางตั้งแต่อยู่ในครรภ์ หลงผิดตั้งแต่เกิดมา พูดโกหก" — สดุดี 58:3
"ก่อนที่เราจะสร้างเจ้าในครรภ์ เราก็รู้จักเจ้า ก่อนที่เจ้าจะ เกิดมา เราก็แยกเจ้าไว้ต่างหาก..." — เยเรมีย์ 1:5
จะเกิดอะไรขึ้นถ้าการต่อสู้ที่คุณกำลังเผชิญไม่ได้เริ่มต้นจากการเลือกของคุณ แต่เริ่มต้นจากความคิดของคุณ?
จะเป็นอย่างไรหากชื่อของคุณถูกพูดถึงในที่มืดขณะที่คุณยังอยู่ในครรภ์?

จะเกิดอะไรขึ้นหาก **ตัวตนของคุณถูกแลกเปลี่ยน ชะตากรรม** ของคุณ ถูกขาย และ **จิตวิญญาณของคุณถูกทำเครื่องหมาย** ก่อนที่คุณจะหายใจครั้งแรก?
นี่คือความเป็นจริงของ **การเริ่มต้นใต้น้ำ** พันธ **สัญญาแห่งวิญญาณทางทะเล** และ **การอ้างสิทธิ์ในครรภ์ลึกลับ** ที่ **เชื่อมโยงรุ่นต่อรุ่น**
โดยเฉพาะอย่างยิ่งในภูมิภาคที่มีพิธีกรรมบรรพบุรุษและชายฝั่งอันล้ำลึก

อาณาจักรแห่งน้ำ — บัลลังก์ของซาตานเบื้องล่าง
ในดินแดนที่มองไม่เห็น ซาตานไม่ได้ปกครอง **แค่ในอากาศเท่านั้น** เขายังปกครอง **โลกใต้ทะเล** ซึ่งเป็นเครือข่ายปีศาจอันกว้างใหญ่ของวิญญาณ แท่นบูชา และพิธีกรรมใต้ท้องทะเล แม่น้ำ และทะเลสาบ
วิญญาณแห่งท้องทะเล (เรียกกันทั่วไปว่า *มามิ วาตะ* , *ราชินีแห่งชายฝั่ง* , *วิญญาณภรรยา/สามี* ฯลฯ) มีหน้าที่รับผิดชอบในเรื่องต่อไปนี้:

- การเสียชีวิตก่อนวัยอันควร
- ภาวะมีบุตรยากและการแท้งบุตร
- การผูกมัดทางเพศและความฝัน
- ความทรมานทางจิตใจ
- ความทุกข์ทรมานในทารกแรกเกิด
- รูปแบบการขึ้นและลงของธุรกิจ

แต่แล้ววิญญาณเหล่านี้ได้ **พื้นที่ทางกฎหมาย มาได้อย่างไร ?**

ที่ครรภ์.

การเริ่มต้นที่ไม่เคยเห็นมาก่อนเกิด

- **การอุทิศบรรพบุรุษ** – เด็กที่ "สัญญา" ไว้กับเทพเจ้าหากเกิดมามีสุขภาพแข็งแรง
- **นักบวชหญิงลึกลับ** สัมผัสมดลูกในระหว่างตั้งครรภ์
- **ชื่อพันธสัญญา** ที่ครอบครัวมอบให้ — โดยไม่รู้ตัวเพื่อเป็นเกียรติแก่ราชินีแห่งนาวิกโยธินหรือวิญญาณ
- **พิธีกรรมการเกิด** ที่ทำด้วยน้ำแม่น้ำ เครื่องราง หรือสมุนไพรจากศาลเจ้า
- **การฝังสายสะดือ** พร้อมบทสวดคาถา
- **การตั้งครรภ์ในสภาพแวดล้อมที่ลึกลับ** (เช่น ลอดจ์ฟรีเมสัน ศูนย์ยุคใหม่ ลัทธิที่มีคู่สมรสหลายคน)

เด็กบางคนเกิดมาเป็นทาสอยู่แล้ว
นั่นเป็นเหตุผลว่าทำไมพวกเขาถึงกรีดร้องอย่างรุนแรงเมื่อเกิด —
วิญญาณของพวกเขาสัมผัสได้ถึงความมืดมิด

เรื่องจริง – "ลูกของฉันเป็นของแม่น้ำ"

เจสสิกา จากเซียร์ราลีโอน พยายามตั้งครรภ์มา 5 ปี ในที่สุดเธอก็ตั้งครรภ์ได้หลังจากที่ "ศาสดา" มอบสบู่ให้เธออาบน้ำและน้ำมันทาบนมดลูก ลูกน้อยเกิดมาแข็งแรงดี แต่พออายุได้ 3 เดือนก็เริ่มร้องไห้ไม่หยุด มักจะร้องตอนกลางคืน เขาเกลียดน้ำ ร้องกรีดร้องขณะอาบน้ำ และตัวสั่นอย่างควบคุมไม่ได้เมื่อถูกอุ้มใกล้แม่น้ำ
วันหนึ่ง ลูกชายของเธอชักและเสียชีวิตไป 4 นาที เขาฟื้นขึ้นมา — และ **เริ่มพูดได้เต็มปากเมื่ออายุได้ 9 เดือน** ว่า "ข้าไม่สมควรอยู่ที่นี่ ข้าสมควรเป็นของพระราชินี"
เจสสิก้าหวาดกลัวและพยายามแสวงหาอิสรภาพ
ลูกชายของเธอได้รับการปล่อยตัวหลังจากอดอาหารและสวดภาวนาขอพรเป็นเวลา 14 วัน —
สามีของเธอต้องทำลายรูปเคารพประจำตระกูลที่ซ่อนไว้ในหมู่บ้านของเขาก่อนที่ความทรมานจะยุติลง
ทารกไม่ได้เกิดมาตัวเปล่า พวกเขาเกิดมาในสนามรบที่เราต้องต่อสู้เพื่อพวกเขา

คู่ขนานทั่วโลก

- **แอฟริกา** – แท่นบูชาแม่น้ำ การอุทิศมามิ วาตะ พิธีกรรมรก
- **เอเชีย** – วิญญาณแห่งน้ำที่อัญเชิญมาในช่วงที่เกิดในศาสนาพุทธหรือลัทธิผีสาง
- **ยุโรป** – พันธสัญญาของหมอตำแยดรูอิด พิธีกรรม น้ำของบรรพบุรุษ การอุทิศตนของฟรีเมสัน
- **อเมริกาละติน** – การตั้งชื่อตามเทพซานเตเรีย ดวงวิญญาณแห่งสายน้ำ (เช่น โอชุน) การเกิดตามแผนภูมิโหราศาสตร์
- **อเมริกาเหนือ** – พิธีกรรมคลอดบุตรแบบยุคใหม่ การคลอดบุตรโดยการสะกดจิตโดยมีวิญญาณนำทาง "พิธีอวยพร" โดยร่างทรง

สัญญาณของการเป็นทาสที่เริ่มต้นจากครรภ์

- รูปแบบการแท้งบุตรซ้ำซากข้ามรุ่น
- อาการผวากลางคืนในทารกและเด็ก
- ภาวะมีบุตรยากโดยไม่ทราบสาเหตุ แม้แพทย์จะอนุมัติแล้ว
- ความฝันเกี่ยวกับน้ำอย่างต่อเนื่อง (มหาสมุทร น้ำท่วม การว่ายน้ำ นางเงือก)
- ความกลัวน้ำหรือการจมน้ำอย่างไม่มีเหตุผล
- ความรู้สึก "ถูกอ้างสิทธิ์" — เหมือนกับว่ามีบางสิ่งคอยเฝ้าดูตั้งแต่เกิด

แผนปฏิบัติการ — ทำลายพันธสัญญาแห่งครรภ์

1. **ขอให้พระวิญญาณบริสุทธิ์** เปิดเผยว่าคุณ (หรือลูกของคุณ) ได้รับการเริ่มต้นผ่านพิธีกรรมในครรภ์หรือไม่
2. **สละพันธ** สัญญาใดๆ ที่ทำไว้ระหว่างตั้งครรภ์ ไม่ว่าจะรู้หรือไม่รู้ก็ตาม
3. **อธิษฐานถึงเรื่องราวการเกิดของคุณเอง** — แม้ว่าแม่ของคุณจะไม่ว่างก็ตาม จงพูดในฐานะผู้ดูแลทางจิตวิญญาณที่ถูกต้องตามกฎหมายของชีวิตคุณ
4. **อดอาหารด้วยอิสยาห์ 49 และสดุดี 139** เพื่อเรียกคืนพิมพ์เขียวอันศักดิ์สิทธิ์ของคุณ
5. **หากตั้งครรภ์ :** ทาบริเวณท้องและพูดคุยกับลูกในครรภ์ทุกวัน :

"ท่านทั้งหลายถูกแยกไว้เพื่อพระเจ้าแล้ว ไม่มีวิญญาณแห่งน้ำ โลหิต หรือความมืดใดจะครอบครองท่านได้ ท่านเป็นของพระเยซูคริสต์ ทั้งกาย ใจ และวิญญาณ"

การสมัครเป็นกลุ่ม

- ขอให้ผู้เข้าร่วมเขียนสิ่งที่พวกเขารู้เกี่ยวกับเรื่องราวการเกิดของตนเอง ซึ่งรวมถึงพิธีกรรม พยาบาลผดุงครรภ์ หรือเหตุการณ์การตั้งชื่อ
- ส่งเสริมให้ผู้ปกครองอุทิศบุตรหลานของตนอีกครั้งใน "การตั้งชื่อและพันธสัญญาที่เน้นพระคริสต์"
- นำคำอธิษฐานที่ทำลายพันธสัญญาแห่งน้ำโดยใช้ *อิสยาห์ 28:18 โค โลสี 2:14 และ วิวรณ์* 12:11

ข้อมูลเชิงลึกที่สำคัญ

ครรภ์คือประตู — และสิ่งที่ผ่านเข้ามามักจะเข้ามาพร้อมกับภาระทางวิญญาณ แต่ไม่มีแท่นบูชาใดในครรภ์จะยิ่งใหญ่ไปกว่าไม้กางเขน

วารสารสะท้อนความคิด

- มีวัตถุ น้ำมัน เครื่องราง หรือชื่อใดๆ ที่เกี่ยวข้องกับการตั้งครรภ์หรือการเกิดของฉันหรือไม่?
- ฉันประสบกับการโจมตีทางจิตวิญญาณที่เริ่มตั้งแต่ในวัยเด็กหรือไม่?
- ฉันได้ถ่ายทอดพันธสัญญาทางทะเลให้กับลูกหลานโดยไม่รู้ตัวหรือเปล่า?

คำอธิษฐานเพื่อการปลดปล่อย

พระบิดาบนสวรรค์ พระองค์ ทรงรู้จักข้าพระองค์ก่อนที่ข้าพระองค์จะถูกสร้างขึ้น วันนี้ข้าพระองค์ทำลายพันธสัญญาที่ซ่อนเร้น พิธีกรรมทางน้ำ และการอุทิศตนของปีศาจทุกอย่างที่ข้าพระองค์ทำก่อนหรือขณะข้าพระองค์เกิด ข้าพระองค์ปฏิเสธทุกคำอ้างเกี่ยวกับวิญญาณแห่งท้องทะเล วิญญาณที่คุ้นเคย หรือแท่นบูชาแห่งครรภ์ของรุ่นต่อรุ่น
ขอให้พระโลหิตของพระเยซูทรงเขียนเรื่องราวการประสูติของข้าพระองค์และเรื่องราวของ

ลูกๆ ของข้าพระองค์ขึ้นใหม่ ข้าพระองค์เกิดจากพระวิญญาณ ไม่ใช่จากแท่นบูชาแห่งน้ำ ในพระนามพระเยซู อาเมน

วันที่ 39: รับบัพติศมาในน้ำสู่ความเป็นทาส — ทารก อักษรย่อ และพันธสัญญาที่มองไม่เห็นเปิดประตูได้อย่างไร

"พวกเขาเทโลหิตผู้บริสุทธิ์ คือโลหิตของบุตรชายและบุตรสาวของพวกเขา
ซึ่งพวกเขาได้ถวายบูชาแก่รูปเคารพแห่งคานาอัน
และแผ่นดินก็ถูกทำให้เสื่อมเสียด้วยโลหิตของพวกเขา" — สดุดี 106:38
"จะริบของจากนักรบได้หรือ และจะกอบกู้เชลยจากผู้ดุร้ายได้หรือ"
แต่พระยาห์เวห์ตรัสดังนี้ว่า 'ใช่ เชลยจะถูกริบจากนักรบ
และจะกอบกู้ของที่ริบมาจากผู้ดุร้าย…" — อิสยาห์ 49:24–25

ชะตากรรมหลายอย่างไม่เพียงแต่ **ล้มเหลวในวัยผู้ใหญ่** เท่านั้น แต่ยังถูก **ทำลายในวัยทารก** อีกด้วย
พิธีตั้งชื่อที่ดูไร้เดียงสา...
การจุ่มตัวลงในน้ำแม่น้ำอย่างสบายๆ "เพื่ออวยพรให้ เด็กน้อย"...
เหรียญในมือ... รอยกรีดใต้ลิ้น... น้ำมันจาก "คุณยายผู้มีจิตวิญญาณ"...
แม้แต่ตัวอักษรย่อที่ให้ไว้ตอนเกิด...
พวกเขาอาจดูเหมือนเป็นวัฒนธรรม ดั้งเดิม และไม่เป็นอันตราย
แต่อาณาจักรแห่งความมืด **ซ่อนตัวอยู่ในประเพณี** และเด็กหลายคนได้
รับการริเริ่มอย่างลับๆ ก่อนที่พวกเขาจะสามารถพูดว่า "พระเยซู" ได้

เรื่องจริง — "ฉันถูกตั้งชื่อโดยแม่น้ำ"
ในเฮติ เด็กชายคนหนึ่งชื่อ มาลิก
เติบโตมาพร้อมกับความกลัวแม่น้ำและพายุอย่างแปลกประหลาด สมัยยังเป็นเด็กเล็ก
คุณยายพาเขาไปที่ลำธารเพื่อ "ทำความรู้จักกับวิญญาณ" เพื่อป้องกันตัว
เขาเริ่มได้ยินเสียงต่างๆ ตั้งแต่อายุ 7 ขวบ ตอนอายุ 10 ขวบ
เขาได้รับการเยี่ยมเยือนในตอนกลางคืน พออายุ 14 ปี
เขาพยายามฆ่าตัวตายหลังจากรู้สึกว่ามี "วิญญาณ" อยู่เคียงข้างเขาเสมอ

ในการประชุมปลดปล่อย เหล่าปีศาจปรากฏตัวอย่างรุนแรง ร้องตะโกนว่า
"เราเข้าไปทางแม่น้ำ! เราถูกเรียกชื่อ!" ชื่อของเขา " มาลิค "
เป็นส่วนหนึ่งของประเพณีการตั้งชื่อทางจิตวิญญาณเพื่อ "ให้เกียรติราชินีแห่งแม่น้ำ"
จนกระทั่งเขาได้รับการตั้งชื่อใหม่ในพระคริสต์ ความทรมานก็ยังคงดำเนินต่อไป
ปัจจุบันเขารับใช้ในการปลดปล่อยท่ามกลางเยาวชนที่ติดอยู่ในพิธีอุทิศบรรพบุรุษ

มันเกิดขึ้นได้อย่างไร — กับดักที่ซ่อนอยู่

1. **อักษรย่อในฐานะพันธสัญญา อักษร**
   ย่อบางตัว โดยเฉพาะอักษรที่เชื่อมโยงกับชื่อบรรพบุรุษ เทพประจำครอบครัว
   หรือเทพแห่งน้ำ (เช่น "MM" = Mami/Marine; "OL" =
   Oya/Orisha Lineage) ทำหน้าที่เป็นลายเซ็นของปีศาจ

2. **การจุ่มทารกในแม่น้ำ/ลำธาร**
   ทำเพื่อ "การปกป้อง" หรือ "การชำระล้าง" มักเป็น
   พิธีบัพติศมาให้กับวิญญาณแห่งท้อง ทะเล

3. **พิธีตั้งชื่อลับ โดย**
   การกระซิบหรือพูดชื่ออื่น (ต่างจากชื่อสาธารณะ) ต่อหน้าแท่นบูชาหรือศาลเจ้า

4. **พิธีกรรมการทำเครื่องหมายปาน การนำ**
   น้ำมัน ขี้เถ้า หรือเลือดมาทาที่หน้าผากหรือแขนขาเพื่อ "ทำเครื่องหมาย"
   ให้กับเด็กเพื่อเป็นสัญลักษณ์ของวิญญาณ

5. **การฝังสายสะดือโดยใช้น้ำ การ**
   ฝังสายสะดือลงในแม่น้ำ ลำธาร หรือฝังโดยใช้มนต์คาถาน้ำ
   โดยมัดเด็กไว้กับแท่นบูชาน้ำ

หากพ่อแม่ของคุณไม่ได้มอบคุณให้กับพระคริสต์ มีโอกาสสูงที่คนอื่นจะอ้างสิทธิ์ในตัวคุณ

การปฏิบัติผูกพันมดลูกลึกลับทั่วโลก

- **แอฟริกา** – ตั้งชื่อทารกตามเทพเจ้าแห่งแม่น้ำ ฝังเชือกไว้ใกล้แท่นบูชาทางทะเล
- **แคริบเบียน/ละตินอเมริกา** – พิธีบัพติศมาของชาวซานเทเรีย
  การอุทิศตนแบบโยรูบาด้วยสมุนไพรและสิ่งของจากแม่น้ำ
- **เอเชีย** – พิธีกรรมของชาวฮินดูที่เกี่ยวข้องกับน้ำคงคา
  การตั้งชื่อตามโหราศาสตร์ที่เชื่อมโยงกับวิญญาณธาตุต่างๆ

- ยุโรป —
  ประเพณีการตั้งชื่อแบบดรูอิดหรือแบบลึกลับโดยอ้างอิงถึงผู้พิทักษ์ป่า/น้ำ
- อเมริกาเหนือ — พิธีกรรมอุทิศตนแบบพื้นเมือง
  การให้พรทารกตามแนวทางวิคคาสมัยใหม่ พิธีตั้งชื่อแบบยุคใหม่ที่อ้างอิงถึง
  "คำแนะนำในสมัยโบราณ"

ฉันจะรู้ได้อย่างไร?

- ความทรมานในวัยเด็กที่อธิบายไม่ได้ ความเจ็บป่วย หรือ
  "เพื่อนในจินตนาการ"
- ฝันเห็นแม่น้ำ นางเงือก โดนน้ำไล่ล่า
- ความรังเกียจต่อโบสถ์แต่หลงใหลในสิ่งที่ลึกลับ
- ความรู้สึกที่ลึกซึ้งว่า "ถูกติดตาม" หรือถูกเฝ้าดูมาตั้งแต่เกิด
- การค้นพบชื่อที่สองหรือพิธีกรรมที่ไม่รู้จักซึ่งเกี่ยวข้องกับวัยเด็กของคุณ

แผนปฏิบัติการ — ไถ่ถอนวัยทารก

1. **ถามพระวิญญาณบริสุทธิ์** : เกิดอะไรขึ้นเมื่อฉันเกิดมา?
   มือฝ่ายวิญญาณใดสัมผัสฉัน?
2. **สละการอุทิศตนที่ซ่อนเร้นทั้งหมด** แม้ว่าจะกระทำไปโดยไม่รู้ก็ตาม:
   "ฉันปฏิเสธพันธสัญญาใดๆ
   ที่ทำในนามของฉันที่ไม่ได้ทำกับพระเจ้าเยซูคริสต์"
3. ทำลายความสัมพันธ์กับชื่อบรรพบุรุษ อักษรย่อ และ สัญลักษณ์
4. ใช้ **อิสยาห์ 49:24–26, โคโลสี 2:14 และ 2 โครินธ์ 5:17**
   เพื่อประกาศอัตลักษณ์ในพระคริสต์
5. หากจำเป็น ให้ **จัดพิธีอุทิศตัวใหม่** โดยแนะนำตัวคุณ (หรือลูกๆ ของคุณ)
   ต่อพระเจ้าอีกครั้ง และประกาศชื่อใหม่หากได้รับการนำทาง

การสมัครเป็นกลุ่ม

- เชิญชวนผู้เข้าร่วมค้นคว้าเรื่องราวเกี่ยวกับชื่อของพวกเขา

- สร้างพื้นที่สำหรับการตั้งชื่อใหม่ทางจิตวิญญาณ หากได้รับการนำทาง —
  อนุญาตให้ผู้คนอ้างสิทธิ์ในชื่อต่างๆ เช่น "เดวิด" "เอสเธอร์"
  หรือตัวตนที่นำโดยจิตวิญญาณ
- นำกลุ่มใน *การบัพติศมา สัญลักษณ์* แห่งการอุทิศตน ไม่ใช่การจุ่มในน้ำ
  แต่เป็นการเจิมน้ำมันและพันธสัญญาทางพระวจนะกับพระคริสต์
- ขอให้ผู้ปกครองทำลายพันธสัญญาที่มีต่อลูกๆ ของตนด้วยการอธิษฐาน:
  "คุณเป็นของพระเยซู ไม่มีวิญญาณ แม่น้ำ
  หรือสายสัมพันธ์บรรพบุรุษใดที่มีพื้นฐานทางกฎหมาย"

ข้อมูลเชิงลึกที่สำคัญ

จุดเริ่มต้นของคุณสำคัญ แต่ไม่จำเป็นต้องกำหนดจุดจบของคุณ
ทุกคำเรียกร้องในสายน้ำสามารถถูกทำลายได้ด้วยสายน้ำแห่งโลหิตของพระเยซู

วารสารสะท้อนความคิด

- ได้ รับ ชื่อหรืออักษรย่ออะไรบ้าง และมันหมายถึงอะไร?
- มีพิธีกรรมลับหรือพิธีกรรมทางวัฒนธรรมใด ๆ
  ที่ทำเมื่อฉันเกิดที่ฉันต้องละทิ้งหรือไม่?
- ฉันได้อุทิศชีวิตของฉัน ร่างกาย จิตวิญญาณ ชื่อ และตัวตนของฉัน
  ให้กับพระเยซูคริสต์อย่างแท้จริงแล้วหรือยัง?

คำอธิษฐานเพื่อการไถ่บาป

ข้าแต่พระบิดาเจ้า ข้าพระองค์มาอยู่เบื้องพระพักตร์พระองค์ในพระนามพระเยซู
ข้าพระองค์สละพันธสัญญา การอุทิศตน
และพิธีกรรมทุกอย่างที่ข้าพระองค์ได้กระทำเมื่อข้าพระองค์เกิด
ข้าพระองค์ปฏิเสธทุกการตั้งชื่อ การรับบัพติศมาในน้ำ และการอ้างสิทธิ์ของบรรพบุรุษ
ไม่ว่าจะผ่านอักษรย่อ การตั้งชื่อ หรือแท่นบูชาลับ
ข้าพระองค์ขอยกเลิกทุกสิทธิ์ของปีศาจในชีวิตของข้าพระองค์
บัดนี้ข้าพระองค์ขอประกาศว่าข้าพระองค์เป็นของพระองค์อย่างสมบูรณ์
พระนามของข้าพระองค์ถูกจารึกไว้ในหนังสือแห่งชีวิต
อดีตของข้าพระองค์ถูกปกคลุมด้วยพระโลหิตของพระเยซู
และอัตลักษณ์ของข้าพระองค์ถูกผนึกไว้โดยพระวิญญาณบริสุทธิ์ อาเมน

วันที่ 40: จากผู้ส่งมอบสู่ผู้ส่งมอบ —
ความเจ็บปวดของคุณคือการบวชของคุณ

"แต่ชนชาติที่รู้จักพระเจ้าของตนจะเข้มแข็งและกระทำการอันน่าสะพรึงกลัว" —
ดาเนียล 11:32
"แล้วพระเจ้าทรงตั้งผู้พิพากษาขึ้น ผู้ทรงช่วยพวกเขาให้พ้นจากมือของพวกโจรเหล่านี้"
— ผู้วินิจฉัย 2:16

คุณไม่ได้ถูกส่งมาเพื่อนั่งเงียบๆ ในโบสถ์
คุณไม่ได้ถูกปลดปล่อยเพียงเพื่อมีชีวิตรอด คุณถูกส่งมา **เพื่อช่วยเหลือผู้อื่น**
พระเยซูองค์เดียวกับที่ทรงรักษาคนถูกผีสิงในมาระโกบทที่ 5
ส่งเขากลับไปยังเดคาโปลิสเพื่อเล่าเรื่อง ไม่มีโรงเรียนศาสนา ไม่มีการบวช มีเพียง
คำพยานอันร้อนแรง และปากที่ถูกจุดไฟเผา
คุณคือผู้ชายคนนั้น ผู้หญิงคนนั้น ครอบครัวคนนั้น ประเทศชาติคนนั้น
ความเจ็บปวดที่คุณทนทุกข์ทรมานบัดนี้กลายเป็นอาวุธของคุณ
ความทรมานที่คุณหลีกหนีได้คือแตรของคุณ
สิ่งที่ยึดเหนี่ยวคุณไว้ในความมืดมิดบัดนี้กลายเป็น **เวทีแห่งการครอบครองของคุณ**

เรื่องจริง — จากเจ้าสาวทหารเรือสู่รัฐมนตรีช่วยว่าการกระทรวงปลดปล่อย

รีเบคก้า จากแคเมอรูน เคยเป็นเจ้าสาวของวิญญาณแห่งท้องทะเล
เธอได้รับการบวชตั้งแต่อายุ 8 ขวบในพิธีตั้งชื่อตามชายฝั่ง พออายุ 16 ปี
เธอก็เริ่มมีเพศสัมพันธ์ในความฝัน คอยควบคุมผู้ชายด้วยสายตา
และเคยทำให้เกิดการหย่าร้างหลายครั้งด้วยเวทมนตร์ เธอเป็นที่รู้จักในนาม
"คำสาปแห่งความงาม"
เมื่อเธอได้พบกับพระกิตติคุณในมหาวิทยาลัย ปีศาจของเธอก็บ้าคลั่ง เธอต้องอดอาหาร
ปลดปล่อย และฝึกฝนสาวกอย่างลึกซึ้งถึงหกเดือนก่อนที่เธอจะเป็นอิสระ
ปัจจุบัน เธอจัดการประชุมปลดปล่อยสำหรับผู้หญิงทั่วแอฟริกา
มีผู้ได้รับอิสรภาพหลายพันคนผ่านการเชื่อฟังของเธอ
ถ้าเธอเงียบอยู่จะเป็นยังไง?

การเสด็จขึ้นสู่สวรรค์ของอัครสาวก —— ผู้ปลดปล่อยทั่วโลกกำลังถือกำเนิด
- **ในแอฟริกา** อดีตหมอผีปัจจุบันได้ปลูกโบสถ์
- **ในเอเชีย** อดีตชาวพุทธสอนเรื่องพระคริสต์ในบ้านลับๆ
- **ในละตินอเมริกา** อดีตบาทหลวงซานเทเรียเป็นผู้ทำลายแท่นบูชาในปัจจุบัน
- **ในยุโรป** อดีตนักลึกลับนำการศึกษาพระคัมภีร์แบบอธิบายออนไลน์
- **ในอเมริกาเหนือ**
  ผู้รอดชีวิตจากการหลอกลวงแบบยุคใหม่กำลังเป็นผู้นำการปลดปล่อยผ่าน Zoom ทุกสัปดาห์

พวกเขาคือ ผู้ ที่ไม่น่าจะเป็นไปได้ ผู้ที่พังทลาย
อดีตทาสแห่งความมืดที่กำลังเดินทัพในแสงสว่าง และ **คุณก็เป็นหนึ่งใน** นั้น

แผนปฏิบัติการขั้นสุดท้าย – ก้าว เข้าสู่ การโทรของคุณ
1. **เขียนคำให้การของคุณ** —— แม้ว่าคุณจะรู้สึกว่ามันไม่น่าตื่นเต้นนักก็ตาม มีคนต้องการเรื่องราวอิสรภาพของคุณ
2. **เริ่มต้นจากสิ่งเล็กๆ** —— อธิษฐานเผื่อเพื่อน จัดการศึกษาพระคัมภีร์ และแบ่งปันกระบวนการปลดปล่อยของคุณ
3. **อย่าหยุดเรียนรู้** —— ผู้ช่วยให้รอดจะอยู่ในพระวจนะ ยังคงกลับใจ และยังคงเฉียบคม
4. **ปกป้องครอบครัวของคุณ** ——
   ประกาศทุกวันว่าความมืดมิดสิ้นสุดลงจากคุณและลูกๆ ของคุณแล้ว
5. **ประกาศเขตสงครามทางจิตวิญญาณ** —— ที่ทำงาน บ้าน ถนน จงเป็นผู้พิทักษ์ประตู

การว่าจ้างกลุ่ม
วันนี้ไม่เพียงแต่เป็นวันอุทิศตัวเท่านั้น แต่ยังเป็น **พิธีการแต่งตั้ง** อีกด้วย
- เจิมศีรษะกันและกันด้วยน้ำมันแล้วกล่าวว่า

"ท่านได้รับมอบอำนาจให้ปลดปล่อย จงลุกขึ้นเถิด ผู้พิพากษาของพระเจ้า"
- ประกาศออกเสียงดังเป็นกลุ่ม:

"เราไม่ใช่ผู้รอดชีวิตอีกต่อไป เราคือนักรบ เราแบกรับแสงสว่าง และความมืดก็สั่นไหว"

- แต่งตั้งคู่สวดมนต์หรือคู่รับผิดชอบเพื่อเติบโตต่อไปในด้านความกล้าหาญและผลกระทบ

ข้อมูลเชิงลึกที่สำคัญ
การแก้แค้นที่ยิ่งใหญ่ที่สุดต่ออาณาจักรแห่งความมืดไม่ใช่แค่อิสรภาพ แต่คือการทวีคูณ

วารสารสะท้อนความคิดขั้นสุดท้าย
- วินาทีที่ฉันรู้ว่าฉันได้ก้าวข้ามจากความมืดมิดสู่แสงสว่างคือเมื่อใด?
- ใครต้องการฟังเรื่องราวของฉัน?
- สัปดาห์นี้ฉันจะเริ่มส่องแสงอย่างตั้งใจได้ที่ไหน
- ฉันเต็มใจที่จะถูกเยาะเย้ย เข้าใจผิด และต่อต้านเพียงเพื่อปลดปล่อยผู้อื่นหรือไม่?

คำอธิษฐานเพื่อการมอบหมาย
พระบิดาเจ้าข้า ขอบพระคุณพระองค์สำหรับ 40 วันแห่งไฟ อิสรภาพ และความจริง
พระองค์ไม่ได้ทรงช่วยข้าพระองค์เพียงเพื่อปกป้อง แต่ทรงมอบข้าพระองค์เพื่อช่วยผู้อื่น
วันนี้ข้าพระองค์ได้รับเสื้อคลุมนี้ คำพยานของข้าพระองค์คือดาบ
แผลเป็นของข้าพระองค์คืออาวุธ คำอธิษฐานของข้าพระองค์คือค้อน
การเชื่อฟังของข้าพระองค์คือการนมัสการ บัดนี้ข้าพระองค์ดำเนินในพระนามของพระเยซู
ในฐานะผู้ จุดไฟ ผู้ปลดปล่อย ผู้ถือแสงสว่าง ข้าพระองค์เป็นของพระองค์
ความมืดไม่มีที่อยู่ในข้าพระองค์ และไม่มีที่อยู่รอบตัวข้าพระองค์
ข้าพระองค์เข้ามาแทนที่ข้าพระองค์ ในพระนามพระเยซู อาเมน

คำประกาศ 360°
ประจำวันเกี่ยวกับการปลดปล่อยและการครอบครอง – ตอนที่ 1

*"อาวุธใด ๆ ที่สร้างขึ้นเพื่อต่อสู้เจ้าจะไม่ประสบผลสำเร็จ
และลิ้นทุกลิ้นที่ลุกขึ้นต่อสู้เจ้าเพื่อพิพากษา เจ้าจะกล่าวโทษ
นี่เป็นมรดกของบรรดาผู้รับใช้ของพระเจ้า..."* — อิสยาห์ 54:17
วันนี้และทุกๆ วัน ฉันรับตำแหน่งเต็มที่ในพระคริสต์ ทั้งวิญญาณ จิตใจ และร่างกาย

ฉันปิดทุกประตู – ทั้งที่รู้จักและไม่รู้จัก – ต่ออาณาจักรแห่งความมืด

ฉันทำลายการติดต่อ สัญญา พันธสัญญา หรือการสื่อสารทั้งหมดกับแท่นบูชาชั่วร้าย วิญญาณบรรพบุรุษ คู่สมรสของวิญญาณ สังคมลึกลับ เวทมนตร์ และพันธมิตรปีศาจ — ด้วยพระโลหิตของพระเยซู!

ฉันขอประกาศว่าฉันไม่ได้ขายตัว ฉันไม่สามารถเข้าถึงได้ ฉันไม่มีโอกาสได้รับสมัคร ฉันไม่ได้รับอนุญาตให้กลับเข้าทำงานอีก

การเรียกตัวของซาตาน การเฝ้าระวังทางจิตวิญญาณ หรือการเรียกตัวชั่วร้ายทุกครั้ง จงถูกกระจายด้วยไฟ ในพระนามของพระเยซู!

ข้าพเจ้าผูกพันตนเองกับพระทัยของพระคริสต์ พระประสงค์ของพระบิดา
และพระสุรเสียงของพระวิญญาณบริสุทธิ์
ข้าพเจ้าดำเนินชีวิตในความสว่าง ในความจริง ในฤทธิ์เดช ในความบริสุทธิ์
และในพระประสงค์

ฉันปิดตาที่สามทุกอัน ประตูจิต และประตูมิติอัน ไม่ศักดิ์สิทธิ์เปิดออกผ่านความฝัน ความเจ็บปวดทางเพศ พิธีกรรม สื่อ หรือคำสอนที่ผิด

ขอให้ไฟของพระเจ้าเผาผลาญทุกสิ่งที่ผิดกฎหมายในจิตวิญญาณของฉันในพระนามของพระเยซู

ข้าตรัสกับอากาศ ผืนดิน ท้องทะเล ดวงดาว และสวรรค์ — เจ้าจะไม่ทำสิ่งใดต่อต้านข้า แท่นบูชาลับ ตัวแทน ผู้เฝ้าดู
หรือปีศาจกระซิบกระซาบทุกตนที่ถูกมอบหมายให้ต่อต้านชีวิต ครอบครัว การทรงเรียก หรือดินแดนของข้า — จงปลดอาวุธและปิดปากด้วยพระโลหิตของพระเยซู!
ฉันแช่จิตใจของฉันไว้ในพระวจนะของพระเจ้า
ฉันประกาศว่าความฝันของฉันได้รับการชำระให้บริสุทธิ์ ความคิดของฉันได้รับการปกป้อง การนอนหลับของฉันศักดิ์สิทธิ์ ร่างกายของฉันคือวิหารแห่งไฟ
นับจากนี้เป็นต้นไป ฉันเดินในเส้นทางแห่งการปลดปล่อย 360 องศา ไม่มีอะไรซ่อนเร้น ไม่มีอะไรพลาด
พันธนาการที่ยังคงอยู่จะถูกทำลาย แอกทุกยุคทุกสมัยจะพังทลาย
บาปทุกประการที่ยังไม่สำนึกผิดจะถูกเปิดเผยและชำระล้าง

ฉันประกาศว่า:

- ความมืดไม่สามารถครอบงำฉันได้
- บ้านของฉันอยู่ในเขตไฟไหม้
- ประตูของฉันถูกปิดผนึกด้วยความรุ่งโรจน์
- ฉันดำเนินชีวิตด้วยการเชื่อฟังและเดินด้วยพลังอำนาจ

ฉันลุกขึ้นมาเป็นผู้ปลดปล่อยให้คนรุ่นฉัน
ฉันจะไม่หันหลังกลับ ฉันจะไม่หวนกลับ ฉันคือแสงสว่าง ฉันคือไฟ ฉันเป็นอิสระ
ในพระนามอันทรงฤทธิ์ของพระเยซู อาเมน!

คำประกาศ 360°
ประจำวันเกี่ยวกับการปลดปล่อยและการครอบครอง
– ตอนที่ 2

การป้องกัน จากเวทมนตร์ เวทมนตร์คาถา หมอผี ร่างทรง และช่องทางปีศาจ
การปลดปล่อย ตนเองและผู้อื่นภายใต้อิทธิพลหรือการผูกมัดของพวกเขา
การชำระล้างและปกคลุม โดยพระโลหิตของพระเยซู
การฟื้นฟูความสมบูรณ์ อัตลักษณ์ และอิสรภาพ ในพระคริสต์
การปกป้องและอิสรภาพจากเวทมนตร์ สื่อวิญญาณ หมอผี และการผูกมัดทางจิตวิญญาณ
(โดยผ่านพระโลหิตของพระเยซูและพระวจนะแห่งพยานของเรา)

"และพวกเขาเอาชนะเขาด้วยพระโลหิตของพระเมษโปดก
และด้วยคำพยานของพวกเขาเอง..."
— วิวรณ์ *12:11*

"พระเจ้าทรงขัดขวางสัญญาณของผู้เผยพระวจนะเท็จ
และทำให้ผู้ทำนายกลายเป็นคนโง่เขลา ... ทรงยืนยันคำของผู้รับใช้ของพระองค์
และทรงทำให้แผนการของผู้ส่งสารของพระองค์สำเร็จ"
— อิสยาห์ *44:25–26*

"พระวิญญาณของพระเจ้าสถิตอยู่กับฉัน... เพื่อประกาศอิสรภาพแก่ผู้ถูกจองจำ
และเพื่อปลดปล่อยแก่ผู้ที่ถูกจองจำ..."
— ลูกา *4:18*

คำอธิษฐานเปิด:
พระบิดาเจ้าข้า ข้าพระองค์มาอย่างกล้าหาญในวันนี้ โดยพระโลหิตของพระเยซู
ข้าพระองค์ยอมรับฤทธานุภาพในพระนามของพระองค์
และประกาศว่าพระองค์เท่านั้นทรงเป็นพระผู้ช่วยให้รอดและผู้ปกป้องข้าพระองค์
ข้าพระองค์ยืนหยัดเป็นผู้รับใช้และพยานของพระองค์
และข้าพระองค์ประกาศพระวจนะของพระองค์ด้วยความกล้าหาญและสิทธิอำนาจในวันนี้

คำประกาศเรื่องการคุ้มครองและการปลดปล่อย

1. การหลุดพ้นจากเวทมนตร์ สื่อวิญญาณ หมอผี และอิทธิพลทางจิตวิญญาณ:
- ฉัน ทำลายและสละ ทุกคำสาป มนต์สะกด การทำนาย การร่ายมนตร์ การจัดการ การตรวจสอบ การฉายภาพทางจิต หรือการผูกมัดวิญญาณ ไม่ว่าจะพูดออกมาหรือแสดงออกมา ผ่านการใช้เวทมนตร์ การปลุกผี สื่อวิญญาณ หรือช่องทางทางจิตวิญญาณ
- ข้าพเจ้า ประกาศ ว่า **พระโลหิตของพระเยซู** ทรงต่อต้านวิญญาณชั่วร้ายทุกตนที่พยายามจะผูกมัด กวนใจ หลอกลวง หรือจัดการข้าพเจ้าหรือครอบครัวของข้าพเจ้า
- ข้าพเจ้าขอสั่ง ให้ทำลาย **การแทรกแซงทางจิตวิญญาณ การครอบครอง การกดขี่ หรือการผูกมัดทางจิตวิญญาณทั้งหมด** เสียตั้งแต่บัดนี้โดยอำนาจในพระนามของพระเยซูคริสต์
- ข้าพเจ้าขอประกาศ **การปลดปล่อยเพื่อตัวข้าพเจ้าเองและเพื่อทุกคน ไม่ว่าจะรู้ตัวหรือไม่รู้ตัวก็ตาม ภายใต้อิทธิพลของเวทมนตร์หรือแสงหลอก** จงออกมาเดี๋ยวนี้! จงเป็นอิสระ ในพระนามของพระเยซู!
- ฉันขอเรียกไฟของพระเจ้าให้ **เผาผลาญแอกทางวิญญาณ สัญญาของซาตาน และแท่นบูชา** ที่สร้างขึ้นในวิญญาณเพื่อกดขี่หรือดักจับชะตากรรมของเรา

"ไม่มีมนตร์ใด ๆ ต่อยาโคบ ไม่มีการทำนายใด ๆ ต่ออิสราเอล" — *กันดารวิถี 23:23*

2. การทำความสะอาดและการปกป้องตนเอง เด็กและครอบครัว:
- ฉันขอถวายพระ โลหิตของพระเยซูเหนือ จิตใจ วิญญาณ ร่างกาย อารมณ์ ครอบครัว บุตรหลาน และการงาน ของฉัน
- ข้าพเจ้าประกาศว่า ข้าพเจ้าและครอบครัวของข้าพเจ้าถูก **ปิดผนึกโดยพระวิญญาณบริสุทธิ์และซ่อนไว้กับพระคริสต์ในพระเจ้า**
- ไม่มีอาวุธใดที่สร้างขึ้นเพื่อต่อต้านเราจะเจริญรุ่งเรือง ลิ้นทุกลิ้นที่พูดจาชั่วร้ายต่อเราจะ ถูกพิพากษาและถูกปิดปาก ในพระนามของพระเยซู

- ฉันสละและขับไล่ **วิญญาณแห่งความหวาดกลัว ความทรมาน ความสับสน การล่อลวง หรือการควบคุมออก** ไป

"เราคือพระเยโฮวาห์ ผู้ทรงทำลายสัญลักษณ์ของคนโกหก..." — อิสยาห์ 44:25

3. การฟื้นฟูอัตลักษณ์ จุดมุ่งหมาย และจิตใจที่มั่นคง:
- ฉันเรียกคืนทุกส่วนของจิตวิญญาณและตัวตนของฉันที่ถูก **ซื้อขาย ดักจับ หรือขโมยไป** ผ่านการหลอกลวงหรือการประนีประนอมทางจิตวิญญาณ
- ฉันประกาศว่า: ฉันมี **จิตใจของพระคริสต์** และฉันเดินด้วยความแจ่มชัด ปัญญา และสิทธิอำนาจ
- ข้าพเจ้าประกาศว่า ข้าพเจ้าได้
รับการปลดปล่อยจากคำสาปแช่งจากทุกชั่วรุ่นและเวทมนตร์ในครัวเรือน
และข้าพเจ้าดำเนินตามพันธสัญญากับพระเจ้า

"พระเจ้าไม่ได้ประทานใจที่ขลาดกลัวแก่ข้าพเจ้า แต่ประทานใจที่มีฤทธิ์อำนาจ ความรัก และการรู้จักบังคับตน" — 2 ทิโมธี 1:7

4. ความคุ้มครองและชัยชนะในพระคริสต์ทุกวัน:
- ฉันประกาศว่า: วันนี้ฉันเดินอยู่ใน **ความคุ้มครองของพระเจ้า การมองเห็นอย่างรอบรู้ และความสงบ** สุข
- พระโลหิตของพระเยซูสามารถบอก **สิ่งดีๆ** แก่ฉันได้มากมาย ไม่ว่าจะเป็นการปกป้อง การรักษา สิทธิอำนาจ และอิสรภาพ
- ภารกิจชั่วร้ายทั้งหมดที่กำหนดไว้ในวันนี้ถูกพลิกกลับ ฉันเดินในชัยชนะและความยินดีในพระเยซูคริสต์

"คนพันคนอาจล้มลงข้างกายข้าพเจ้า และคนหมื่นคนอาจล้มลงข้างขวาของข้าพเจ้า แต่ความหายนะจะไม่มาใกล้ข้าพเจ้าเลย..." — สดุดี 91:7

คำประกาศและคำให้การขั้นสุดท้าย:
"ฉันเอาชนะความมืดทุกรูปแบบ การใช้เวทมนตร์ การปลุกผี การใช้เวทมนตร์คาถา การบงการทางจิต การรบกวนจิตวิญญาณ และการถ่ายทอดทางวิญญาณที่ชั่วร้าย ไม่ใช่ด้วยกำลังของฉัน แต่ **ด้วยพระโลหิตของพระเยซูและพระวจนะแห่งพยานของฉัน**"
"เราประกาศ: เราได้รับการปลดปล่อยแล้ว ครอบครัวของเราได้รับการปลดปล่อยแล้ว แอกที่ซ่อนเร้นทุกอันถูกทำลายแล้ว กับดักทุกอันถูกเปิดเผย

แสงสว่างอันเท็จทุกอันถูกดับลง เราดำเนินชีวิตในอิสรภาพ เราดำเนินชีวิตในความจริง
เราดำเนินชีวิตในฤทธิ์เดชของพระวิญญาณบริสุทธิ์"
"พระยาห์เวห์ทรงยืนยันถ้อยคำของผู้รับใช้ของพระองค์
และทรงทำตามแผนการของผู้ส่งสารของพระองค์
บัดนี้และทุกวันต่อจากนี้ไปก็จะเป็นเช่นนี้"
ในพระนามอันยิ่งใหญ่ของพระเยซู **อาเมน**

อ้างอิงพระคัมภีร์:
- อิสยาห์ 44:24–26
- วิวรณ์ 12:11
- อิสยาห์ 54:17
- สดุดี 91
- กันดารวิถี 23:23
- ลูกา 4:18
- เอเฟซัส 6:10–18
- โคโลสี 3:3
- 2 ทิโมธี 1:7

คำประกาศ 360°
ประจำวันเกี่ยวกับการปลดปล่อยและการครอบครอง - ตอนที่ 3

"พระเจ้าทรงเป็นนักรบ พระนามของพระองค์คือพระเยโฮวาห์" — อพยพ 15:3
"พวกเขาเอาชนะเขาด้วยพระโลหิตของพระเมษโปดกและด้วยคำพยานของพวกเขาเอง..." — วิวรณ์ 12:11

วันนี้ฉันลุกขึ้นและดำรงอยู่ในสถานที่ของพระคริสต์ ประทับอยู่ในสวรรค์สูงเหนือบรรดาผู้มีอำนาจ บัลลังก์ อาณาจักร และทุกชื่อที่ถูกเอ่ยถึง

ฉันสละ

ข้าพเจ้าสละพันธสัญญา คำสาบาน หรือการเริ่มต้นทุกอย่างที่รู้และไม่รู้

- ฟรีเมสัน (ระดับที่ 1 ถึง 33)
- คับบาลาและลัทธิลึกลับของชาวยิว
- อีสเทิร์นสตาร์และ โรสิครูเชียน
- คำสั่งของคณะเยซูอิตและอิลลูมินาติ
- พี่น้องซาตานและนิกายลูซิเฟอร์
- วิญญาณแห่งท้องทะเลและพันธสัญญาใต้ทะเล
- งูกุณฑลินี การจัดตำแหน่งจักระ และการกระตุ้นดวงตาที่สาม
- การหลอกลวงยุคใหม่ เรอิกิ โยคะคริสเตียน และการเดินทางในโลกวิญญาณ
- เวทมนตร์, เวทมนตร์คาถา, นิกายวิญญาณ และสัญญาทางวิญญาณ
- ความสัมพันธ์ทางวิญญาณลึกลับจากเรื่องเพศ พิธีกรรม และพันธสัญญาลับ
- คำสาบานของฟรีเมสันเหนือสายเลือดและฐานะปุโรหิตบรรพบุรุษของฉัน

ฉันตัดสายสะดือทางจิตวิญญาณทุกเส้นเพื่อ:

- แท่นบูชาเลือดโบราณ
- ไฟแห่งคำทำนายเท็จ
- คู่สมรสทางวิญญาณและผู้รุกรานความฝัน
- เรขาคณิตศักดิ์สิทธิ์ รหัสแสง และหลักคำสอนกฎสากล
- พระคริสต์ ปลอม วิญญาณคุ้นเคย และวิญญาณบริสุทธิ์ปลอม

ขอให้พระโลหิตของพระเยซูตรัสแทนข้าพเจ้า ขอให้สัญญาทุกฉบับถูกทำลาย ขอให้แท่นบูชาทุกแท่นพังทลาย ขอให้อัตลักษณ์ของปีศาจทุกประการถูกลบล้าง — เดี๋ยวนี้!

ฉันประกาศ

ฉันประกาศว่า:

- ร่างกายของฉันเป็นวิหารที่มีชีวิตของพระวิญญาณบริสุทธิ์
- จิตใจของฉันได้รับการปกป้องด้วยหมวกเกราะแห่งความรอด
- จิตวิญญาณของฉันได้รับการชำระให้บริสุทธิ์ทุกวันโดยการชำระล้างด้วยพระวจนะ
- โลหิตของฉันได้รับการชำระล้างโดยเขากัลวารี
- ความฝันของฉันถูกปิดผนึกด้วยแสงสว่าง
- ชื่อของฉันถูกเขียนไว้ในหนังสือแห่งชีวิตของลูกแกะ — ไม่ใช่ในทะเบียนลึกลับ ลอดจ์ สมุดบันทึก ม้วนหนังสือ หรือตราประทับใดๆ!

ฉันสั่ง

ฉันสั่ง:

- ตัวแทนแห่งความมืดทุกคน ไม่ว่าจะเป็นผู้เฝ้าดู ผู้ตรวจสอบ ผู้ฉายภาพทางจิต จะต้องถูกทำให้ตาบอดและกระจัดกระจาย
- สายสัมพันธ์ทุกเส้นที่เชื่อมโยงระหว่างยมโลก โลกใต้ทะเล และโลกจักรวาล จงขาดสะบั้นลง!
- รอยดำ รอยฝัง บาดแผลจากพิธีกรรม หรือการประทับตราทางจิตวิญญาณทุกประการ จะต้องถูกชำระล้างด้วยไฟ!
- วิญญาณที่คุ้นเคยทุกดวงกระซิบคำโกหก — จงเงียบเสียเถิด!

ฉันถอนตัว

ฉันถอนตัวจาก:

- ไทม์ไลน์ปีศาจทั้งหมด คุกวิญญาณ และกรงวิญญาณ
- อันดับและระดับของสมาคมลับทั้งหมด
- เสื้อคลุม บัลลังก์ หรือมงกุฎปลอมทั้งหมดที่ฉันสวม
- ทุกอัตลักษณ์ที่ไม่ได้ถูกเขียนโดยพระเจ้า

- พันธมิตร มิตรภาพ หรือความสัมพันธ์ทุกอย่างได้รับการเสริมพลังโดยระบบมืด

ฉันสถาปนา

ฉันก่อตั้ง:

- กำแพงแห่งเกียรติยศรอบตัวฉันและครัวเรือนของฉัน
- เทวดาศักดิ์สิทธิ์ประจำทุกประตู ทางเข้า หน้าต่าง และทางเดิน
- ความบริสุทธิ์ในสื่อ ดนตรี ความทรงจำ และจิตใจของฉัน
- ความจริงในมิตรภาพ การรับใช้ การแต่งงาน และพันธกิจของฉัน
- การมีสัมพันธ์อันไม่ขาดสายกับพระวิญญาณบริสุทธิ์

ฉันส่ง

ข้าพเจ้าขอมอบกายถวายแด่พระเยซูคริสต์อย่างหมดสิ้น —
พระเมษโปดกที่ถูกฆ่า พระราชา ผู้ครอง และพระสิงโตผู้คำราม
ฉันเลือกแสงสว่าง ฉันเลือกความจริง ฉันเลือกการเชื่อฟัง
ฉันไม่ได้เป็นส่วนหนึ่งของอาณาจักรแห่งความมืดมิดของโลกนี้
ฉันเป็นส่วนหนึ่งของอาณาจักรของพระเจ้าของเราและของพระคริสต์ของพระองค์

ฉันเตือนศัตรู

โดยคำประกาศนี้ ฉันขอออกประกาศให้:

- อาณาจักรชั้นสูงทุกแห่ง
- วิญญาณที่ปกครองเมือง สายเลือด และประเทศชาติทุกแห่ง
- นักเดินทางแห่งดวงดาว แม่มด พ่อมด หรือดวงดาวที่ร่วงหล่นทุกคน...

ข้าคือสมบัติที่แตะต้อง ไม่ได้
ชื่อของข้าไม่พบในเอกสารสำคัญของท่าน วิญญาณของข้ามิอาจขายได้
ความฝันของข้าอยู่ภายใต้การบังคับบัญชา ร่างกายของข้ามิใช่วิหารของท่าน
อนาคตของข้ามิใช่สนามเด็กเล่นของท่าน ข้าจะไม่กลับไปสู่พันธนาการ
ข้าจะไม่ซ้ำรอยวัฏจักรบรรพบุรุษ ข้าจะไม่แบกไฟประหลาด
ข้าจะไม่เป็นที่พักพิงของเหล่างู

ฉันปิดผนึก
ฉันขอลงนามคำประกาศนี้ด้วย:
- โลหิตของพระเยซู
- ไฟแห่งพระวิญญาณบริสุทธิ์
- อำนาจของพระวจนะ
- ความเป็นหนึ่งเดียวของพระกายของพระคริสต์
- เสียงแห่งคำพยานของฉัน

ในพระนามพระเยซู อาเมน และ อาเมน

บทสรุป: จากการเอาชีวิตรอดสู่การเป็นบุตร — อยู่อย่างอิสระ มีชีวิตอย่างอิสระ ปลดปล่อยผู้อื่นให้เป็นอิสระ

"จงยืนหยัดมั่นคงในเสรีภาพที่พระคริสต์ทรงทำให้เราเป็นไท และอย่าติดพันกับแอกแห่งการเป็นทาสอีกต่อไป" — กาลาเทีย 5:1
"พระองค์ทรงนำพวกเขาออกมาจากความมืดและเงาแห่งความตาย และทรงหักโซ่ตรวนของพวกเขาให้เป็นชิ้นๆ" — สดุดี 107:14

40 วันนี้ไม่เคยเป็นเพียงเรื่องของความรู้ แต่เป็นเรื่องของ สงคราม **การ ตื่นรู้** และ **การก้าวเดินใน** อำนาจ

คุณได้เห็นแล้วว่าอาณาจักรแห่งความมืดดำเนินไปอย่างไร — อย่างแยบยล สืบต่อกันมาหลายชั่วอายุคน และบางครั้งก็เปิดเผย คุณได้เดินทางผ่านประตูบรรพบุรุษ ดินแดนแห่งความฝัน พันธสัญญาลี้ลับ พิธีกรรมทั่วโลก และความทรมานทางจิตวิญญาณ คุณได้พบกับประจักษ์พยานแห่งความเจ็บปวดที่ไม่อาจจินตนาการได้ — แต่ยังรวมถึง **การปลดปล่อยอย่างสุดขั้ว** อีกด้วย คุณได้ทำลายแท่นบูชา ละทิ้งคำโกหก และเผชิญหน้ากับสิ่งต่างๆ ที่แท่นเทศน์หลายแห่งไม่กล้าเอ่ยชื่อ

แต่นี่ไม่ใช่จุดสิ้นสุด

บัดนี้การเดินทางที่แท้จริงได้เริ่มต้นขึ้นแล้ว: **การรักษาอิสรภาพของคุณ การดำเนินชีวิตในพระวิญญาณ การสอนทางออกให้ผู้อื่น**
การทนทุกข์ทรมานจากไฟ 40 วันแล้วกลับอียิปต์นั้นง่ายดาย
การรื้อแท่นบูชาเพียงเพื่อสร้างใหม่ด้วยความเหงา ตัณหา
หรือความเหนื่อยล้าทางจิตวิญญาณนั้นง่ายดายเช่นกัน
อย่า.
คุณไม่ได้เป็น **ทาสของจักรยาน** อีกต่อไป คุณคือยาม **เฝ้า** กำแพง เป็น ผู้ **เฝ้าประตู** ให้กับครอบครัวของคุณ เป็น **นักรบ** ให้กับเมืองของคุณ เป็น **กระบอกเสียง** ให้กับประชาชาติ

7 คำสั่งสุดท้ายสำหรับบรรดาผู้ที่จะเดินในอาณาจักร
   1. **จงปกป้องประตูของคุณ**
      อย่าเปิดประตูแห่งจิตวิญญาณด้วยการประนีประนอม การกบฏ ความสัมพันธ์ หรือความอยากรู้อยากเห็น
      "อย่าให้โอกาสแก่มาร" — เอเฟซัส 4:27
   2. **ฝึกวินัยความอยากอาหาร**
      การอดอาหารควรเป็นส่วนหนึ่งของกิจวัตรประจำเดือนของคุณ
      จะช่วยปรับสมดุลจิตวิญญาณและทำให้ร่างกายคุณยอมจำนน
   3. **มุ่งมั่นสู่ความบริสุทธิ์**
      ทั้งทางอารมณ์ ทางเพศ วาจา และภาพ
      ความไม่บริสุทธิ์คือประตูอันดับหนึ่งที่ปีศาจใช้คลานกลับเข้าไป
   4. **เชี่ยวชาญพระวจนะ**
      พระคัมภีร์ไม่ใช่ทางเลือก แต่เป็นดาบ โล่ และขนมปังประจำวันของคุณ
      "จงให้พระวจนะของพระคริสต์ดำรงอยู่ในท่านอย่างบริบูรณ์..." (โคโลสี 3:16)
   5. **ค้นหากลุ่มของคุณ**
      Deliverance ไม่ได้ถูกสร้างมาเพื่อเดินเพียงลำพัง สร้าง รับใช้ และเยียวยาในชุมชนที่เปี่ยมด้วยพระวิญญาณ
   6. **โอบรับความทุกข์ทรมาน**
      ใช่แล้ว — ความทุกข์ทรมาน
      ไม่ใช่ว่าความทุกข์ทรมานทั้งหมดจะเป็นของปีศาจ
      บางอย่างเป็นการชำระให้บริสุทธิ์ จงก้าวผ่านมันไป ศักดิ์ศรีอยู่ข้างหน้า
      "เมื่อท่านทั้งหลายทนทุกข์อยู่ชั่วขณะหนึ่ง... พระองค์จะทรงเสริมกำลัง สงบ และสถาปนาท่านให้มั่นคง" — 1 เปโตร 5:10
   7. **สอนผู้อื่น**
      อย่างอิสระ อย่างที่คุณได้รับมา — บัดนี้จงให้อย่างอิสระ
      ช่วยให้ผู้อื่นได้รับอย่างอิสระ เริ่มต้นที่บ้านของคุณ สังคมของคุณ และคริสตจักรของคุณ

จากการส่งมอบสู่การเป็นศิษย์

การอุทิศตนครั้งนี้เป็นเสียงร้องจากทั่วโลก ไม่ใช่แค่เพื่อการเยียวยาเท่านั้น
แต่ยังเพื่อกองทัพที่จะลุกขึ้นมาอีกด้วย
ถึง เวลาแล้วสำหรับคนเลี้ยงแกะ ผู้ได้กลิ่นสงคราม
ถึง เวลาแล้วสำหรับศาสดาพยากรณ์ ผู้ไม่หวั่นไหวต่องู
ถึง เวลาแล้วสำหรับมารดาและบิดา
ผู้ทำลายพันธสัญญาระหว่างรุ่นและสร้างแท่นบูชาแห่งความจริง ถึงเวลา
แล้ว ที่ประชาชาติทั้งหลาย จะได้รับคำเตือน
และถึงเวลาที่ศาสนจักรจะต้อง ไม่นิ่งเฉยอีกต่อไป

คุณคือความแตกต่าง
ไม่ว่าคุณจะไปที่ไหนต่อจากนี้ สิ่งที่คุณแบกไว้ก็สำคัญ
ความมืดมิดที่คุณถูกดึงออกมาคือดินแดนที่คุณมีอำนาจเหนืออยู่ตอนนี้
การปลดปล่อยคือสิทธิ์โดยกำเนิดของคุณ อำนาจครอบครองคือเสื้อคลุมของคุณ
ตอนนี้เดินเข้าไปเลย

คำอธิษฐานสุดท้าย
พระเยซูเจ้า ขอบพระคุณพระองค์ที่ทรงร่วมเดินไปกับข้าพระองค์ตลอด 40 วันนี้
ขอบพระคุณที่ทรงเปิดเผยความมืดมิด ทรงทลายโซ่ตรวน
และทรงเรียกข้าพระองค์ไปยังที่ที่สูงขึ้น ข้าพระองค์ปฏิเสธที่จะกลับไป
ข้าพระองค์ทำลายข้อตกลงทุกข้อด้วยความกลัว ความสงสัย และความล้มเหลว
ข้าพระองค์รับภารกิจแห่งอาณาจักรด้วยความกล้าหาญ
ขอทรงใช้ข้าพระองค์เพื่อปลดปล่อยผู้อื่นให้เป็นอิสระ
ขอทรงเติมเต็มข้าพระองค์ด้วยพระวิญญาณบริสุทธิ์ทุกวัน
ขอให้ชีวิตของข้าพระองค์เป็นอาวุธแห่งความสว่าง ในครอบครัว ในประเทศ
และในพระกายของพระคริสต์ ข้าพระองค์จะไม่นิ่งเฉย ข้าพระองค์จะไม่พ่ายแพ้
ข้าพระองค์จะไม่ยอมแพ้ ข้าพระองค์เดินจากความมืดสู่การครอบครอง ตลอดไป
ในพระนามพระเยซู อาเมน

วิธีการเกิดใหม่และเริ่มชีวิตใหม่กับพระคริสต์

บางทีคุณอาจเคยเดินร่วมกับพระเยซูมาก่อน หรือบางทีคุณอาจเพิ่งได้พบกับพระองค์ในช่วง 40 วันที่ผ่านมา แต่ตอนนี้ มีบางอย่างภายในตัวคุณกำลังสั่นไหว

คุณพร้อมสำหรับอะไรมากกว่าแค่ศาสนา
คุณพร้อมสำหรับ **ความสัมพันธ์** คุณ
พร้อมที่จะพูดว่า "พระเยซู ฉันต้องการพระองค์"

นี่คือความจริง:

"เพราะว่าทุกคนทำบาป เราทุกคนล้วนแต่ขาดมาตรฐานอันรุ่งโรจน์ของพระเจ้า...
แต่พระเจ้าโดยพระคุณของพระองค์
ทรงทำให้เราชอบธรรมในสายพระเนตรของพระองค์อย่างไม่หวงแหน"
— โรม 3:23–24 (NLT)

คุณไม่สามารถหาความรอดได้
คุณแก้ไขตัวเองไม่ได้ แต่พระเยซูทรงจ่ายราคาเต็มไปแล้ว
และพระองค์กำลังรอต้อนรับคุณกลับบ้าน

วิธีการเกิดใหม่อีกครั้ง

การเกิดใหม่หมายถึงการยอมมอบชีวิตของคุณให้กับพระเยซู ยอมรับการอภัยของพระองค์
เชื่อว่าพระองค์ทรงสิ้นพระชนม์และทรงคืนพระชนม์
และรับพระองค์เป็นพระเจ้าและพระผู้ช่วยให้รอดของคุณ

มันเรียบง่าย มันทรงพลัง มันเปลี่ยนแปลงทุกสิ่งทุกอย่าง

อธิษฐานออกเสียงดังๆ:

"พระเยซูเจ้า ข้าพระองค์เชื่อว่า พระองค์ คือพระบุตรของพระเจ้า
ข้าพระองค์เชื่อว่าพระองค์ทรงสิ้นพระชนม์เพื่อบาปของข้าพระองค์และทรงคืนพระชนม์
ข้าพระองค์สารภาพว่าข้าพระองค์ได้ทำบาปและข้าพระองค์ต้องการการอภัยโทษจากพระองค์
วันนี้ข้าพระองค์กลับใจและหันหลังให้กับวิถีทางเดิมๆ
ข้าพระองค์ขอเชิญพระองค์เข้ามาในชีวิตของข้าพระองค์เพื่อเป็นพระเจ้าและพระผู้ช่วยให้รอดของข้าพระองค์ ขอ
ทรงชำระข้าพระองค์ให้สะอาด ขอทรงเติมเต็มข้าพระองค์ด้วยพระวิญญาณของพระองค์
ข้าพระองค์ประกาศว่าข้าพระองค์บังเกิดใหม่ ได้รับการอภัยโทษ และเป็นอิสระ
ตั้งแต่วันนี้เป็นต้นไป ข้าพระองค์จะติดตามพระองค์
และจะดำเนินชีวิตตามรอยพระบาทของพระองค์
ขอบพระคุณที่ทรงช่วยข้าพระองค์ให้รอด ในพระนามพระเยซู อาเมน"

ขั้นตอนต่อไปหลังจากได้รับความรอด

1. **บอกใครสักคน** – แบ่งปันการตัดสินใจของคุณกับผู้ศรัทธาที่คุณไว้วางใจ
2. **ค้นหาคริสตจักรที่ยึดหลักพระคัมภีร์** –
   เข้าร่วมชุมชนที่สอนพระวจนะของพระเจ้าและดำเนินชีวิตตามพระวจนะนั้น
   เยี่ยมชม God's Eagle ministries ออนไลน์ได้ที่
   https://www.otakada.org หรือ
   https://chat.whatsapp.com/H67spSun32DDTma8TLh0ov
3. **รับบัพติศมา** – ก้าวต่อไปในที่สาธารณะเพื่อประกาศความเชื่อของคุณ

4. **อ่านพระคัมภีร์ทุกวัน** — เริ่มต้นด้วยพระกิตติคุณของยอห์น
5. **อธิษฐานทุกวัน** — พูดคุยกับพระเจ้าในฐานะเพื่อนและพระบิดา
6. **เชื่อมต่ออยู่เสมอ** —
   ล้อมรอบตัวคุณด้วยผู้คนที่สนับสนุนการเดินครั้งใหม่ของคุณ
7. **เริ่มกระบวนการสร้างสาวกภายในชุมชน** —
   พัฒนาความสัมพันธ์แบบตัวต่อตัวกับพระเยซูคริสต์ผ่านลิงก์เหล่านี้

การเป็นสาวก 40 วัน 1 - https://www.otakada.org/get-free-40-days-online-discipleship-course-in-a-journey-with-jesus/

40 การเป็นสาวก 2 - https://www.otakada.org/get-free-40-days-dna-of-discipleship-journey-with-jesus-series-2/

ช่วงเวลาแห่งความรอดของฉัน

วันที่ : _____

ลายเซ็น : _____

"ผู้ใดอยู่ในพระคริสต์ ผู้นั้นก็เป็นคนสร้างใหม่แล้ว สิ่งเก่าๆ ก็ล่วงไป สิ่งใหม่ก็เข้ามา!"
— 2 โครินธ์ 5:17

ใบรับรองชีวิตใหม่ในพระคริสต์

คำประกาศความรอด – เกิดใหม่โดยพระคุณ

นี่รับรองว่า

-

(ชื่อ-นามสกุล)

ได้ประกาศ **ความเชื่อในพระเยซูคริสต์ ต่อสาธารณชน**
ในฐานะพระเจ้าและพระผู้ช่วยให้รอด
และได้รับของขวัญแห่งความรอดโดยเสรีผ่านการตายและการฟื้นคืนพระชนม์ของพระองค์

*"ถ้าท่านประกาศอย่างเปิดเผยว่าพระเยซูทรงเป็นพระเจ้า
และเชื่อในใจว่าพระเจ้าทรงให้พระองค์เป็นขึ้นจากความตาย ท่านก็จะรอด"*
— โรม 10:9 (NLT)

ในวันนี้สวรรค์จะยินดีและเริ่มการเดินทางครั้งใหม่

วันที่ตัดสินใจ : _____

ลายเซ็น :
_____

คำประกาศความรอด

วันนี้ข้าพเจ้าขอมอบชีวิตแด่พระเยซูคริสต์
ข้าพเจ้าเชื่อว่าพระองค์ทรงสิ้นพระชนม์แทนบาปของข้าพเจ้าและทรงคืนพระชนม์
ข้าพเจ้ารับพระองค์เป็นพระเจ้าและพระผู้ช่วยให้รอดของข้าพเจ้า ข้าพเจ้าได้รับการอภัย
เกิดใหม่ และได้รับการสร้างใหม่ นับจากนี้เป็นต้นไป
ข้าพเจ้าจะดำเนินตามรอยพระบาทของพระองค์

ยินดีต้อนรับสู่ครอบครัวของพระเจ้า!

ชื่อของคุณถูกจารึกไว้ในหนังสือแห่งชีวิตของลูกแกะ
เรื่องราวของคุณเพิ่งเริ่มต้น และมันเป็นนิรันดร์

เชื่อมต่อกับ GOD'S EAGLE MINISTRIES

- เว็บไซต์: www.otakada.org
- ซีรีส์ Wealth Beyond Worry: www.wealthbeyondworryseries.com
- อีเมล: ambassador@otakada.org

- **สนับสนุนงานนี้:**

สนับสนุนโครงการอาณาจักร ภารกิจ และทรัพยากรโลกฟรีผ่านการให้ที่นำโดยพันธสัญญา

สแกน QR Code เพื่อบริจาค

https://tithe.ly/give?c=308311

ความเอื้อเฟื้อของคุณช่วยให้เราเข้าถึงจิตวิญญาณได้มากขึ้น แปลทรัพยากร สนับสนุนมิชชันนารี และสร้างระบบการสร้างสาวกทั่วโลก ขอบคุณ!

Give in the Spirit of Luke 6:38

3. เข้าร่วมชุมชน WhatsApp Covenant ของเรา

รับการอัพเดต เนื้อหาการอุทิศตน และเชื่อมต่อกับผู้เชื่อที่มีใจมุ่งมั่นในพันธสัญญาทั่วโลก

สแกนเพื่อเข้าร่วม
https://chat.whatsapp.com/H67spSun32DDTma8TLh0ov

หนังสือและแหล่งข้อมูลที่แนะนำ

- ***Delivered from the Power of Darkness*** (ปกอ่อน) — ซื้อที่นี่ | E-book บน Amazon

- บทวิจารณ์ยอดนิยมจากสหรัฐอเมริกา:
  - **ลูกค้า Kindle :**
    "หนังสือคริสเตียนที่ดีที่สุดเท่าที่เคยมีมา!" (5 ดาว)
    สรรเสริญพระเยซูสำหรับประจักษ์พยานนี้ ฉันได้รับพรมากมายและอยากแนะนำให้ ทุกคนอ่านหนังสือเล่มนี้... เพราะค่าจ้างของบาปคือความตาย แต่ของประทานจากพระเจ้าคือชีวิตนิรันดร์ ชาโลม! ชาโลม!
  - **Da Gster :**
    "นี่เป็นหนังสือที่น่าสนใจและค่อนข้างแปลก" (5 ดาว)

หากสิ่งที่กล่าวไว้ในหนังสือเป็นความจริง แสดงว่าเราตามหลังศัตรูอยู่มากจริงๆ ว่าสามารถทำอะไรได้บ้าง! ...
สิ่งที่ต้องมีสำหรับทุกคนที่ต้องการเรียนรู้เกี่ยวกับสงครามทางจิตวิญญาณ

- **วีซ่า** : "ชอบหนังสือเล่มนี้" (5 ดาว)

นี่มันเปิดหูเปิดตาจริงๆ... สารภาพตามตรง... ช่วงนี้ฉันตามหามันอยู่ทั่วทุกแห่งเพื่อซื้อ ดีใจมากที่ได้มันมาจาก Amazon

- **FrankJM** : "ค่อนข้างแตกต่าง" (4 ดาว)

หนังสือเล่มนี้เตือนใจฉันว่าสงครามฝ่ายวิญญาณนั้นแท้จริงแล้วเป็นอย่างไร มันยังทำให้ฉันนึกถึงเหตุผลที่ต้องสวม "ยุทธภัณฑ์ครบชุดของพระเจ้า" อีกด้วย

- **JenJen** : "ใครก็ตามที่อยากไปสวรรค์ อ่านนี่!" (5 ดาว)

หนังสือเล่มนี้เปลี่ยนชีวิตฉันอย่างมาก เมื่อรวมกับประจักษ์พยานของจอห์น รามิเรซ มันจะทำให้คุณมองศรัทธาของคุณเปลี่ยนไป ฉันอ่านมันมา 6 รอบแล้ว!

- *Ex-Satanist: The James Exchange* (ปกอ่อน) — ซื้อที่นี่ | E-book บน Amazon

- *คำให้การของอดีตผู้นับถือซาตานชาวแอฟริกัน - ศิษยาภิบาล JONAS LUKUNTU MPALA* (ปกอ่อน) — ซื้อที่นี่ | E-book บน Amazon

- *Greater Exploits 14* (ปกอ่อน) — ซื้อที่นี่ | E-book บน Amazon

- *Out of the Devil's Cauldron* โดย John Ramirez — มีจำหน่ายบน Amazon

- *เขามาเพื่อปลดปล่อยเชลย* โดย Rebecca Brown — ค้นหาบน Amazon

หนังสืออื่นๆ ที่ตีพิมพ์โดยผู้เขียน – มากกว่า **500** ชื่อเรื่อง

Loved, Chosen and Whole : การเดินทาง 30 วันจากการถูกปฏิเสธสู่การฟื้นฟู แปลเป็น 40 ภาษาทั่วโลก

https://www.amazon.com/Loved-Chosen-Whole-Rejection-Restoration-ebook/dp/B0F9VSD8WL

https://shop.ingramspark.com/b/084?params=xga0WR16muFUwCoeMUBHQ6HwYjddLGpugQHb3DVa5hE

ตามรอยพระองค์ — ความท้าทาย 40 วันของ **WWJD:**
การดำเนินชีวิตเหมือนพระเยซูในเรื่องราวชีวิตจริงทั่วโลก

https://www.amazon.com/His-Steps-Challenge-Real-Life-Stories-ebook/dp/B0FCYTL5MG

https://shop.ingramspark.com/b/084?params=DuNTWS59IbkvSKtGFbCbEFdv3Zg0FaITUEvlK49yLzB

พระเยซูอยู่ที่ประตู:
40 เรื่องราวสุดเศร้าและคำเตือนสุดท้ายจากสวรรค์ถึงคริสตจักรในปัจจุบัน
https://www.amazon.com/dp/B0FDX31L9F

https://shop.ingramspark.com/b/084?params=TpdA5j8WPvw83glJ12N1B3nf8LQte2a1lIEy32bHcGg

ชีวิตพันธสัญญา: 40 วันแห่งการเดินในพระพรแห่งเฉลยธรรมบัญญัติ 28 - https://www.amazon.com/dp/B0FFJCLDB5

เรื่องราวจากคนจริง การเชื่อฟังจริง และจากเรื่องจริง

https://shop.ingramspark.com/b/084?params=bH3pzfz1zdCOLpbs7tZYJNYgGcYfU32VMz3J3a4e2Qt

การเปลี่ยนแปลงในกว่า 20 ภาษา

รู้จักเธอและรู้จักเขา:
40 วันสู่การเยียวยา ความเข้าใจ และความรักที่ยั่งยืน

https://www.amazon.com/รู้-เธอ-เขา-การรักษา-ความเข้าใจ-อีบุ๊ก/dp/B0FGC4V3D9

https://shop.ingramspark.com/b/084?params=vC6KCLoI7Nnum24BVmBtSme9i6k59p3oynaZOY4B9Rd

เสร็จสมบูรณ์ ไม่ใช่แข่งขัน:
การเดินทาง 40 วันสู่จุดมุ่งหมาย ความสามัคคี และความร่วมมือ

https://shop.ingramspark.com/b/084?params=5E4v1tHgeTqOOuEtfTYUzZDzLyXLee30cqYo0Ov9941

https://www.amazon.com/อีบุ๊กความร่วมมือการเดินทางที่สมบูรณ์แบบ-ไม่แข่งขัน/dp/B0FGGL1XSQ/

รหัสสุขภาพศักดิ์สิทธิ์ - 40
กุญแจประจำวันเพื่อกระตุ้นการรักษาผ่านพระวจนะและการสร้างสรรค์ของพระเจ้า
ปลดล็อกพลังการรักษาของพืช คำอธิษฐาน และการกระทำเชิงพยากรณ์

https://shop.ingramspark.com/b/084?params=xkZMrYcEHnrJDhe1wuHHYixZDViiArCeJ6PbNMTbTux

https://www.amazon.com/dp/B0FHJT42TK

สามารถพบหนังสือเล่มอื่นๆ ได้ที่หน้าผู้เขียน
https://www.amazon.com/stores/Ambassador-Monday-O.-Ogbe/author/B07MSBPFNX

ภาคผนวก (1-6):
ทรัพยากรสำหรับการรักษาอิสรภาพและการปลดปล่อยที่ลึกซึ้งยิ่งขึ้น

ภาคผนวก 1:
คำอธิษฐานเพื่อแยกแยะเวทมนตร์ที่ซ่อนเร้น พิธีกรรมลึกลับ หรือแท่นบูชาแปลกๆ ในโบสถ์

"บุตรมนุษย์ เจ้าเห็นไหมว่าพวกเขาทำอะไรอยู่ในความมืด..." — เอเสเคียล 8:12
"และอย่าร่วมประเวณีกับกิจการของความมืดที่ไร้ผล แต่จงเปิดเผยกิจการเหล่านั้น" — เอเฟซัส 5:11

คำอธิษฐานเพื่อการวิจารณญาณและการเปิดรับ:
พระเยซูเจ้า โปรดเปิดตาข้าพระองค์ให้มองเห็นสิ่งที่พระองค์ทอดพระเนตร
ขอให้ไฟประหลาดทุกดวง แท่นบูชาลับทุกแท่น
ปฏิบัติการลี้ลับทุกรูปแบบที่ซ่อนเร้นอยู่เบื้องหลังธรรมาสน์ ม้านั่ง หรือพิธีกรรมต่างๆ
ถูกเปิดเผย จงเปิดผ้าคลุมออก จงเปิดเผยการบูชารูปเคารพที่ปกปิดไว้ด้วยการนมัสการ
การหลอกลวงที่ปกปิดไว้ด้วยการพยากรณ์ และความวิปริตที่ปกปิดไว้ด้วยพระคุณ
โปรดชำระล้างคริสตจักรท้องถิ่นของข้าพระองค์
หากข้าพระองค์เป็นส่วนหนึ่งของกลุ่มคนที่กำลังถูกประนีประนอม
โปรดนำข้าพระองค์ไปสู่ความปลอดภัย จงสร้างแท่นบูชาที่บริสุทธิ์ มือที่สะอาด
หัวใจที่บริสุทธิ์ ในพระนามพระเยซู อาเมน

ภาคผนวก 2: พิธีการสละสื่อและการชำระล้าง

"ข้าพเจ้าจะไม่ตั้งสิ่งชั่วร้ายใดๆ ไว้ต่อหน้าข้าพเจ้า..." — สดุดี 101:3

ขั้นตอนในการชำระล้างชีวิตสื่อของคุณ:

1. **ตรวจสอบ** ทุกสิ่ง: ภาพยนตร์ เพลง เกม หนังสือ แพลตฟอร์ม
2. **ถาม:** สิ่งนี้เป็นการถวายเกียรติแด่พระเจ้าหรือไม่? มันเปิดประตูสู่ความมืด (เช่น ความน่ากลัว ตัณหา เวทมนตร์ ความรุนแรง หรือธีมยุคใหม่) หรือไม่?
3. **สละสิทธิ์ :**

"ข้าขอสละประตูมิติปีศาจทุกบานที่เปิดออกผ่านสื่ออธรรม
ข้าขอตัดขาดวิญญาณของข้าจากพันธะวิญญาณทั้งหมดที่มีต่อคนดัง ผู้สร้าง ตัวละคร และเนื้อเรื่องที่ได้รับพลังจากศัตรู"

4. **ลบและทำลาย :** ลบเนื้อหาทั้งทางกายภาพและดิจิทัล
5. **แทนที่** ด้วยทางเลือกที่เป็นของพระเจ้า เช่น การนมัสการ คำสอน คำพยาน ภาพยนตร์ที่มีประโยชน์

ภาคผนวก 3: ฟรีเมสัน, คับบาลาห์, กุณฑลินี, เวทมนตร์, สคริปต์การสละทางไสยศาสตร์

"อย่าเข้าไปยุ่งเกี่ยวกับการกระทำอันไร้ผลของความมืด..." — เอเฟซัส 5:11

พูดออกเสียงดังๆ:

ในพระนามของพระเยซูคริสต์ ข้าพเจ้าขอสละคำสาบาน พิธีกรรม สัญลักษณ์ และการรับเข้าเป็นสมาชิกสมาคมลับหรือลัทธิอาถรรพ์ใดๆ ไม่ว่าจะโดยรู้ตัวหรือไม่ก็ตาม ข้าพเจ้าขอปฏิเสธทุกความเกี่ยวข้องใดๆ กับ:

- **ฟรีเมสัน** — ทุกระดับ สัญลักษณ์ คำสาบานด้วยเลือด คำสาป และการบูชารูปเคารพ
- **คับบาลาห์** — ลัทธิลึกลับของชาวยิว การอ่านคำทำนายโซฮาร์ การอัญเชิญต้นไม้แห่งชีวิต หรือเวทมนตร์ของทูตสวรรค์
- **กุณฑลินี** — การเปิดตาที่สาม การปลุกพลังโยคะ ไฟพญานาค และการจัดตำแหน่งจักระ
- **เวทมนตร์และยุคใหม่** — โหราศาสตร์ ไพ่ทาโรต์ คริสตัล พิธีกรรมดวงจันทร์ การเดินทางของวิญญาณ เรกิ เวทมนตร์ขาวหรือดำ
- **โรสิครูเชียน อิลลูมินาติ สกัลล์แอนด์โบนส์** คำสาบานของเยซูอิต คณะดรูอิด ลัทธิซาตาน ลัทธิวิญญาณ ซานเทเรีย วูดู วิคคา เธเลมา ลัทธิโนสติก ปริศนาลึกลับของอียิปต์ พิธีกรรมของชาวบาบิลอน

ข้าพเจ้าขอยกเลิกพันธสัญญาทุกประการที่ข้าพเจ้าได้ทำแทนข้าพเจ้า
ข้าพเจ้าขอตัดขาดความผูกพันทั้งหมดในสายเลือด ในความฝัน
หรือผ่านทางสายสัมพันธ์ทางวิญญาณ
ข้าพเจ้าขอมอบกายและใจทั้งหมดแด่องค์พระเยซูคริสต์เจ้า ทั้งวิญญาณ วิญญาณ และกาย
ขอให้ประตูปีศาจทุกบานถูกปิดลงอย่างถาวรด้วยพระโลหิตของพระเมษโปดก
ขอให้พระนามของข้าพเจ้าได้รับการชำระล้างจากทุกความมืดมิด อาเมน

ภาคผนวก 4: คำแนะนำการเปิดใช้งานน้ำมันเจิม

"มีผู้ใดในพวกท่านทุกข์ทรมานหรือ? ให้เขาอธิษฐานเถิด มีผู้ใดในพวกท่านเจ็บป่วยหรือ? ให้เขาเรียกผู้อาวุโสมา... เจิมเขาด้วยน้ำมันในพระนามขององค์พระผู้เป็นเจ้า" —
ยากอบ 5:13–14

วิธีใช้น้ำมันเจิมเพื่อการปลดปล่อยและการปกครอง:
- หน้าผาก : การฟื้นฟูจิตใจ

- หู : ความสามารถในการแยกแยะเสียงของพระเจ้า
- ท้อง : ชำระล้างอารมณ์และจิตวิญญาณ
- เท้า : การเดินเข้าสู่โชคชะตาอันศักดิ์สิทธิ์
- ประตู/หน้าต่าง : ปิดประตูจิตวิญญาณและทำความสะอาดบ้าน

คำประกาศขณะเจิมน้ำมัน:
"ข้าพเจ้าขอชำระสถานที่และภาชนะนี้ให้บริสุทธิ์ด้วยน้ำมันแห่งพระวิญญาณบริสุทธิ์ ไม่มีปีศาจใดเข้าถึงได้โดยชอบธรรมที่นี่ ขอให้พระสิริของพระเจ้าสถิตอยู่ในสถานที่นี้"

ภาคผนวก 5: การสละตาที่สามและการมองเห็นเหนือธรรมชาติจากแหล่งลึกลับ

พูดออกเสียงดังๆ:
ในพระนามพระเยซูคริสต์ ข้าพระองค์ขอสละการเปิดตาที่สามทุกครั้ง
ไม่ว่าจะด้วยบาดแผลทางใจ โยคะ การเดินทางสู่โลกทิพย์ การใช้ยาหลอนประสาท
หรือการชักใยทางจิตวิญญาณ ข้าพระองค์ขอวิงวอนพระองค์ พระเจ้า
โปรดปิดประตูที่ผิดกฎหมายทั้งหมด และปิดผนึกด้วยพระโลหิตของพระเยซู
ข้าพระองค์ปลดปล่อยทุกภาพนิมิต ความเข้าใจ
หรือความสามารถเหนือธรรมชาติที่ไม่ได้มาจากพระวิญญาณบริสุทธิ์ ขอให้ผู้เฝ้าดูปีศาจ
ผู้ฉายภาพนิมิต หรือสิ่งที่เฝ้าติดตามข้าพระองค์ทุกคน
จงถูกทำให้ตาบอดและถูกผูกมัดในพระนามพระเยซู
ข้าพระองค์เลือกความบริสุทธิ์เหนืออำนาจ เลือกความสนิทสนมเหนือความเข้าใจ อาเมน

ภาคผนวก 6:
แหล่งข้อมูลวิดีโอพร้อมคำพยานเพื่อการเติบโตฝ่ายวิญญาณ

1) เริ่มตั้งแต่ 1.5 นาที -
https://www.youtube.com/watch?v=CbFRdraValc

2) https://youtu.be/b6WBHAcwN0k?si=ZUPHzhDVnn1PPIEG

3) https://youtu.be/XvcqdbEIO1M?si=GBlXg-cO-7f09cR

4) https://youtu.be/jSm4r5oEKjE?si=1Z0CPgA33S0Mfvyt

5) https://youtu.be/B2VYQ2-5CQ8?si=9MPNQuA2f2rNtNMH

6) https://youtu.be/MxY2gJzYO-U?si=tr6EMQ6kcKyjkYRs

7) https://youtu.be/ZW0dJAsfJD8?si=Dz0b44I53W_Fz73A

8) https://youtu.be/q6_xMzsj_WA?si=ZTotYKo6Xax9nCWK

9) https://youtu.be/c2ioRBNriG8?si=JDwXwxhe3jZlej1U

10) https://youtu.be/8PqGMMtbAyo?si=UqK_S_hiyJ7rEGz1

11) https://youtu.be/rJXu4RkqvHQ?si=yaRAA_6KIxjm0eOX

12) https://youtu.be/nS_Insp7i_Y?si=ASKLVs6iYdZToLKH

13) https://youtu.be/-EU83j_eXac?si=-jG4StQOw7S0aNaL

14) https://youtu.be/_r4Jyzs2EDk?si=tldAtKOB_3-J_j_C

15) https://youtu.be/KiiUPLaV7xQ?si=I4x7aVmbgbrtXF_S

16) https://youtu.be/68m037cPEu0?si=XpuyyEzGfK1qWYRt

17) https://youtu.be/z4zlp9_aRQg?si=DR3lDYTt632E96a6

18) https://youtube.com/shorts/H_90n-QZU5Q?si=uLPScVXm81DqU6ds

คำเตือนสุดท้าย: คุณไม่สามารถเล่น กับ สิ่งนี้ ได้

การปลดปล่อยไม่ใช่ความบันเทิง แต่มันคือสงคราม
การสละออกโดยปราศจากการกลับใจก็เป็นแค่เสียงรบกวน
ความอยากรู้อยากเห็นไม่เหมือนกับการเรียกร้อง มีบางสิ่งที่คุณไม่อาจฟื้นคืนได้แบบสบายๆ
ฉะนั้น จงคำนึงถึงต้นทุน จงดำเนินชีวิตด้วยความบริสุทธิ์ จงเฝ้าประตูบ้าน
เพราะปีศาจไม่เคารพเสียง เคารพแต่อำนาจ

www.ingramcontent.com/pod-product-compliance
Lightning Source LLC
Chambersburg PA
CBHW050338010526
44119CB00049B/601
* 9 7 8 1 0 8 8 2 2 4 1 0 6 *